நானும் நாற்புறமும்

மகுடேசுவரன்

தமிழினி

நானும் நாற்புறமும்
கட்டுரைகள்
மகுடேசுவரன்
தமிழினி

Naanum Narpuramum - Notes and Essays - Magudeswaran

முதல் பதிப்பு : ஜனவரி 2022

காப்புரிமை : மகுடேசுவரன்

தமிழினி, 63, நாச்சியம்மை நகர், சேலவாயல், சென்னை - 51.
tamilinibooks@gmail.com 8667255103
web journal: tamizhini.in

அச்சாக்கம் : மணி ஆப்செட், சென்னை.

ரூ. 240

1

புத்தகக் கண்காட்சியிலிருந்து வெளியேறி பேருந்து நிறுத்தத்தை நோக்கி நடந்தேன். என் பின்னே அடர்மஞ்சள் நிறத்தில் என்பீல்டு ஈருருளி ஒன்று வந்தது. அவ்வண்டியில் இருபதாம் அகவையிலிருக்கும் இளைஞர்கள் இருவர் இருந்தனர்.

அவ்வண்டியின் புடுபுடுப்பே ஒரு விலக்கொலி (horn) என்பதால் ஒதுங்கி நின்றேன். வண்டியிளவல்கள் என்னைத் தாண்டிச் செல்லாமல் அடையாளங்கண்டு நிறுத்திவிட்டனர்.

“சார்... நீங்களா?”

“ஆமா கண்ணா... நிறுத்தம் வரைக்கும் போறேன்...”

“நீங்க வண்டியில ஏறுங்க... கொண்டுபோய் விடறேன்...”

“வேணாம்... உங்களுக்கு எதற்குச் சிரமம்? மூனு பேரு போக முடியாதுல்ல...”

“அதெல்லாம் ஒன்னுமில்ல... நீங்க ஏறுங்க...” என்றவர் பின்னமர்ந்திருந்தவரை அங்கேயே காத்திருக்கும்படி இறக்கி விட்டு என்னை ஏற்றிக்கொண்டார்.

புத்தகக் கண்காட்சியிலிருந்து நந்தனம் பேருந்து நிறுத்தத்தை அடைவதற்கு ஒரு கிலோமீட்டருக்கும் மேலாக நடக்க வேண்டும்தான். வண்டியின் முடுக்கில் ஓரிரு மணித் துளிகளில் கொண்டு சேர்க்கப்பட்டேன். சாலையைத் தொட்டதும் என்னை இறக்கிவிட்டவர் விடைபெற்றுக் கொண்டார்.

“தம்பி... நீங்க யாரு?” என்று வினவினேன். தாம் ஓர் உதவி இயக்குநர் என்றும் இரஞ்சித்திடம் பணியாற்று வதாகவும் தெரிவித்தவர் தம் நண்பரை அழைத்து வரத் திரும்பிச் சென்றார்.

மதிப்பீடுகள் தெரிந்த இளைஞர் குழாம் இரஞ்சித்திடம் உதவியாளர்களாக இருப்பது தெரிகிறது. தேர்ந்த உதவி

யாளர்கள் உடனிருக்கும்போது ஓர் இயக்குநர் வெற்றிப்படிகளில் ஏறுவது தவிர்க்க முடியாதது. மகிழ்ச்சி!

2

புத்தகக் கண்காட்சியில் என்னை எங்கே பார்த்தாலும் ஓடிவந்து 'வணக்கம்ணே' என்று சொல்லி முகம் மலர்ந்து நிற்பவர் கட்டளை ஜெயா. இவ்வாண்டும் அவரைக் காண வாய்த்தது.

திரைப்பாட்டு முயற்சிகள் எப்படி இருக்கிறது என்று கேட்டேன். "இல்லண்ணே... இப்ப நான் ஒரு படம் டைரக்ட் பண்றேன்" என்றார்.

"பாட்டு கிடைப்பதே போராட்டமாக இருப்பதாகக் கூறிய நிலையில் படம் கிடைத்தது எப்படி?" என்றேன்.

"போன வருசம் பாட்டெழுதப் போன கம்பெனி... கதை எதுவும் இருக்கான்னு கேட்டாங்க... சொன்னேன்... பிடிச்சுப் போச்சு..." என்றவாறு படத்தின் தலைப்பைச் சொன்னார்.

தலைப்பைப் பதிந்துவிட்டாரோ என்னவோ தெரியவில்லை... அதனால் இங்கே சொல்லவில்லை. நன்றாகவே இருந்தது.

"டைட்டிலே படம் எப்படி இருக்கும்னு சொல்லும்ணே..." என்றவர் கண்களில் நம்பிக்கை.

"அதுசரி... கரூருக்குப் பக்கத்தில கட்டளைன்னு ஓர் ஊர் இருக்கே... அதுதான் உங்க ஊரா?" என்று கேட்டேன்.

"அதில்லண்ணே... எங்க ஊரு சின்ன கட்டளை... ஆண்டிப்பட்டி பக்கம்... கரூர்ல இருந்து ஒருத்தன் கூப்பிடறாண்ணே... நீதான் எங்க ஊரு இல்லைல... அப்ப எப்படி எங்க ஊரு பேரை வெச்சிருக்கேன்னு கேட்கறான்... அவனுக்கு எடுத்துச் சொல்லி விளக்க வேண்டியதாப் போச்சு... ஒத்துக்க மாட்டேன்றான்ணே... இப்பவும் எப்பவாச்சும் போன் பண்றான்..." என்றார்.

"ஒரு பேருக்கு இவ்வளவு அக்கப்போரா...?" என்று சிரித்தேன். வாழ்த்தினைப் பெற்று விடைபெற்றார்.

கடந்த பத்தாண்டுகளில் நிகழ்ந்த மாற்றங்களில் ஒன்று... எல்லாரும் வகைதொகையின்றிப் படமெடுத்துக்கொள்ள

இயல்வது. அடுத்த பத்தாண்டுகளில் எல்லாரும் திரைப்பட மெடுக்கலாம் என்னும் நிலைமை வரும். அதற்குள் திரைப் படத்துறையில் எண்ணியதை அடைவது நல்லதுதான்.

3

புத்தாண்டு பிறந்ததும் பலரும் ஈருருளியை மாற்றவோ புதிதாக வாங்கவோ எண்ணியிருப்பீர்கள்.

இன்று ஒரு வண்டி வாங்குவதற்கு ஐம்பதுக்கும் அருகிலான வாய்ப்புகள் நம்முன் கொட்டிக் கிடக்கின்றன. எதனை வாங்குவது, விடுப்பது என்று எளிதில் முடிவுக்கு வரமுடியாத நிலைமை. இத்தகைய பெரும்போட்டிச் சந்தைகளில் எவ்வண்டி நிறைய விற்கிறதோ அதனைத் தேர்ந் தெடுப்பதே அறிவுடைமை. ஏனென்றால் தன் விற்பனையின் வழியாக அவ்வண்டி தனது திறத்தை நிறுவிவிட்டது.

புதிது புதிதாக இங்கே சந்தைக்குள் நுழையும் வண்டி களை நெடுநாட்பயன்பாட்டினை நோக்காகக் கொண்டவர் கள் தவிர்ப்பது நன்று. அவ்வண்டியின் சாலைப் பயன்பாடும் தேய்மானமும் நம்மை வைத்தும் அளவிடப்படும். அங்கே நமக்கென்ன வேலை? அதனால் எப்போதும் முதலிட விற்பனையில் உள்ள வண்டிகளையே தேர்ந்தெடுங்கள்.

இன்றைக்கும் ஈருருளிச் சந்தையில் முதலிடத்தில் இருப்பது 'ஹீரோ ஸ்ப்லண்டர்' தான். அதற்கு அடுத்த இடத்தில் 'ஹோண்டா ஆக்டிவா' இருக்கிறது.

தொண்ணூற்றாறாம் ஆண்டு நடந்த உலகக் கோப்பை மட்டைப் பந்துக் காலத்திலிருந்து, காதலுக்கு மரியாதை திரைப்படம் வெளியான காலத்திலிருந்து... அவ்வண்டியின் விற்பனை தொடர்ந்து முதலிடத்தில் இருக்கிறது. அதனை எட்டிப் பிடித்தது ஆக்டிவா. இடையில் ஓரிரு திங்கள்களில் ஆக்டிவாவின் விற்பனையும் முதலிடம் பிடித்தது.

நூற்றைம்பது கொள்ளெரிவு (150 சிசி) வகை வண்டி களில் என்னென்ன வண்டிகள் வந்தாலும் முதலிடத்தில் இருப்பது பல்சர்வகை வண்டிகள்தாம். பிறகு அப்பாச்சியும் யூனிகார்னும் இருக்கின்றன. ஒடுக்கி நெளித்துப் புதிதாக உருவாக்கப்பட்ட பல வண்டிகள் பட்டியலுக்குள்ளே இடம் பிடிக்கக்கூட முடியவில்லை.

ஹீரோ பேசன் வகை வண்டிகள் இன்னும் முன்னணி யில் இருக்கின்றன. ஹீரோ கிளாமர் வகை வண்டிதான் வெள்ளோட்டத்தில் என்னை மயக்கியது. ஆனால், அதனை வாங்க முடியாமல் சற்றே அடுத்த படிநிலை என்று பல்சருக்குத் தாவினேன். புல்லட்டுகள் திங்கள்தோறும் முப்பத்தொன்பதாயிரம் வண்டிகள் விற்கின்றன. டிவியெஸ் வண்டிகளில் 'சூப்பர் எக்செல்' ஊர்ப்புற நாயகன் என்றாலும் அந்நிறுவனத்தின் இரண்டாவது பெரிய விற்பனை 'சூபிடர்' வகை வண்டிகள் என்பதும் குறிப்பிடத்தக்கது.

ஈருருளிகளின் விற்பனை எண்ணிக்கைப் பட்டியலைப் பார்த்து முன்னணி விற்பனையில் இருக்கும் வண்டியில் ஒன்றைத் தேர்ந்தெடுக்கலாம்.

4

இருப்பூர்தியில் இருவர் தாம் இறங்கவேண்டிய ஈரோட்டினைத் தவறவிட்டுத் தூங்கிவிட்டனர். வண்டி திருப்பூரை நெருங்கிக்கொண்டிருந்தது. நிறுத்தம் தவறிய பதற்றத்தில் அடுத்த நிலையத்தில் இறங்குவதற்கு அணியமாக நின்றுகொண்டனர். "இவரு திருப்பூர்லதான் இறங்குவாரு... இவராவது நம்மை எழுப்பி விட்டிருக்கலாம்..." என்று என்னைக் காட்டிப் பேசிக்கொண்டனர். நான் எங்கே இறங்குவேன் என்பது எப்படி இவர்களுக்குத் தெரிந்தது? எப்போதும் காவிரியைக் கடக்கும்போது எனக்குத் தன்னியற் கையாய் விழிப்பு வந்துவிடும். காவிரிக் கடப்பில் நான் விழித்ததும் ஈரோட்டு நிறுத்தத்தில் விழித்துக்கொண்டிருந் ததும் உண்மைதான். ஈரோட்டில் வண்டி நிற்கையில் எல்லாருமே அயர்ந்து உறங்கிக்கொண்டிருந்தனர். பெட்டி முழுக்கவே குறட்டைக் குழுவிசை நிலவிற்று. இவர்கள் ஈரோட்டில் இறங்க வேண்டும் என்பது எனக்கு எப்படித் தெரியும்? தெரிந்திருந்தால் எழுப்பிவிட்டிருப்பேனே. இன்றைய விடிகாலை இப்படிக் குழப்பங்களால் ஆகிவிட்டது.

5

சென்னைப் புத்தகக் கண்காட்சிக்கு இவ்வாண்டு மூன்று நாள்கள் வந்திருந்தேன். கண்காட்சி தொடங்கிய முதற்று இரண்டு நாள்களும் கடைசியில் ஒரு நாளும் என

மூன்று நாள்கள்.

இவ்வாண்டில் என்னுடைய பத்துக்கும் மேற்பட்ட புதிய நூல்கள் வெளியாகியுள்ளபடியால் நான் கட்டாயம் வந்தாக வேண்டும். தமிழகத்தின் பெருந்திரளான மக்கள் கூடுகின்ற அறிவுத் திருக்களத்தில் நூலாசிரியரும் காணப் படுவதுதான் அவற்றைப் படிப்போரை ஊக்குவிக்கும் செயல்.

நானூற்றைம்பது கிலோமீட்டர்களுக்கு அப்பாலிருந்து நான் வந்து போகவேண்டும். போக்குவரத்து, தங்குமிடம், உணவு என்று எனக்கும் செலவாகும். நான் எளிமையை நம்பு கிறேன். நடக்கவோ, மூன்றாம் வகுப்பு இருப்பூர்திப் பயணத் திற்கோ அஞ்சுவதில்லை. நடந்த காலடிக் கணக்குகளை எல்லாம் உங்கள்முன் வைத்தேன். என்றாலும் மேற்சொன்ன அனைத்தின் செலவுத் தொகுப்பாக நாளொன்றுக்கு ஆயிரம் என்று வைத்துக்கொண்டால்கூட என் வருகைக்கு மூவாயிரம் செலவாகியிருக்கிறது.

விற்பொருள் ஆக்கியோன் என்ற முறையில் என் நூல் விற்பனையின் வழியாக இதற்கு விடை கிடைக்க வேண்டும். புத்தகக் கண்காட்சியில் அந்த மூவாயிரத்தை நான் என் நூல் விற்பனையின் மதிப்பூதியத்தைக்கொண்டு நேர் செய்ய வேண்டும். அது என் நோக்கமில்லைதான், ஒரு மதிப்பிடலுக் காக இவ்வாறு கூறுகிறேன்.

எனக்கு மூவாயிரம் வரவேண்டுமானால் என் நூல்கள் முந்நூறு படிகள் விற்க வேண்டும். என் நூல்களின் விலைகள் நூற்றையொட்டியதாகவே இருக்கின்றன. என் நூல்கள் நன்றாகவே விற்றன. ஆனால், முந்நூறு படிகளுக்கும் குறை வாகவே விற்றிருக்கும் என்பது என் கணிப்பு. ஆகவே ஒரு நூலாசிரியரின் போக்குவரத்துக்குக்கூட கட்டுபடி ஆகாத நிலையில் ஒருவரின் நூல்விற்பனை இருக்கிறது. இதுதான் உண்மை. இது ஒரு தலைக்குப் போடப்பட்ட கணக்கு.

பதிப்பாளரின் கணக்கை எடுத்துக்கொள்வோம். ஓர் இரட்டைக்கடையைப் பிடிக்க அங்கே எழுபதாயிரம் செலுத்தியிருக்கிறார்கள். அக்கடைத் தட்டுகளை மூட்டுவது, புத்தகங்களை அடுக்குவது, விற்பனைக்கு ஓரிரண்டு உதவி யாளர்களைப் பணிக்கமர்த்துவது, இறுதி நாளில் கடையைப் பிரிப்பது, போக்குவரத்து, தேநீர், சிற்றுண்டி என ஒவ்வோர் இரட்டைக் கடைக்காரர்க்கும் ஒன்றேகால் இலட்சம் செலவு ஆகியிருக்கும். அந்த ஒன்றே கால் இலட்சத்தைத் திரும்ப

எடுப்பதற்கு அவர்க்கு நான்கு முதல் ஐந்து இலட்சங்களுக்கு விற்பனை இருக்க வேண்டும். அதனை எட்டினால்தான் ஒரு புத்தகக் கண்காட்சியில் கடைபோட்டவர்க்கு வரவுமில்லை, இழப்புமில்லை என்ற நிலை தோன்றும்.

ஒவ்வொரு பதிப்பாளர்க்கும் அவ்வளவு தொகைக்கு விற்றிருக்குமா என்பது கேள்விக்குறியே. விதிவிலக்குகள் இருக்கலாம். ஒற்றைக் கடைக்காரர் இரண்டு இலட்சங் களுக்கும் இரட்டைக் கடைக்காரர் நான்கு இலட்சங்களுக்கும் விற்றிருந்தால்தான் இழப்பின்றித் தப்பிப்பார்.

எண்ணூற்றிருபது அரங்குகளில் பத்து விழுக்காட்டினர் நல்ல விற்பனையைக் கண்டிருப்பர். மூன்றில் ஒருவர் இழப்பில்லா நிலையை எட்டியிருப்பார். பிறர் அனைவரும் இட்ட முதலுக்கு இழப்பு என்னும் நிலையில்தான் கடையைக் கட்டியிருக்க வேண்டும்.

இருந்தாலும் ஏன் ஆண்டுதோறும் கடைகள் மிகுகின்றன? ஏனென்றால் இங்கே விற்கும் தொகைதான் கடனில்லாத நேரடி விற்பனை. செலவு போக எஞ்சும் தொகை பதிப்புத் தொழிலின் சுற்றோட்டத்துக்கு உதவுவது. பத்து நாள் களில் சில இலட்சங்களைத் திரட்டுவதற்குக் கிடைத்த ஒரே வாய்ப்பு. கண்காட்சி விற்பனையில் செலவு போக மிஞ்சும் தொகை கானல் நீர். அது பருகக் கிடைக்கும் என்பதற்கு உறுதி யில்லை.

எல்லாரும் இப்படித்தான்... பெருமைக்கு எருமை மேய்க்கிறோம்.

6

தமிழில் ஐயங்கள் என்றால் என்னைத் தயங்காமல் கேட்பார்கள். நானும் ஓயாது விடையளித்துக்கொண்டிருக் கிறேன். அந்தப் பொறுப்பில் சற்றே முன்னேற்றம். தமிழ்த் தொடர்கட்கு நேரான ஆங்கிலத் தொடர்களையும் கேட்கத் தொடங்கிவிட்டார்கள். ஆங்கிலத்திற்கு நான் பொறுப்பேற்க இயலாது. ஆனாலும் கேட்டாரை ஏமாற்ற விரும்பவில்லை. அகவாழ்வு, புறவாழ்வு என்பனவற்றை ஆங்கிலத்தில் எப்படிச் சொல்வது என்று கேட்டார்கள். Personal Life, Public Life என்று சொல்லிவிட்டேன். நான் தமிழை வளர்க்கவும் ஆங்கிலத்தைக் குறைக்கவும் உறுதி பூண்டுள்ளமையை அறிக.

7

முன்னொரு காலத்தில் நானும் அறிதுயில் எனப்படும் தியானம் செய்தேன்.

கால்மடித்தமர்ந்து கண்களை மூடிய நிலையில் புருவத்தின் நடுப்பகுதியைத் தொடர்ந்து பார்க்க முயலவேண்டும்.

தொடக்கத்தில் கருஞ்சுழல்களாகத் தெரியும் அந்தப் பார்வை மேலும் மேலும் துலக்கமடையும்.

சிலநாள் முயற்சியில் கருஞ்சுழல்களின் நடுவில் அகல் விளக்கின் சுடர் போன்ற ஒளித்தழல் தெரிவதைப் பார்த்தேன்.

கண்மூடி இருக்கும்போதே சூரியனைப் பார்ப்பதைப் போல் அடர்த்தியாய் ஒளிர்கிறதே என்று வியப்பதற்குள் காதுகளுக்குள் கடலலை விழுந்து உடைவதைப் போன்ற பேரொலி கேட்டது.

கற்றுக்கொடுத்துக் கண்காணித்தபடியிருந்த ஆசிரியரிடம் எனக்கு நேர்ந்ததைச் சொன்னேன். "அருமையான அனுபவம் கிடைச்சிருக்கு. சொன்னபடி நல்லாப் பண்றீங்க... அதை அப்படியே பின்தொடர்ந்து போங்க..." என்றார்.

எனக்குக் குழப்பமாக இருந்தது.

தொழில்துறை அழுத்தங்களிலிருந்து விடுபட வேண்டுமே. அதற்கு வேறென்ன வழி? அம்முயற்சியில் ஓரிரு திங்கள் தொடர்ந்து ஈடுபட்டேன்.

சுடர் மேலும் மேலும் அடர்த்தியானது. பக்க விளைவாக நள்ளிரவுத் தூக்கத்தில் காதுகளுக்குள் கடலோசை கேட்கத் தொடங்கியது.

அலைகள் கரைமீது மோதி உடையும் ஒலியைக் கேட்டதும் உறக்கத்திடையே அடிக்கடி திடுக்கிட்டு விழித்தேன். அப்போது வியர்த்திருக்கும்.

முன்பே நான் கடுஞ்சினத்தன். அறிதுயில் ஈடுபாட்டுக்குப் பின்னர் என் சினம் செஞ்சினமானது.

எண்ணத்தில் சினத்தின் சிற்றறிகுறி தோன்றினாலே கைகளும் கால்களும் எதனையேனும் தள்ளிவிடுவது, குத்துவது எனப் பரபரத்தன.

ஒருநாள் ஈருருளியில் போய்க்கொண்டிருந்தபோது கைப்பிடியைச் சடாரென்று திருப்பினால் என்னாகும் என்ற

ஆர்வமான எண்ணம் தோன்றியது.

அவ்வெண்ணம் தோன்றியதும் என் கட்டுப்பாட்டில் எதுவும் இருக்கவில்லை. போய்க்கொண்டிருந்த வண்டியைச் சடாரென்று திருப்பிவிட்டேன்.

வண்டியின் விரைவால் அந்தத் திருப்புதல் நிலைக்காமல் கைப்பிடி நேருக்கு வந்தது. ஆனால், வண்டிக்கு ஒரு புரள்வு ஏற்பட்டு நான்கு முறை மடிந்து ஒடிந்து ஓடி நின்றது.

இஃதென்னடா வம்பாயிற்றே என்ற அன்று முதல் என் அறிதுயில் முயற்சிகளை முடித்துக்கொண்டேன். பிறகு எல்லாம் இயல்பாயிற்று.

இதனை ஏன் சொல்கிறேன் என்றால் அறிதுயிலில் ஈடு படுவோர் சினந்ததும் அவருடைய உறுப்புகள் எண்ணத்தைச் செயற்படுத்திவிடும்.

அச்செயல் அவருடைய கட்டுப்பாட்டிலேயே இருக்காது, நான் வண்டியைத் திருப்பியதுபோல. இப்போது சிவக்குமார் தற்படம் எடுப்போரின் கைப்பேசிகளைத் தட்டிவிடுவதுபோல.

8

கண்காட்சியில் இன்று இனிய நண்பர் சந்திர குமாரைக் காண வாய்த்தது. அவரை நேர்கண்டதில் தனிச்சிறப்பு ஒன்று இருக்கிறது. புவிக்கோளத்தின் மறுபுறமான அமெரிக்காவின் சிகாகோ நகரத்திற்குச் சென்றிருந்தபோது அவரை முதன்முத லாகப் பார்த்தேன். சிகாகோவுக்கு வானூர்தியில் சென்றிறங்கி பறப்பலுப்பு (ஜெட்லாக்) ஏற்பட்டு விடுதி அறையில் உறக்கம் வராமல் புரண்டுகொண்டிருந்தேன். அவ்வளவு சோர்விருந் தும் தூக்கம் வரவில்லை. அங்கே கவிந்திருந்த இருள்நேரம் இதுகாறும் எனக்குப் பகல்நேரம். அதனால் இருக்கலாமோ என்றிருந்தபோது அறையின் அழைப்பு மணி ஒலித்தது. கதவினைத் திறந்தபோது வெளியே சந்திரகுமாரும் இன்னொரு நண்பரும் நின்றிருந்தனர். "இந்நேரம் நம்மூரில் பகலுணவு நேரம். உங்களுக்கு இப்போது நன்கு பசிக்கும். உறக்கமும் வராது. இந்தப் பிசாவைச் சாப்பிடுங்கள்..." என்று பெரிய பெட்டி ஒன்றைக் கொடுத்தார். பசியால்தான் உறக்கம் வரவில்லை என்பது அப்போதுதான் விளங்கியது. பெற்றுக் கொண்டேன். "வீட்டுக்குப் பேசறீங்களா...?" என்று தம் கைப்

பேசியைக் கொடுத்தார். வாங்கிப் பேசினேன். "திரும்பவும் பசிக்கும். மீதமுள்ளதை நான்கு மணி நேரம் கழித்துச் சாப்பிடுங்கள்..." என்று அன்போடு கூறினார். அவ்விழா நாள்கள் முழுக்க சிகாகோ நண்பர்களோடு தாமுமாய் நன்கு பார்த்துக்கொண்டார். திருமண விழாக்களின் பொருட்டு நம் தமிழ்நாட்டுக்கு வந்துள்ள அன்னாரை ஐந்தாண்டுகட்குப் பிறகு புவிக்கோளத்தின் இப்புறத்தில் மறுமுறை காண்கிறேன். என் நூல்கள் உட்பட பல நூல்களை வாங்கிச் சேர்த்தார். நலவினவலும் நகைமுகமுமாய் நாங்கள் கரம்பற்றிக்கொண் டோம். அவரைக் கண்டு அளவளாவியதில் மகிழ்ந்தேன்.

9

திருப்பூர் இருப்பூர்தி நிலையத்தில் பொருட்போக்கு வரத்துக்கென்று புதிதாய் ஒரு கூடம் அமைக்கப்பட்டிருக் கிறது. 'Parcel Office' என்று இதுநாள்வரை அதனை ஆங்கிலத் தில் வழங்கி வந்தோம். அந்த அலுவலகத்திற்குத் தமிழ்ப்பெயர் வைக்கும் பொருட்டு ஒரு நன்முயற்சி அரங்கேறியிருக்கிறது. பார்சல் ஆபீஸ் என்பதற்கு ஒரு தமிழ்ப்பெயரை ஆக்கிப் பயன்படுத்தியிருக்கிறார்கள். கட்டு சிப்பம் அலுவலகம்.

சிப்பம் என்பது சிறுமூட்டைகளைக் குறிக்கும். அரிசிச் சிப்பம் என்பார்கள். பெரும்பொதியை ஓராள் தூக்கத் தக்க தனிச்சுமையாக மாற்றிக் கட்டுவது சிப்பம். அதன்படி அங்கே பெறப்படும் மூட்டைச்சுமைகள் விதிமுறைப்படியமைந்த அளவுக்குட்பட்ட பொதியாக இருக்கக்கூடும். அங்கே சிப்பம் என்ற சொல் மிகவும் பொருந்துகிறது. கட்டுசிப்பம் என்றால் கட்டிய சிப்பம். வினைத்தொகை.

கட்டுசிப்ப அலுவலகம் என்று மகர மெய்யீறு கெடுத்தும் எழுதலாம். எப்படியோ இந்த முன்னெடுப்பினை யும் முயற்சியினையும் நாம் பாராட்ட வேண்டும். இத்தகைய முயற்சிகள் எல்லா நிலைகளிலும் தொடர வேண்டும்.

10

ஐயன் பெயர் பழனிச்சாமி. இரண்டு மூன்று திங்கள் களுக்கு ஒருமுறை வீட்டுக்கு வருவார். வீட்டுத் தென்னை மரங் களில் ஏறி மட்டைகளை ஒழுங்குபடுத்துவார். அப்பருவத் திற்குக் காய்த்திருக்கும் தேங்காய்க் குலைகளை வெட்டி

இறக்குவார். ஒவ்வொருமுறை வரும்போதும் நூறு காய்களுக்குக் குறையாமல் இறக்கிவிட்டுச் செல்வது வாடிக்கை. "இது எளநி, இது காய்..." என்று அவர் கண்டதும் அடையாளம் சொல்வது எப்படி என்று கேட்டேன். காய்களின் கணுமூடிப் பகுதி இளம்பளபளப்பு குறையாமல் இருந்தால் அது இளநீரென்றும் அந்தப் பரப்பு காயத் தொடங்கியிருந்தால் அது காய் என்றும் கற்பித்தார். "நாங்கொ மரத்துல ஏறுனமுன்னா ஒரு காயெக் காயம்பண்ணிப் பார்ப்போம்... உள்மட்டை வெள்ளையா இருந்தா எளநி... மட்டயில செவப்பேறி இருந்துச்சுன்னா அது காயி... இப்பல்லாம் எளநிய வெட்டிப் போட்டமுன்னா காசு புடிச்சிட்டுத்தான் குடுப்பம்ங் கறாங்கொ...' என்றார். அவர் ஏறிய மரத்தில் தேன்கூடு ஒன்றும் இருந்தது. "மரத்துல கூடு கட்டற தேனீ நம்பள ஒன்னும் பண்ணாதுங்... நான் ஏறி கூட்டை அறுத்துவுட்டுருக்கறேன்... ஒன்னும் பண்ணனதில்ல... கல்லுல கட்டுறதுதான் கடிச்சுப் போடும்... பத்துக் கடிக்கு மேல பட்டுதுன்னா வெசம்..." என்பது ஐயனின் பட்டறிவு. ஐயனின் ஊர் உறவுகளை வினவினேன். "படியூருக்கு முன்னால நால்நோடு பிரியுதுல்ல.... அதுல தெற்கால வந்தீங்கன்னா கந்தாம்பாளையம்..." என்றார். ஞாயிற்றன்று மிதிவண்டியை எடுத்துக்கொண்டு நகரத்து எல்லைவரை வந்து தம்பாடு பார்த்துத் திரும்புகிறார்.

II

வினைப்பேரறிவானது ஒருவர் தொடர்ந்து படுகின்ற பாடுகளிலிருந்து தோன்றுகிறது.

ஓர் இசைஞர் தளரா ஊக்கத்தோடு தொடர்ந்து தம் இசைக்கருவியில் பயிற்சியெடுத்து ஓர் இசைக்கச்சேரியில் பங்கேற்கிறார்.

விளையாடுநர் ஒருவர் எண்ணற்ற மணிநேரங்கள் ஆடுகளத்தில் பயின்ற பிறகே களப்போட்டிக்குச் செல்கிறார்.

ஒரு வணிகர் தொடர்ந்து வணிகத்தில் ஈடுபடுவதன் வழியாகவே அதனை வெல்கிறார்.

சிறந்த வெல்வினைத்திறன் என்பது படுபாடுகளின் வழியாகப் பெற்ற அறிவு, திறமை, உள்ளுணர்ந்து செயல்படும் பாங்கு ஆகியவற்றின் தொகுப்பு விளைச்சல் ஆகும்.

ஜேம்ஸ் எப் டால்டன், Mind over Markets என்ற நூலில்.

12

சென்னை நடுவண் இருப்பூர்தி நிலையத்திற்கு எம்ஜிஆர் பெயர் சூட்டப்படவுள்ளதாம். தொடர்ந்து விரும்பி யுண்ணும் உண்பொருளுக்குப் புதுப்பெயர் வைப்பதுபோல் இருக்கிறது இது. அப்பெயரை எவ்வளவு எளிதில் நடைமுறைப் பயன்பாட்டுக்குக் கொண்டுவர முடியும் என்று தெரியவில்லை.

நடுவண் இருப்பூர்தியகத்திற்கும் எம்ஜிஆருக்கும் என்ன தொடர்பு என்று எண்ணிப் பார்த்தேன்.

எம்ஜிஆர் சென்னைக்கு முதன்முதலாக வந்ததைக் குறித்து எதுவும் குறிப்பில்லை. ஆனால், இனி நம் வாழ்க்கை சென்னையில்தான் என்று முடிவெடுத்து மூட்டை முடிச்சு களோடு வந்திறங்கியது சென்னை நடுவண் இருப்பூர்தி யகத்தில்தான்.

நாடக, திரைப்பட நிறுவனங்கள்தோறும் தொடர்ந்து அலைந்தவர் இனிச் சென்னையிலேயே தம் நாடக, திரைப்படத்துறை சார்ந்த எதிர்காலத்தை அமைத்துக்கொள்ள வேண்டும் என்ற முடிவோடு நடுவண் இருப்பூர்தியகத்தில் வந்திறங்கினார்.

அன்றைக்குச் சென்னை நடுவண் இருப்பூர்தியகத்திற்கு வந்திறங்கும் ஏழைகள் யானைகவுனி என்ற பகுதியில் நடைமேடையில் படுத்துத் தூங்குவார்களாம். தூங்கியெழுந்த மறுநாள் தாம் செல்லுமிடம் நோக்கிச் செல்வதுண்டாம்.

முன்னிரவில் வந்திறங்கியதால் எம்ஜிஆர் உள்ளிட்ட குழுவினர் யானைகவுனிப் பகுதியில் அன்றைய இரவு வானத்தைப் பார்த்துக் கழித்திருக்கின்றனர்.

யானைகவுனிப் பகுதியில் அப்போது கே.பி. சுந்தராம் பாளின் நாடகம் நடைபெற்றது. சுந்தராம்பாளின் பாடல்கள் மீது மிகுந்த பற்றினைக் கொண்டிருந்த எம்ஜிஆருக்கு அன்று அந்நாடகத்தைப் பார்ப்பதற்குப் பணமில்லை. அதனால் என்ன..! சுந்தராம்பாள் நாடகமாயிற்றே. அவர் பாடுவது நாடகக்கொட்டகையைத் தாண்டி அடுத்த ஊர்க்குக் கேட்குமே. அதனால் நாடகக் கொட்டகை முன்னம் பெருந் திரள் கூடிவிட்டதாம்.

எம்ஜிஆரைப்போன்றே நாடகம் பார்க்க முடியாதவர்

கள் பலரும் கொட்டகை முன்னம் தரையில் அமர்ந்திருந்தார் களாம்.

விடிய விடியத் தூங்காமல் யானைகவுனி மண் தரையில் சுந்தராம்பாளின் பாடல்களைக் கேட்டபடி அமைந்தது எம்ஜிஆர் சென்னைக்கு வந்திறங்கிய முதல் நாளிரவு.

இதனை 'நடிகன் குரல்' இதழில் எம்ஜிஆர் கைப்பட எழுதிய தொடரான 'எனது வாழ்க்கைப் பாதை'யில் நெகிழ்ந்து குறிப்பிட்டுள்ளார்.

தம் எதிர்காலம் குறித்த எவ்வித உறுதியுமில்லாமல் பதைபதைக்கும் மனத்தோடு வந்திறங்கிய அன்றைக்கு அவர் நினைத்துப் பார்த்திருக்கமாட்டார், பிற்காலத்தில் இவ்விருப் பூர்தியகத்திற்குத் தம் பெயரே சூட்டப்படும் என்று.

13

மகனை அடித்தால் மனைவி முகத்தைத் தூக்கி வைத்துக்கொள்கிறாள் என்று கணவனும், மகளை அடித்தால் கணவன் முகம் வாடுகிறது என்று மனைவியும் கருதிக்கொள் வதாலேயே பிள்ளைகளை இருவரும் கண்டித்து வளர்ப்ப தில்லை. மாணவர்களை அடித்துத் திருத்தும் ஆசிரியர்களும் கைகள் கட்டப்பட்டவர்கள் ஆயினர்.

அந்தக் காலத்தில் அரசுப் பள்ளியில் குழந்தைகளைச் சேர்த்த பெற்றோர்கள் 'நல்லா படிப்பு சொல்லிக்கொடுங்க...' என்று சொல்லவில்லை. பள்ளியில் சேர்த்தாலே நாலெழுத்து படிக்க வந்துவிடும் என்று அவர்கட்குத் தெரியும்.

அன்றைய பெற்றோர்கள் ஆசிரியர்களிடம் சொன்னதே வேறு. “சொன்ன பேச்சு கேட்கலைன்னாலோ, அடங்காமத் திரிஞ்சாலோ, குறும்பு பண்ணினாலோ... கண்ணையும் காதையும் விட்டுட்டு தோலை உரிச்சு எடுத்துடுங்க...” என்ற உரிமை கொடுத்துச் சென்றார்கள். கண்டிப்பான ஆசிரியரை ஊர்கூடி மிரட்டவில்லை. அத்தகைய ஆசிரியரைக் குடும்பத் தில் ஒருவராகப் பார்த்தார்கள்.

இன்றைக்குப் பெற்றோரும் தம் கடமை மறந்தவராயினர். ஆசிரியர்களும் கைகள் கட்டப்பட்டனர். தற்போக்குக்குத் தடையில்லாத இளைய தலைமுறையொன்று வளர்ந்து நிற்பதைப் பார்த்துச் செய்வதறியாது திகைக்கிறோம்.

14

"**எ**ன்ன தம்பி... கம்பெனில சம்பளம் போட்டுட்டாங்களா?"

"இல்லண்ணா... இன்னும் போடல..."

"ஏன்... மாசம் பொறந்து இரண்டு வாரம் முடியப் போவுது... இன்னுமா போடல...?"

"அதையேன் கேட்கறீங்க... அவங்க வேலையத்தான் பார்க்கறாங்க... சம்பளத்தைப் பத்தி மூச்சு வுட மாட்டேங்கறாங்க..."

"கம்பெனில எதுவும் பணப்பிரச்சினையா?"

"பணமெல்லாம் இருக்குது... மனம் இல்லை..."

"என்னப்பா சொல்றே...?"

"முந்தி மாதிரில்லாம் இல்லண்ணா... இனியும் கொடுக்காம இருக்க முடியாதுங்கற கட்டத்துலதான் ஸ்டாப்சுக்கு சம்பளமே போடறாங்க... இப்பல்லாம் மாசம் பொறந்து இருபது தேதிக்குப் பின்னாலதான் சம்பளம்னு ஆகிப்போச்சு... இந்த வாரம் ஊருக்குப் போலாமுன்னு இருக்கேன்... போயித்தான் ஐயாயிரம் வாங்கிட்டு வரணும்..."

தொழில் நிறுவனங்களின் அலுவலகப் பணியாளர்கள் சிறுபான்மையர் என்பதால் அவர்கள் துயரம் வெளியே தெரிவதில்லை.

15

உங்கள் வீட்டருகே ஒரு பெட்டிக்கடை இருக்கிறது என்று வைத்துக்கொள்வோம்.

அக்கடையில் நாளொன்றுப் பத்தாயிரம் உரூபாய் விற்பனை ஆகிறது.

எல்லாச் செலவுகளும் போக நாளொன்றுக்கு ஆயிரம் உரூபாய் நிகர இலாபமும் கிடைக்கிறது.

இப்போது அக்கடையின் திங்கள் விற்பனை

10000 X 30 = 300000.

அதாவது மூன்று இலட்சம் உரூபாய். ஆண்டு விற்பனை முப்பத்தாறு இலட்சம் உரூபாய். நாள்தோறும் ஆயிரம்

இலாபம் என்று சொன்னேனே, அதன்படி திங்கள்தோறும் முப்பதாயிரம் விற்பனை. ஆண்டுக்கு மூன்று இலட்சத்து அறுபதாயிரம் விற்பனை.

இதுதான் அந்தப் பெட்டிக்கடை வணிகத்தின் குறுக்கு வெட்டுத் தோற்றம்.

அந்தப் பெட்டிக்கடை விற்பனைக்கு வருகிறது என்று வைத்துக்கொள்வோம். என்ன விலைக்கு வந்தால் வாங்கலாம்?

கவனிக்கவும்... அக்கடையில் தினம் பத்தாயிரத்துக்கு விற்பனை. ஆண்டு விற்பனை முப்பத்தாறு இலட்சம். தினம் ஆயிரம் இலாபம். ஆண்டுக்கான இலாபம் மூன்று இலட்சத்து அறுபதாயிரம்.

அந்தப் பெட்டிக்கடை ஒரு இலட்சத்துக்கு விலைக்கு வந்தால் உடனே போய் உங்கள் தலையை அடகு வைத்தாவது வாங்குவீர்கள்.

ஏனென்றால் ஒரு இலட்சம் போட்டால் போதும், முப்பத்தாறு மடங்கு விற்பனை நடக்கும் ஒரு வணிகம் உரிமை யாகிறது. மூன்றரை இலட்சம் ஆண்டுக்குக் கிடைக்கிறது. ஒரு இலட்சம் முதலீட்டில் இதனைவிட வேறென்ன ஈட்டிவிட முடியும்? அதனால் உடனே வாங்குவீர்கள்.

அந்தப் பெட்டிக்கடை ஐம்பது இலட்சத்துக்கு விலைக்கு வந்தால் திரும்பியே பார்க்க மாட்டீர்கள். சரிதானே? ஐம்பது இலட்சத்தை வங்கியில் போட்டாலே மூன்று இலட்சம் வட்டி வந்துவிடும். அதுவுமின்றி முப்பத்தாறு இலட்ச உரூபாய் வணிகத்தை ஐம்பது இலட்சத்துக்கு யாராவது வாங்குவார்களா? அதனால் வாங்க மாட்டீர்கள்.

பங்குகள் (ஷேர்) வாங்குவதன் அடிப்படையும் இதுதான்.

ஆயிரம் கோடிகளுக்கு ஆண்டு வணிகமும் நூறு கோடி உரூபாய் இலாபமும் காட்டுகின்ற நிறுவனம் நூறு கோடிக்கோ ஐம்பது கோடிக்கோ விலைக்கு வந்தால் ஓடிப் போய் வாங்கலாம். அதே நிறுவனம் ஐயாயிரம் கோடிகளுக்கு விலைக்கு வந்தால் வாங்கக் கூடாது.

இங்கே நிறுவனத்தின் உரிமை இலட்சக்கணக்கான, கோடிக்கணக்கான பங்குகளாகப் பிரிக்கப்பட்டிருக்கும்.

ஒரு கோடிப் பங்குகளைக் கொண்ட ஒரு நிறுவனத்தின்

பங்கு விலை நூறு உரூபாய் என்றால் அந்நிறுவனத்தின் மதிப்பு நூறு கோடி. அதன் ஆண்டு வணிகம், ஈட்டும் இலாபம், கடன், எதிர்காலம், நிர்வாகம் ஆகியவற்றைப் பார்த்து வாங்க வேண்டும்.

ஆயிரம் கோடி வணிகமும் நூறு கோடி நிகர இலாப மும் காட்டும் ஒரு நிறுவனம் முதலீட்டுச் சந்தையின் வீழ்ச்சிக் காலத்தில் நூறு கோடிக்கு விற்பனைக்குக் கிடைக்கும். அதாவது அந்நிறுவனத்தின் ஒரு பங்கு நூறு உரூபாய்க்கு விற்கும். பங்குச் சந்தையின் உயர்வுக் காலத்தில் அந்நிறுவனத் தின் பங்கு ஆயிரம் உரூபாய்க்கும் விற்கும். இரண்டும் நடக்கும்.

இவ்வளவுதான் ஷேர் மார்க்கெட் எனப்படும் பங்குச் சந்தை.

16

மேடைப் பேச்சில் தடுமாற்றம் வருவதற்கும், தங்குதடை ஏற்படுவதற்கும், முதலில் சொன்ன வார்த்தையில் நினைவு குழம்பி நிற்பதற்கும், சொற்றொடர் தவறு தோன்றுவதற்கும் ஒரேயொரு காரணம்தான் இருக்கிறது. முற்றுப்புள்ளி இல்லா மல் மிகவும் நீளமான வாக்கியங்களைப் பேச முயல்வதுதான் அது. சின்ன சின்ன வாக்கியங்களை அமைத்துப் பேசினால் அந்தப் பேச்சு எவ்விதமான தங்குதடையுமில்லாமல் ஆற்றொழுக்காக அமையும். அரசியல் தலைவர்கள் தொடங்கி கடைநிலைப் பேச்சாளர்கள் வரைக்கும் இம்முறையை மனத்தில் வைத்துக்கொண்டு பேசினால் சொலல்வல்லார் ஆகலாம்.

"இன்று காலை விடிந்ததும் நான் வெளியே வந்து செய்தித் தாளினை விரித்து அமர்ந்து அதன் தலைப்புச் செய்தி என்ன என்று பார்க்கையில் அதில் வந்திருந்த செய்தியைக் கண்டு நான் ஆச்சரியப்பட்டு அடுத்து என்ன சொல்வது என்று தெரியாமல் திகைத்து அந்தச் செய்தியை எப்படிச் செரித்துக்கொள்வது என்று அறியாமல் அதிர்ந்து நின்றேன்."

இப்படித்தான் மேடையில் தடுமாறுகின்ற பேச்சாளர் கள் பேசுகின்றார்கள். தடுமாற்றம் மட்டுமின்றி அவ்வகைப் பேச்சு கூட்டத்தினரையும் ஈர்க்காது. அதனை அப்படியே சின்ன சின்ன வாக்கியங்களால் அமைத்துப் பேசினால் எப்படி எளிதாக வரும் என்று பாருங்கள் :

"இன்றைய விடிகாலை.
நான் வழக்கம்போல் வெளியே வந்தேன்.
செய்தித் தாளினைப் பிரித்து அமர்ந்தேன்.
அதன் தலைப்புச் செய்தியைப் படித்ததும் ஆச்சரியம்!
என்ன சொல்வது என்றே தெரியவில்லை.
ஒருவகைத் திகைப்பு.
அந்தச் செய்தியை எப்படி எடுத்துக் கொள்வது?
செரித்துக்கொள்ள முடியாத செய்தி அது.
நான் அதிர்ச்சியடைந்தேன்."

இப்படிப் பேசினால் எந்தத் தவறும் நேராது. தடுமாறாது. கேட்போரும் விரும்புவர்.

17

இந்தப் பூனைக்கு அகவை பன்னிரண்டுக்கு மேல் இருக்கலாம். மூக்கின்மேல் விரலை வைக்கும்படியான ஒரு செயலைச் செய்த பூனை இது.

பூனை வளர்ப்பது என்று முடிவெடுத்து ஒரு பெண் பூனையைப் பிடித்து வந்து வளர்த்தோம். அது ஈன்ற முதல் குட்டி. இதுவும் பெண் பூனைதான்.

இந்தப் பூனை சிறிதாக இருக்கையில் ஒரு பாம்புக் குட்டியைப் பிடித்து வந்துவிட்டது. "பாம்பு பிடித்துப் பழகியதை வீட்டில் வைத்திருக்கலாமா...? நாம் அயர்ந்த நேரத்தில் ஒரு பாம்புக் குட்டியைப் பிடித்து வந்து விடும், அந்தக் குட்டி தப்பித்து வீட்டுக்குள் எங்கேனும் ஒளிந்து கொண்டால் என்னாவது...?" என்று எல்லாரும் கூறினர். அதனால் இந்தக் குட்டியைத் தொலைவில் எங்கேனும் கொண்டுபோய் விட்டுவிட்டு வந்துவிட வேண்டும் என்று முடிவெடுத்தோம்.

அதன்படி ஒரு சாக்குப் பையில் இந்தக் குட்டியைப் போட்டு எடுத்துக்கொண்டோம். வீட்டிலிருந்து பதினெட்டு கிலோமீட்டர்கட்கு அப்பால் இருக்கும் முட்காட்டில் கொண்டுபோய் விட்டு வந்தோம்.

நாள்கள் சென்றன. அக்குட்டியின் நினைவு வந்தாலும்

மனத்தைத் தேற்றிக்கொண்டோம்.

பல வாரங்கள் ஆன பின் ஒரு விடிகாலை நேரத்தில் என் காலடியில் பழகிய மென்மையின் உரசலை உணர்ந்தேன்.

கீழே பார்த்தால் இந்தக் குட்டி "மியாவ்..." என்றபடி நின்றிருந்தது.

என்னால் வியப்பின் பரவயத்தைத் தாள முடியவில்லை.

நகரத்தின் ஒரு பக்கத்திலிருந்து இன்னொரு புறத்தி லிருந்த வெறுங்காட்டில் விட்டு வந்த பூனை. சாக்குப்பையில் கண் தெரியாதபடி எடுத்துச் சென்று விட்டபோதும் எப்படியோ தன் இருப்பிடத்தை நுண்ணுணர்ந்து நெரிசலில் நாய்க்கடிகளில் தப்பி வீட்டுக்குத் திரும்பிவிட்டது.

அன்று முதல் நம்மைத் தாண்டிய உணர்வுகள் மிகுந்த பேருயிர்களாகவே பூனைகளை மதிக்கத் தொடங்கினேன்.

இந்தப் பூனை வீட்டுக்கு வந்த அருஞ்செயலைக் கேட்ட எதிர்வீட்டு ஆசிரியர் தம் வீட்டிற்கு வரும்போதெல்லாம் பாலும் இறைச்சியும் படைக்கத் தொடங்கினார். அதற்கு மயங்கி அவ்வீட்டிலேயே தங்கிக்கொண்டது. இங்கே வளரும் இளைய தலைமுறைக்கு வழிவிட்டது.

எப்போதாவது அன்பு பெருகினால் நம் வீட்டுக்கு வந்து இப்படி மதில்மேல் அமர்ந்து மேற்பார்வையிட்டு நலம் கேட்டுச் செல்லும்.

18

சேலம் பேருந்து நிலையக் கட்டணக் கழிப்பிடத்தில் சிறுநீர் கழிக்க ஒதுங்கினேன். ஒன்றுக்கு ஐந்து. இரண்டுக்குப் பத்து. நான் உள்ளே போய்விட்டு வெளியே வருகையில் கழிப்பறைக் கட்டணக்கார அம்மாவை விரைந்து அணுகினார் ஓர் இளம்பெண்.நெடுந்தொலைவுப் பேருந்திலிருந்து கழிப்பறை தேடி ஓட்டமும் நடையுமாக வந்தவர் கையிலிருந்த பத்து உரூபாயை நீட்டி மீதத்தைக் கேட்டார். "அதுக்குப் பத்து ரூபாம்மா..." என்று கட்டணக்கார அம்மை சொன்னார். கொடுத்த பத்து உரூபாயைத் திரும்பப் பெற்றுக்கொண்ட இளம்பெண் "அநியாயமா இருக்குது..." என்றவாறே திரும்பிச் சென்றார். அவர் நடையில் இயற்கை மூட்டிய கடுகடுப்பு நீங்காது துன்புறுத்துவதைக் கண்டேன். ஒரு நொடிப்பொழு

தில் நிகழ்ந்துவிட்ட அந்தக் காட்சியை என்னால் ஏற்கவே முடியவில்லை. பேருந்து நிலையக் கழிப்பறையை ஒரு நாளில் ஆயிரத்தினர் பயன்படுத்தினால் ஏழெட்டாயிரம் ஈட்டுகிறார் அந்த ஒப்பந்தக்காரர். அது இருந்து தொலையட்டும். இதனைப் போன்ற ஒரு சூழலில் பெண்களுக்குக் கட்டாயம் விதிவிலக்கு இருக்க வேண்டும்தானே? ஆண்களாவது மானம் பார்க்காமல் ஓரஞ்சாரத்தில் ஒதுங்கிக்கொள்வர். பெண்கள் இயற்கையழைப்புக்கு என்ன செய்வர்? ஒரு பெண் கழிப்பறையை நாடுவதற்குத் திங்கள் சுழற்சி உள்ளிட்ட பல காரணங்கள் இருக்கலாம். ஊர் போய்ச் சேருவதற்கு அந்தப் பத்து உருபாயின் மீதம் தேவைப்படலாம். உடைத்திருத்தம் செய்யவேண்டி இருக்கலாம். வீடு போய்ச்சேரும்வரை அப்பெண் படும்பாடு சொல்லில் அடங்குமா? அவர்களிடமும் ஏன் கட்டாயம் கட்டணம் பெறவேண்டும்? ஒரு சமூகத்தின் நலம் பெண் நலத்தோடு பின்னிப் பிணைந்தது இல்லையா? அவர்களுடைய நலத்திற்கு ஆயிரம் திட்டங்கள் போட்டால் போதுமா? முதலில் பேருந்து நிலையம் உள்ளிட்ட பொது இடங்களில் இருக்கும் கட்டணக் கழிப்பறைகளில் பெண் களுக்கு இலவசம் என்று அறிவிக்க வேண்டும். அக்கழிப் பிடத்தில் ஆடவர் மட்டுமே செலுத்தும் கட்டணத்தில் பராமரிப்பினைச் செய்து வரவு காணட்டும். இதனை உடனே நடைமுறைப்படுத்த வேண்டும். பெண்களின் நலம்பேணலை அடிமட்டத்திலிருந்து தொடங்குவோம்.

19

என் தம்பி பன்னிரண்டாம் வகுப்பு முடித்தவுடன் (2001 என்று நினைவு) அவனை ஆடையாக்கம் (Textile Processing) சார்ந்த துறையில் மேற்படிப்பு படிக்கச் சேர்த்தேன். அக்காலத் தில் என்னைப் போன்றே நினைத்தோர் பலர். தொழில் முயற்சியில் இருந்த முதலாளிகளும், கோடிகளில் புரண்ட முதலாளிகளும் அத்தகைய ஆடைத் தொழில்நுட்பப் படிப்பு களில் தம் பிள்ளைகளைத் துணிந்து சேர்த்துப் படிக்க வைத்தனர்.

தொழிலில் இருந்த என்போன்றோர்க்கு இதன் அருமையான வாய்ப்புகள் கண்முன் தெரிந்தன. அப்போதைய திருப்பூரின் செழிப்பான நிலையில் வேறு படிப்புகளைப் பற்றி இங்குள்ளோர் பலர் நினைக்கவே இல்லை. மாநிலமே

இவ்வூரை நோக்கி வேலை தேடி வருகையில் நாம் இங்கேயே இருந்தும் வாய்ப்பின் அருமை உணராமல் வேறு படிப்பு படித்து வேற்றூர்கட்குச் செல்வதா என்றே நினைத்தேன். கணினி சார்ந்த படிப்புகளைப் பற்றி நான் சிறிதும் கருதவேயில்லை.

இவ்வாண்டில் பத்தாவது பன்னிரண்டாவது வகுப்புத் தேர்வுகளில் திருப்பூர் மாவட்டத்துப் பள்ளிகள் மாநிலத்திலேயே முதலிடம் பெறுமளவுக்குத் தேர்ச்சியளவைக் காட்டியிருக்கின்றன. இது புதிய முன்னேற்றமாகத் தெரிகிறது.

இது மறைமுகமாக இங்குள்ள ஒரு நெருக்கடியைச் சொல்வதாகவும் கருத இடமிருக்கிறது. இம்மாவட்டத்துப் பெற்றோர் தம் பிள்ளைகளைப் படிபடி என்று கடிந்து ஊக்குகின்றனர் என்றே இதனைப் பார்க்கின்றேன். திரைப்படம் பார்த்தல், விளையாடுதல் போன்ற பிற ஈடுபாடுகள் பள்ளிப் பிள்ளைகளிடம் நன்கு குறைந்துவிட்டன.

"இனியும் இவ்வூரை நம்பிப் பிழைக்க முடியுமோ முடியாதோ தெரியவில்லை. தொழிற்போக்குகள் என்னாகும் என்று எவ்விதமான உறுதியும் கூறுவதற்கில்லை. எப்படியாவது நல்லபடியாகப் படித்துத் தேர்ந்தால்தான் உகந்த மேற்படிப்புக்குச் சென்று வாழ்க்கையை அமைத்துக்கொள்ள முடியும்..." என்ற மனநிலைக்கு இவ்வூர் மக்கள் வந்திருக்க வேண்டும். இரண்டாமிடம் இராமநாதபுரம் மாவட்டம் என்பதனையும் நினைவிற்கொள்க.

பெரிய நிறுவனங்களைச் சார்ந்தோரின் பிள்ளைகளும் ஆடைத்துறை சார்ந்த படிப்புகளை நாடுவதாகத் தெரியவில்லை. இன்னொன்று, ஆடைத் தொழிலில் ஓய்வு பெற்றவர்கள் பள்ளித் தொழிலில் கால்பதித்துவிட்டனர். அவர்கள் எவ்வளவு வேண்டுமானாலும் முதலிடத் தயங்குவதில்லை. சில பள்ளிகளின் விளம்பரங்கள் குளிரூட்டப்பட்ட வகுப்பறைகள் என்று அறிவிக்கின்றன. அவ்வாறு தோன்றியுள்ள புதிய பள்ளிகளும் நூறு விழுக்காட்டுத் தேர்ச்சியைக் காண்பிக்கத் தவறவில்லை.

தொழில்சார்ந்த மனநிலையிலிருந்து விலகி கல்வியே இனி நம் எதிர்காலம் என்ற மனநிலைக்குத் திருப்பூர் வந்திருக்கிறது.

20

இருப்பூர்தியில் ஏறிய பெரியவர்க்கு அகவை எழுப துக்கு மேல் இருக்கலாம். கையில் ஒரு கட்டைப்பையும் குடையும் வைத்திருந்தார். என்னருகில் வந்தமர்ந்தவர் தம் கைப்பையை எதிரிலிருந்த வெற்றிருக்கையில் வைத்தார். தற்செயலான நோக்கில் அவர் பையில் இடம்பெற்றிருந்த கடைப்பெயர் என்னை ஈர்த்தது. "ஆதிகாலத்து அலங்கார மாளிகை." எனக்கு வியப்பு தாளவில்லை. இப்படியோர் இனிய பெயர்த்தொடரை எப்படி ஒருவர் இக்காலத்தில் துணிந்து வைத்தார் என்று நினைத்தேன். அதற்கான விடை கைப்பை யின்மீது ஆண்டாகப் பொறிக்கப்பட்டிருந்தது. ஆயிரத்துத் தொள்ளாயிரத்து முப்பத்து ஆறாம் (1936) ஆண்டு தொடங்கப் பட்ட கடை. அன்றும் அப்பெயரை வைத்தது பாராட்டத் தகுந்த செயல்தான். கூகுள் என்கிறான், யாகூ என்கிறான், ஓயோ என்கிறான், WROGN, FCUK என்கிறான்... அப்பெயர்கள் நமக்கு நகைப்பூட்டுவதில்லை. அவற்றின் இழிவும் விளங்குவதில்லை. ஆதிகாலத்து அலங்கார மாளிகை என்றால் சிலர் நகைக்கக்கூடும். ஏன் நகைக்கிறார்கள் என்றால் அது நம் பெயர். நம் பேச்சுக்கினிய சொற்றொடர். நமக்கு நம்மீதுள்ள இளப்பத்தைப்போல் உலகில் வேறு யார்க்குமே இராது. இப்படிப்பட்ட பெயர்களைத் தம் கடைகளுக்கு நம்மவர்கள் துணிந்து வைக்கவேண்டும். அப்பையை வைத்திருந்த பெரியவரின் குடும்பம் அக்கடையின் நான்கு தலைமுறை வாடிக்கையாளராக இருக்கக்கூடும். அதுதான் ஒரு கடைக்குரிய நற்பெயர். அரிய சந்தை மதிப்பு. ஒரு பெயரில் 'அத்துச் சாரியை' இடம்பெறுவது (ஆதி காலம் + அத்து) எளிய நிகழ்வன்று. ஆதி என்பது முதற்குறளில் இடம்பெற்ற அருஞ்சொல்லாயிற்றே! அதற்கும் மேல் ஒரு கடைக்கு என்ன வேண்டும்? புதுக்கோட்டை, பொன்னமராவதி நகரங்களில் இக்கடை இருக்கும்போல் தெரிகிறது. இப்பெயருக்காகவே 'ஆதிகாலத்து அலங்கார மாளிகை'யினரை மனமுவந்து வாழ்த்துகிறேன்.

21

நீங்கள் ஒரு நிறுவனம் நடத்துகிறீர்கள் என்று வைத்துக் கொள்ளுங்கள். நூறு உருபாய்க்கு நடக்கின்ற வணிகத்துக்கு எண்பது உருபாய் நின்றால் எப்படி இருக்கும்? கனவுபோல்

இருக்கிறதா? வாய்ப்பே இல்லை என்பீர்களா? ஆனால் உண்மை.

நம் கண்முன்னே ஒரு நிறுவனம் அத்தகைய நிலையில் இருக்கிறது. அதன் காலாண்டுக் கணக்கைக் கூறுகிறேன். காலாண்டு எனப்படுவது மூன்று திங்கள்கள். ஏறத்தாழ தொண்ணூறு நாள்கள்.

அந்நிறுவனத்தின் காலாண்டு விற்பனை தொள்ளா யிரத்து ஐந்து கோடிகள். விற்பனை அல்லாத பிறவகையில் அந்நிறுவனத்துக்குச் சிறிது வருமானம் வருகிறது. ஒரு காலாண்டில் அவ்வாறு கிடைக்கின்ற இதர வருமானம் சற்றேறக்குறைய ஐம்பத்திரண்டு கோடிகள். அந்நிறுவனத்தின் மொத்தக் காலாண்டு விற்பனை வரவு தொள்ளாயிரத்து ஐம்பத்தாறு கோடிகள். (956.04 Crores).

இவ்வணிகத்தைச் செய்ய அந்நிறுவனத்திற்கு ஆகின்ற செலவு இருநூற்று முப்பத்தெட்டுக் கோடிகள். வட்டி என்ற பெயரில் பெயருக்கு முக்கால் கோடி கட்டுகிறார்கள். (அதன் பொருள் அந்நிறுவனத்திற்குக் கடனே இல்லை என்பதுதான்) இவ்வளவுதான் செலவு.

ஆன வணிகத்தில் இச்செலவுகள் போக வரியினங்கள், தேய்மானத்திற்கு முன்னால் நிற்கும் வரவு எழுநூற்றுப் பதினெட்டுக் கோடிகள். தேய்மானம் என்று நூற்றெழுபத் தாறு கோடிகளைக் காட்டுகிறார். (அது என்ன தேய்மானம் என்று தெரியவில்லை. தம்முடைய செயற்கருவிகளைத் தொடர்ந்து புதுப்பிப்பார்களாக இருக்கலாம்).

அரசுக்கு வரியாக ஏறத்தாழ இருநூறு கோடிகளைக் கட்டுகிறார்கள். வரியும் தேய்மானமும் போக அந்நிறுவனத் தின் இறுதி நிகர வரவு முந்நூற்று ஐம்பத்தொரு கோடிகள் (351.33 Crores).

இப்படியொரு காலாண்டுக் கணக்கினைப் பிற நிறுவனங்கள் தருகின்றனவா என்று தெரியவில்லை. அதே துறையிலுள்ள பிற நிறுவனங்களால்கூட இவ்வளவு பெரிய விழுக்காட்டினைக் காட்ட முடியவில்லை. அப்படித் தெளிவாக நடக்கிறது அந்நிறுவனம். பெருநிறுவன உலகில் இது ஒரு கனவு.

மீண்டும் சொல்கிறேன். காலாண்டுக்குத் தொள்ளா யிரத்து ஐம்பத்தாறு கோடிகட்கு வணிகம் நடக்கிறது. செலவு

போக மீதம் எழுநூற்றுப் பதினெட்டுக் கோடிகள். தேய்மானமும் வரியும் போக நிகரமாக முந்நூற்று ஐம்பத்தொரு கோடிகள் நிற்கின்றன.

விற்பனையில் ஏறத்தாழ் எண்பது விழுக்காடு கையில் கிடைக்கிறது (Operating profit margin %). முப்பத்தெட்டு விழுக்காடு நிகர வரவு (Net Profit margin %).

நிகர இலாபம் இருபது விழுக்காட்டுக்கு மேல் இருந்தாலே அது நல்ல தொழில். நல்ல நிறுவனம். பங்குகளை வாங்கலாம் என்கிறார் வாரன் பபெட். இந்நிறுவனமோ முப்பத்தெட்டு விழுக்காடு காட்டுகிறது.

மேற்சொன்ன நிறுவனம் எதுவாக இருக்கும்? கண்டுபிடியுங்கள், பார்க்கலாம். ஒரேயொரு துப்பு தருகிறேன், அந்நிறுவனம் தென்னிந்தியாவில்தான் கோலோச்சுகிறது. (விடை : சன் டிவி)

22

என் இளமை நினைவிலிருந்து கூறுகிறேன். அப்போது பேருந்து நிலையங்களில் நான்கில் ஒன்று பழச்சாற்றுக் கடையாக இருக்கும். பழச்சாறு பிழியப்படும்போதும் குவளையில் ஊற்றப்படும்போதும் நிலையமே பழமணத்தால் நிறைந்துவிடும். பழக்கடையைச் சுற்றிலும் பழமணத்தை முகரலாம். பேருந்து நிலையம் என்பது பழவாசனை நிறைந்த இடம் என்றே என் நினைவில் தங்கியிருக்கிறது. இன்றைக்கும் பேருந்து நிலையங்களில் பழச்சாற்றுக் கடைகள் இருக்கின்றன. பழங்களில் மணமே இல்லை. பழச்சாற்றுக்கு அரைக்கப்படும் போதும் எவ்வித மணமும் எழுவதில்லை. பழச்சாற்றைக் குடித்தாலும் மணமில்லை. பழச்செடிகளும் மரங்களும் நச்சு உரங்களால் வளர்க்கப்படுகின்றன. உர நச்சுகள் பழங்களின் மணத்தைக் கொன்றுவிட்டன. பூக்கடைக்கும் இதே பொருந்தும் என்கிறார் நண்பர். முன்பெல்லாம் முல்லை, மல்லிகைக் கடைகளைத் தாண்டினால் நறுமணத்தால் நெஞ்சம் நிறைந்துவிடும். இன்றைக்குப் பூச்சரத்தை வாங்கி மூக்கருகே வைத்து முகர்ந்தால்தான் பெயருக்கு ஏதோ சிறிது நறுநாற்றம் வருகிறது. பூச்செடிகளும் உரங்கொட்டியே வளர்க்கப்படுகின்றன. அது மட்டுமில்லாமல் பூக்கடைகளில் பூமணம் நன்கு வீசவேண்டுமென்று மணத்தெளிகைகள்

தெளிக்கப்படுவதும் உண்டாம். அதுதான் பூவாசனையைப் போல் தூக்கலாகப் பரவுகிறதாம். இன்று இயற்கையின் எல்லா இயல்புகளும் இப்படிச் சூறையாடப்படுகின்றன.

23

அறியாத எண்ணிலிருந்து ஓர் அழைப்பு வந்தது.

"வணக்கம்"

"நீங்கதான் மகுடேசுவரனா?"

"ஆமாங்க"

"நீங்கதான் தினமலர்ல இலக்கணம் பத்தியெல்லாம் எழுதறீங்களா?"

"ஆமாங்க"

"இந்த வாரம்கூட எழுதியிருந்தீங்களே"

"ஆமாங்க"

"தொடர்ந்து எழுதறீங்களா?"

"ஆமாங்க"

"சரி. எழுதுங்க..." என்றவாறு மறுமுனை துண்டிக்கப் பட்டது.

24

இரண்டாயிரத்து ஒன்பது, இரண்டாயிரத்துப் பதினான்கு ஆகிய இரு நாடாளுமன்றத் தேர்தல்களையும் உற்றுக் கவனித்து வந்திருக்கிறேன்.

தேர்தலைப்போன்ற பெருவிளைவுக் காரணிகளைப் பொருளியல் உலகம் எவ்வாறு எதிர்கொள்கிறது என்பதனை ஆராய்ந்தபடி இருப்பது அக்கல்வியின் ஒரு பகுதி.

இரண்டாயிரத்து ஒன்பதாம் ஆண்டுத் தேர்தலில் பங்குச் சந்தைக் குறியீட்டெண் நிப்டி, இரண்டாயிரத்து எட்டாம் ஆண்டின் சரிவுக்குப் பிறகு ஏறுவதா வேண்டாவா என்று தயங்கி நின்றது.

'நிப்டி' குறியீட்டெண் மூவாயிரத்து எழுநூற்றில் தயங்கி நிற்கையில் மீண்டும் மன்மோகன்சிங்கின் அரசே (2009)

வெற்றி பெற்றது.

அன்று அவ்வாறு தயங்கி நின்றதன் பொருள் சந்தைக்கு எவ்வித உறுதியும் கிடைக்கவில்லை என்பதே. எதிர்கட்சிகளும் அப்போது வலுவாக இல்லை.

ஒருவேளை மூன்றாம் அணியின் உதவியோடு ஆட்சி அமைந்தால் உலகப் பணத்துக்கு இந்தியாவில் பெருக்க மில்லை என்பது முதலீட்டுலகின் கணிப்பு. ஆனால், கணிப்புக்கு மாறாக மீண்டும் மன்மோகன்சிங்கே ஆட்சிக்கு வந்ததும் குறியீட்டெண் மேல்வரம்பு உயர்ச்சியைத் தொட்டது (Upper circuit).

அடுத்து இரண்டாயிரத்துப் பதினான்கு தேர்தலில் யார் வெற்றி பெறுவார் என்பதில் எவ்வித ஐயமும் இருக்கவில்லை. மோடி வெற்றி பெற்றால் முதலீட்டு உலகத்துக்கு இரட்டிப்பு மகிழ்ச்சியாயிற்றே. அதனால் 'நிப்டி' குறியீட்டெண் அதன் வாழ்நாள் உயர்ச்சியான ஆறாயிரத்து அறுநூற்றில் உறுதியாக நின்றது. அப்போதே முதலீட்டுலகத்திற்குத் தெரியும், அடுத்து வரும் ஆட்சியில் எவ்வித ஐயப்பாடும் இல்லை என்பது. உயர்ந்து நின்றது. ஆட்சிக்குப் பிறகும் தொடர்ந்து உயர்ந்தது.

இத்தேர்தல் முடிவு எப்படியிருக்கப் போகிறது என்பதற்கான தடயங்களை நான் கடந்த ஆண்டு (2018) சனவரி முதற்கொண்டு ஊன்றி நோக்கத் தொடங்கினேன். சந்தைக் குறியீட்டெண் இறங்கும் முகமாகத் தெரியவில்லை.

இரண்டாயிரத்துப் பதினெட்டு முழுக்கவே தனிப்பட்ட பங்குகள் உட்காரணங்களுக்காக நன்கு இறங்கினவேயன்றி, 'நிப்டி' குறியீட்டெண் இறங்கவில்லை. அரசின் வரவு செலவு தாக்கல் செய்யப்பட்டபோதும் இறங்கவில்லை.

ஒருவழியாக, செப்டம்பரில் இரண்டாயிரம் புள்ளிகள் மடமடவென்று இறங்கின. பதினொன்றாயிரத்து எண்ணூற்றி லிருந்து ஒன்பதாயிரத்துத் தொள்ளாயிரம் வரைக்கும் அவ்விறக்கம் இருந்தது.

அடுத்து இவ்வாட்சி இல்லை அல்லது தொங்கு பாராளுமன்றம் அல்லது நிலையற்ற ஆட்சி என்பதற்கான முதல் தடயம் அது. ஆனால், அந்தத் தாழ்ச்சி சிறிதும் நீடித்து நிற்கவில்லை. மீண்டும் பழைய உயர்வுக்கு அருகிலேயே சந்தை விளையாடிக்கொண்டிருந்தது. அவ்வமயம் புதிய புதிய முதலீடுகளும் வந்தபடி இருந்தன.

எப்போதும் பங்குச் சந்தை தலைகுப்புற விழுவது பெரும்பாலும் சனவரித் திங்களில்தான். செப்டம்பரில் முதல் வீழ்ச்சி இருந்தால் அவ்வீழ்ச்சி சனவரியில் மீண்டும் தொடர வேண்டும்.

நானும் சனவரியில் பெரும் வீழ்ச்சி இருக்கும் என்றே எதிர்பார்த்தேன். அதுதான் கடைசி வாய்ப்பு. எதிர்பார்த்ததற்கு மாறாகவே சனவரியில் வர்த்தகம் எவ்விதத் தாழ்ச்சியும் அடையாமல் உறுதியாக நடந்தது. எனக்கு விளங்கிவிட்டது. மூலதனத்திற்கு அனைத்தும் தெரியும். அதற்கு அடுத்து வரும் ஆட்சி குறித்து எவ்வித ஐயப்பாடும் இல்லை.

சனவரி இறுதியில் நடந்த திருப்பூர்ப் புத்தகக் கண்காட்சியில் என் பதிப்பாளரோடு அமர்ந்து வருகின்ற நாடாளுமன்றத் தேர்தல் குறித்து உரையாடிக்கொண் டிருக்கையில் நம் நண்பர்கள் ஆளாளுக்குத் தாம் கணித்ததைக் கூறிக்கொண்டிருந்தனர்.

“எழுதி வைத்துக்கொள்ளுங்கள்... இதே ஆட்சியே தொடரும்...” என்றேன் நான். சொல்லவா வேண்டும்? எல்லாரும் என்னைக் கடுமையாக எதிர்த்தனர். வாய்ப்பே இல்லை என்றனர். நான் மனத்துக்குள் நகைத்துக்கொண்டேன். நானொன்றும் வரம் கொடுக்கவில்லை. இத்தனை ஆண்டுகள் இதனில் உழல்கையில் சிலவற்றை ஊகித்தறியவும் இயலும் தானே?

‘நெஞ்சே எழு’ தொலைக்காட்சி நிகழ்ச்சிப் படப்பிடிப்பு இடைவேளையில் நண்பர்கள் திலீபன், இளங்கோ கல்லானை, முத்துக்கிருஷ்ணன், மருத்துவர் பூவண்ணன் ஆகியோரிடையே இவ்வுரையாடல் நிகழ்ந்தது. ”மோடியே தொடர்வார் என்றுதான் சந்தைப் போக்குகள் உறுதிபடக் காட்டுகின்றன...” என்றேன். யாரும் ஏற்கவில்லை. “ஒரு நிதி மேதாவி இப்படிச் சொல்கிறார்” என்று இளங்கோ தம் பக்கத்தில் ஒரு பதிவும் எழுதினார். அவர் குறிப்பிட்டது என்னைத்தான். நான் புன்னகைத்துக்கொண்டேன்.

இறுதியில் அதுதான் நடந்தது. என்ன நடக்கும், என்ன நடக்க வேண்டும், என்ன நடத்த வேண்டும் என்பதை நமக்கும் மேலுள்ள பொருளாதாரப் பேராற்றல்கள் முடிவு செய் கின்றன. அதற்கு முன்பே தெரிகிறது. அதன்படி செயல்படு கிறது. வாழ்வதற்கென்று நூறு உரூபாய் ஈட்டியாக வேண்டிய

நிலையில் நாம் இருக்கும்வரை நாமும் அந்தப் போக்கின் ஒரு துளிதான். நாம் விரும்பினாலும் விரும்பாவிட்டாலும் சிலவற்றை ஏற்றுக்கொள்ளத்தானே வேண்டும்? இஃது இப்படித்தான் நடக்கிறது என்பதற்கு எவ்வித உறுதிப்பாடும் இல்லைதான். ஆனால், இப்படித்தான் நடக்கிறது.

25

கேரளக்காடுகளில் சபரிமலை வரைக்கும் சென்று பார்த்தல் என்பது வழிநடையில் எடுக்கப்பட்ட தற்செயல் முடிவு. செங்கோட்டையிலிருந்து புனலூர் வழியாகப் பத்தனம் திட்டா வந்தடைந்ததும் சபரிமலைக்கே செல்ல வேண்டும் என்ற பேரவா தோன்றிவிட்டது. சாலைகளில் போக்குவரத்து அருகிபோய் இருந்தமையால் அம்முடிவினைச் செயற்படுத்தல் எளிதாயிற்று. வழிபாட்டுக்குரிய நாள்களில் அவ்வழியில் வண்டிகள் நூற்றுக்கணக்கில் பறக்கும். நாம் செல்கையில் உடன்வரவோ எதிர்வரவோ வண்டிகளே இல்லை. நான் இதுவரை பார்த்த அடர்பெருங்காடுகளில் சபரிமலை வனப்பகுதிக்கே முதலிடம். விண்முட்ட வளர்ந்த, அடர்ந்து பெருகிய பசுமையைக் கண்ட திகைப்பில் மயிர்க்கூச்சமே ஏற்பட்டுவிட்டது. பம்பை நதிக்கரை வரைக்கும் இந்நாள்களில் செல்ல முடியும். கோவில்வரை செல்ல வகையில்லை. பல்லாயிரக் கணக்கானோர் கூடும் அம்மலைநிலத்தை நேர்நின்று கண்டேன். பம்பை நதிக்குப் படித்துறை கட்டிக் கொண்டிருந்த கட்டுமானப் பணியாளர்கள் சிலரைத் தவிர அங்கே ஒருவருமில்லை. ஆயிரம் அறைகள் கொண்ட விடுதி கள் காவலர்கூட இல்லாமல் பூட்டிக்கிடந்தன. அவ்விடத்தின் பெருமைக்கு அந்தத் தனிமை கொடுத்த மிரட்சியைச் சொல்ல வார்த்தைகள் இல்லை.

26

ஹம்பிக்கு ஒருமுறை நண்பர்களோடு சென்றபோது வெளியேறும் வழியைத் தவற விட்டோம்.

வழிகாட்டி மரங்கள் கூறிய வழிகாட்டுதலின்படி சென்றாலும் சுற்றியடித்து அதே இடத்திற்கே வர வேண்டிய தாயிற்று.

அங்கிருந்து வெளியேறி பெல்லாரிக்குச் செல்லும் சாலையைப் பிடிக்க வேண்டும். அப்போது இணைய வரைபடத்தினை நாடும் பழக்கமும் தொற்றவில்லை.

இப்படியே சுற்றிக்கொண்டிருந்தால் இருட்டிவிடும் என்பதால் யாரேனும் ஒருவரை வழிகேட்டுத்தான் உய்ய வேண்டும். ஆனால், மொழி தெரியாதே. நமக்குக் கன்னடம் தெரியாது. அவர்கட்கும் ஆங்கிலம் தெரியாது.

முதலில் வழிகேட்பதற்கு யாரேனும் எதிர்ப்பட வேண்டுமே. சிறிது தொலைவு சென்றதும் நல்ல வேளையாக அகவை முப்பது மதிக்கத்தக்க ஒருவர் எதிரில் வந்தார். வண்டியை நிறுத்தி இறங்கினோம்.

ஆளில்லாத மொட்டைத் தடத்தில் வண்டியை நிறுத்தி அதிலிருந்து இருவர் இறங்கி வருவதைக் கண்டு அவர் நடுங்கிவிட்டார்.

திகைத்து நின்ற அவரிடம் "பெல்லாரி... பெல்லாரி ரோடு?" என்று கேட்டோம். அலைந்த அலைச்சலில் நாம் கேட்ட குரலில் சற்றே கடினம் கூடிவிட்டது என்று நினைவு.

அழாக்குறையாக அவரிடமிருந்து வந்த பதில் : "எனக்குத் தெரியாதுங்க... நான் ஊருக்குப் புதுசுங்க... நான் திருவண்ணாமலைங்க... எனக்குத் தெரியாதுங்க..."

நாடெங்கும் சுற்றிய வகையில் புதுப்புது இடங்களில் வழி தெரியாமல் விழித்தாலும் மொழி ஓர் இடையூறே இல்லை. மகாராட்டிரத்தில் இதனை எதிர்கொண்டபோது பள்ளி, கல்லூரி மாணவர்களை அடையாளங்கண்டு வழி கேட்டோம். ஆங்கிலத்தில் தெளிவாக வழிகாட்டினார்கள்.

ஒடியாவில் நீங்கள் யாரோடும் பேச முடியாது. அவர்கள் பாக்கினைக் குதப்பிய வாயோடு நிற்பார்கள். சைகை யால்தான் வழிகாட்டுவார்கள். புவனேசுவரத்தின் புகழ்பெற்ற சந்தையில் Chinmaya Sahoo துணிக்கடையில், நாங்கள் இருவரும் ஆங்கிலத்தில் பேரம்பேசித்தான் உரையாடினோம். அவரும் மறந்திருக்க மாட்டார்.

நம் மாநிலத்திற்கு வெளியே மொழி தெரியாமல் என்ன செய்வீர்கள் என்று யாரேனும் கேட்டால் நம்பாதீர்கள். இந்தியாவை இணைப்பது இந்தியர் என்ற உணர்வே.

27

வடநாட்டு இளைஞன் ஒருவன் சாலையோரத்தில் இடுப்புக் கச்சை, பூட்டுகளைப் பரப்பி வைத்து விற்றுக் கொண்டிருந்தான். தென்னாட்டுக் குடிகாரன் ஒருவன் அவனருகில் சென்று எதனையோ கேட்டான். அவ்விளைஞன் தான் வைத்திருந்த புகையிலைப் பொட்டணம் போன்ற ஒன்றை எடுத்துக் கொடுத்தான். அந்தப் பொட்டணத் துகளைத் தன் உள்ளங்கையில் கொட்டி வாய்க்குள் போட்டுக் கொண்டான் தென்னாட்டுக் குடிகாரன். ஊர்விட்டு வந்திருக்கும் வடநாட்டானுக்கு ஒரே ஆறுதல் கைப்பேசிப் பாடல்களும் வாய்க்குதப்பல் பொருள்களும்தாம். அவன்பாட் டுக்குத் தன் சிறு வணிகத்தில் புழுதிபட ஈடுபட்டிருக்கிறான். போதையடிமைத்தனத்தால் உழைப்பை மறந்து அறமிழந்து அறிவிழந்து நிற்கும் உள்ளூர்ச் சிறுகூட்டமொன்று அடித்துப் பறிப்பதற்கென்றே ஆள்பார்த்துத் திரிகிறது.

28

பூனை குட்டி ஈன்றதைப் பார்த்ததால்தான் தேவகெளடா பிரதமர் ஆனார் என்பார்கள். ஒரு நம்பிக்கை தான். பூனை எதனைச் செய்தாலும் மறைவாகச் செய்யும். 'எல்லாரும் சிரிக்கறாங்கன்னு பூனை போயி பொடக்காலில சிரிச்சதாம்' என்று ஊர்ப்புறத்தில் சொல்வதுண்டு. எதனையும் ஒளிவுமறைவாகச் செய்வதில் பூனை மிகவும் குறியாக இருக்கும். இதுவரை பூனை குட்டி போடுவதைப் பார்த்த தில்லை. வளர்ப்புப் பூனைகளில் நிறைசூலியாக இருந்த தாய்ப்பூனையொன்று நேற்று முதல் என்னையே சுற்றி வந்தது. இன்று காலை என் அறையைத் தேர்ந்தெடுத்தது. என் கண் முன்னேயே இரண்டு குட்டிகளை ஈன்றது. பூனை பெற்றெடுப் பதைப் பார்த்துவிட்டேன். கண்கள் பனித்தன. இதயம் இனித்தது.

29

ஓர் அரசனை அரசனாகச் செய்வது அவன் கட்டிக் காத்துப் பெருக்கியிருக்கும் படையும் படைக்கருவிகளும்தாம்.

எவ்வளவுக்கெவ்வளவு கட்டுப்பாடான பெரும் படையை வேந்தன் ஒருவன் திரட்டி வைத்திருக்கிறானோ

அவ்வளவு வலியவன் அவன். அப்படைகள் செல்லுமிடங்களை எல்லாம் அவன் கொண்டதாகவே பொருள். அதனால்தான் அக்காலத்தில் நம் ஊர்கள் யாவும் படைகள் அணுக முடியாதவாறு மறைவாகவும் அரண்கள் சூழவும் அமைந்திருந்தன. ஓர் ஊரைப் படை கடந்து போகுமெனில் அப்படைக்கு வேண்டிய அனைத்தையும் அள்ளிச் செல்லும்.

சந்தை கூடுவதற்கு எப்படி வணிகர்களும் மக்களும் திரள்கிறார்களோ அப்படி ஒரு போருக்குச் செல்வதற்குப் படையாகத் திரள்வர். அத்தகைய பெரும்படையை வைத்திருக்கும் அரசன், அலெக்சாண்டரைப்போல் அந்தப் படைச்செருக்கால் அழியாமல் ஒரு நகரை நிறுவி, ஒரு நாட்டை ஆண்டு கோவில் குளம் அறச்செயல்கள் என்று மனஞ்செலுத்தினான் என்றால் அதுதான் தமிழர் மாண்பு.

இன்றுள்ளவர்கள் அக்கால அரசனின் பெருமையையும் பெற்றியையும் எவ்வாறு உணர்கின்றார்கள்? இவர்கட்குப் பழைமையில் பழிகூறுகள் தட்டுப்படுவதெப்படி?

அன்றைய காலத்து வாழ்க்கை நிலைமைகள், அறக்கொள்கைகள், பண்பாட்டு மதிப்பீடுகள் போன்ற ஆயிரம் காரணிகளைக்கொண்டு அன்றைய எவ்வொரு செயலையும் மதிப்பிட வேண்டும். அரசன் என்னும்போது இன்னும் ஆயிரம் புற அகக்காரணங்கள் இருக்கும்.

நம் தாய் தந்தையர் செய்த நல்லவை கெட்டவைகளை மதிப்பிடுவதே கூட உரிமை மீறல் என்பேன். அவர்களுக்கு அன்று என்ன நினைவோ, என்ன நிலைமையோ, எது தூண்டியதோ, எது தள்ளியதோ... யாரறிவார்? அப்படியிருக்க அன்றைய பேரரசனின் செயல்களை இன்றைய அறிவியல் மிகைநுகர்ச்சி வாழ்க்கையில் காலாட்டியபடி கேள்வி கேட்பது மிகவும் எளிதாக இருக்கிறது, இல்லையா?

முதலில் வரலாற்றை எப்படிப் பார்க்க வேண்டும் என்று தெரிந்துகொள்ள வேண்டும். பிறகுதான் வரலாற்றில் வாழ்ந்தோரைப் பற்றிச் சிறிதேனும் உணர முடியும்.

இன்றைய பார்வையையும் இந்த இடத்தையும் வந்தடையக் கொடுத்த விலைதான் நம் வரலாறு. உயிர்க்குலம் தோன்றியவுடன் நேரடியாக இன்றைய வாழ்க்கைக்கு வந்துவிட்டதைபோல் சிலர் நினைக்கிறார்கள். உண்மையில், வரலாற்றால் பாதகம் அடையாதவர்களும் இல்லை,

வரலாற்றால் பயன்பெறாதவர்களும் இல்லை.

நம் இன்றைய நிலைப்பாடு இனியெப்போதும் மாற்றத்திற்கே ஆளாகப் போவதில்லை என்பதும் கற்பனையே. அடுத்த பத்தாண்டுகளில் ஒவ்வொரு போக்கும் அமிழ்ந்து புதைந்துபோய் வேறு துலக்கங்கள் ஏற்படும். அப்போது என்ன செய்வது? அதனால் வரலாற்றை வரலாறாகவே பாருங்கள்.

30

பூரி செகநாதருடைய கோவிலுக்குள் நுழைந்து முன்மண்டபத்தில் காத்திருந்தோம். கருவறை திரையிடப்பட்டு கடவுள் திருவுருவுக்கு நீராட்டும் பூச்சூட்டும் நடந்துகொண்டிருந்தன. மண்டபம் பெரிது என்பதால் வருவோர் அனைவரும் ஒருவரோடு ஒருவர் நெரிந்து நின்றோம். நெரிசலில் நாம் சுவரோரத்திற்குத் தள்ளப்பட்டோம். அக்கூட்டத்தில் நம்மைப் போன்ற பிற மாநிலத்தவர் யாருமில்லை. வந்திருந்தவர்கள் அனைவரும் ஒடியக் குடிமக்கள். திடீரென்று ஒருவன் வந்தான். அவன் கையில் நல்ல நீளமான தடி. கூட்டத்தை ஒழுங்குபடுத்துவதாக நினைத்துக்கொண்டு எல்லார் கால்களிலும் சடீர் சடீர் என்று அடித்தான். ஓரடி வீசியதில் நால்வரின் கால்கள்மீது பட்டது. நாம் சுவரோரத்தில் ஒண்டியதால் தப்பித்தோம். அடி விழுந்துகொண்டே இருக்க, கூட்டம் மேலும் நெரிந்து அவன் நடமாடும் பகுதியில் வழிப்பிளவு ஏற்பட்டுவிட்டது. பிறகு அவன் அவனுக்கான இருக்கையில் போய் அமர்ந்துகொண்டான். அவன் காவல் துறையைச் சேர்ந்தவனுமில்லை. கோவில் பணியாளன். யார்க்கும் அவன்மீது எக்குறையும் தோன்றவில்லை. கருவறையைப் பார்த்தபடி கைகுவித்தவாறு நின்றிருந்தனர். என்னால் அந்த அதிர்ச்சியைத் தாங்க முடியவில்லை. அங்கே அப்படித்தானாம். எவனாயிருந்தாலும் அடித்துவிட்டுத்தான் பேச்சாம்.

பிறகு புவனேசுவரம் செல்வதற்காகப் பேருந்து நிலையத்திற்கு வந்தோம். அங்கே எல்லாம் தனியாரால் நடத்தப்படும் சிற்றுந்துகள்தாம். அவை வரிசையாக நின்றிருக்க, எவ்வண்டியில் ஏறுவது என்பது தெரியவில்லை. ஆளில்லாத ஒரு வண்டியில் ஏறி அமர்ந்துகொண்டோம். பிறகு தடியன் ஒருவன் வந்தான். அவன் அந்தச் சிற்றுந்துகளின் கூட்டமைப்புத்

தலைவனாக இருக்கலாம். பரவலாக எங்களைப்போல் ஏறியிருந்த வண்டிகளிலிருந்து பயணிகளைக் கெட்ட வார்த்தை சொல்லி இறக்கினான். நாம் ஒரு மாதிரியாக, ஓங்கு தாங்காக இருந்ததால் விட்டுவிட்டான். பிறரைக் கழுத்தைப் பற்றித் தள்ளுவதும் முதுகில் ஒன்று போடுவதும் வைவதுமாக எல்லாரையும் ஒரே வண்டியில் பிடித்து ஏற்றினான். அங்கே அப்படித்தானாம். முதலில் அடித்துவிடுவார்கள். அடிப்ப வனைத் தட்டிக்கேட்க யாரும் வருவதில்லை, காவல்துறை உட்பட.

அஜந்தா எல்லோராப் பயணத்தின்போது மகாராட்டி ரத்தின் ஜால்னா மாவட்டத்துச் சிறு நகரத்தின் வெளிவட்டச் சாலையில் நடந்தது இது. அங்கே வட்டாரப் போக்குவரத்து ஆய்வாளர் ஒருவர் சோதனையில் ஈடுபட்டிருந்தார். எங்கள் வண்டியை இருபது அகவை மதிக்கத்தக்கவன் நிறுத்தினான். வண்டியை நிறுத்தியவன் அரசாங்க ஊழியன் அல்லன். உள்ளூர்ப் போக்கிரிக் கூட்டத்தில் ஒருவன். வட்டாரப் போக்குவரத்து அலுவலரைச் சுற்றி முப்பது போக்கிரிக் குண்டர்கள் காவலுக்கு நின்றனர். அவர்களை மீறி அலுவலரை அடைய முடியாது. வண்டிக் காகிதங்களைப் போக்கிரிக் கும்பலில் ஒருவன்தான் சரிபார்த்தான். எங்க ளுக்குப் பின்வந்த ஒவ்வொரு வண்டியும் ஐந்நூறு ஆயிரம் இரண்டாயிரம் என்று தந்துவிட்டுச் சென்றது. "தமிழ்நாட்டி லிருந்து வந்திருப்பதால் பெரிய மனசு பண்ணி விடறோம். பன்னிரண்டாயிரம் தந்துவிட்டுச் செல்" என்றான் அந்தப் போக்கிரிக் கும்பலின் தலைவன். வட்டாரப் போக்குவரத்து அலுவலரிடம் பேச அக்கும்பல் அனுமதிக்கவே இல்லை. ஒருவழியாக ஒரு தொகையைக் கொடுத்து நகர்ந்தோம். அங்கே அதிகார மட்டத்திலுள்ள அரசு ஊழியர்கள் இவ்வாறு உள்ளூர்க் குண்டர்களைக் கையில் போட்டுக்கொண்டு, அவர் கட்கும் வேண்டிய பங்கு கொடுத்தவாறுதான் கடமையைச் செய்ய முடியுமாம். தனியாகச் செய்தால் அவர்கட்கே அடிவிழலாம். கடத்தப்படலாம். அவ்வாறு நிற்கும் கும்பல் பணத்தைப் பிடுங்கும், அல்லது அடிக்கும்.

கோதாவரிப் பயணத்தின்போது விஜயவாடாவில் இருப்பூர்தி நிலைய நடைமேடையில் எல்லாப் பைகளையும் போட்டுவிட்டு அப்படியே அமர்ந்துவிட்டோம். நடைமேடை முழுக்கவே ஆந்திரத்தின் எளிய மக்கள். ஆண்களும்

பெண்களுமாய் அமர்ந்திருப்பதும் படுத்துத் தூங்குவதுமாய் நிறைந்திருந்தனர். அதனால் நாமும் அமர்ந்தோம். திடீரென்று இருப்பூர்தித் துறைக் காவலர் இருவர் வந்தனர். நடைமேடையில் அமர்ந்திருந்தோர் தூங்கியோர் அனைவரையும் தடியால் பொடீர் பொடீர் என்று அடிக்கத் தொடங்கினர். ஒரு நொடியில் நடைமேடையே வெறுமையாயிற்று. பைகளை அள்ளி எடுத்துக்கொண்டு நாமும் ஒதுங்கி நின்றோம். அப்படி அடித்து விரட்டுவதற்குத் திருட்டு, நடைமேடையில் தங்கும்/தூங்கும் கூட்டம் என்று காரணம் சொன்னார்கள். கேள்வியே இல்லாமல் மக்களை அடிக்கிறார்கள்.

தமிழ்நாடு, கேரளம் போன்ற மாநிலங்களில் மட்டும்தான் அடிபடாமல் வாழ முடியும். அடிபட்டால் ஏனென்று கேட்க ஆளுள்ள அன்பு நிலம்.

31

பொருள்களைத் தெருக்களில் கூவி விற்றுச் செல்கின்றவர்களைப் பார்த்தால் முன்பெல்லாம் என்ன ஏது என்று கண்டுகொள்வோம். ஒன்றிரண்டை வாங்குவதும் உண்டு. நாளொன்றுக்கு இருபது முப்பது வணிகர்கள் இவ்வாறு வரத் தொடங்கியதால் பிறகு ஏறெடுத்துப் பார்ப்பதில்லை. முன்புபோல் கத்திக் கூவுவோரும் இல்லை. எல்லாரும் வண்டியில் கட்டித் தொங்கவிட்ட பதிவுக்கூவல்களையே பயன்படுத்துகின்றனர். தெரு விற்பனையாளர்கள் தற்போது புதிதாக ஒரு விற்பனை முறையில் இறங்கிவிட்டார்கள். அழைப்பு மணியை அழுத்தி நம்மை அடித்துப் பிடித்து வரவழைத்து "இதனை வாங்கிக்கொள்..." என்கின்றனர். மணியடித்ததும் யாரோ எவரோ என்று எட்டிப் பார்த்தால் வெளியே வியாபாரி நிற்கிறார். தூண்டிலைக் கடித்த மீனைப் பார்ப்பதைப்போல் நம்மைப் பார்க்கிறார். வீட்டு வாயிலில் யார் வந்து நிற்பினும் நமக்கு ஒரு விருந்தேற்பு இளக்கம் தோன்றுமே, அதனை வணிகமாக்கப் பார்ப்பது கூச்சமாக இருக்கிறது.

32

பல்வேறு பயிற்சிகளில் ஈடுபட்டு இறுதியாக வயிற்றை ஒடுக்கும் உடற்பயிற்சி ஒன்றைக் கண்டறிந்துவிட்டேன்.

எப்படியாவது இப்பயிற்சியினை இருபது எண்ணிக்கைக்கு மேல் செய்துவிட்டால் மறுநாளே வயிற்று மேடு குலைந்து விடுகிறது. அதனோடு உணவுக் கட்டுப்பாடும் சேர்ந்தால் வயிற்றை விரைவில் தட்டையாக்கிவிடலாம். இனி இப்பயிற்சி யில் முனைப்பு காட்ட விருப்பம். தொங்கியபடி கால் மடக்கி எக்கித் தூக்க வேண்டும். கால் நீட்டியும் தூக்கலாம். நாளொன் றுக்கு நூறு என்ற எண்ணிக்கையை எட்ட வேண்டும். தொங்குதிறன் உள்ளவர்கள் இதனில் ஈடுபடுக. ஏதேனும் கம்பியைப் பற்றிக்கொண்டேகூடத் தொங்கலாம். தாங்கு பட்டைகளில் தொங்கினால் நல்ல பிடிமானம் கிடைக்கிறது. அதற்குப் பயிலகம் செல்வதே சிறப்பு.

33

ஐந்தாண்டுகட்கு முன்புவரை மாய்ந்து மாய்ந்து உலகத் திரைப்படங்கள் பார்த்தேன். பிறகு அப்பழக்கம் அப்படியே குறைந்துவிட்டது. இப்போது அப்படங்களில் பெரும் பான்மையானவை நினைவில் இல்லை. நினைவில் உள்ள படங்களும் பெயரளவில் மங்கலாக உள்ளன. இளமையில் குற்றாலக் குறவஞ்சியினை மனப்பாடம் செய்து வைத்திருந் தேன். மனோன்மணீயத்தின் பெரும்பான்மையான பகுதிகள் நினைவில் இருந்தன. இப்போது அவை எவையும் நினைவில் இல்லை. நான் எழுதியவற்றையும் நெடுநாள்கள் கழித்துப் படித்தால் யாரோ எழுதியதைப்போல் புதிதாகத்தான் படிக்கிறேன். அண்மையில் பார்த்த உறவுக்காரப் பெண்மணி யாரென்று உடனே நினைவுக்கு வரவில்லை. மிகுந்த அன்போடு நூறு பூனைகளை வளர்த்திருந்தும் அவற்றில் பல நினைவில் இல்லை. ஆனால், குறிப்பிட்ட ஒரு நாளோடு தொடர்புடையவற்றை எண்ணினால் அந்நாளில் நடந்த அனைத்தும் ஒவ்வொன்றாக நினைவுக்கு வருகின்றன. நினைவு மட்டத்தில் ஏற்பட்டுக்கொண்டிருக்கும் இம்மாற்றம் சிறிதே அச்சமூட்டுகிறது. ஐன்ஸ்டின், எடிசன்போல் ஆகிக்கொண் டிருக்கிறேனா?

34

விதார்த் என்னும் நடிகர் விகடன் இணையத்துக்கு வழங்கிய அண்மை நேர்காணலில் கூறிய ஒரு செய்தி என்

கருத்தைக் கவர்ந்தது. மன அழுத்தம் ஏற்பட்டாலோ, ஏதேனும் மனத்தில் தோன்றினாலோ தாம் பாட்டுக்குச் சாலையில் இறங்கி நடக்கத் தொடங்கிவிடுவேன் என்கிறார். நடப்பது என்றால் மூன்றோ நான்கோ கிலோமீட்டர்கள் அல்லவாம். முப்பது நாற்பது கிலோமீட்டர்கட்கு நடப்பாராம். தோன்றும் போதெல்லாம் திருப்பதிக்கு நடந்தே செல்லத் தொடங்கி விடுவாராம். இப்போது கூட அவ்வாறு திருப்பதிக்கு நடந்தே சென்று வந்தேன் என்கிறார். சென்னையிலிருந்து திருப்பதிக்கு நூற்றுக்கும் மேற்பட்ட கிலோமீட்டர்கள் தொலைவிருக்கும் தானே? அவருடைய இப்பழக்கம் உடலுக்கும் மனத்துக்கும் புத்துயிரூட்டும் அரிய நற்பழக்கம் என்று தோன்றியது. அருகிலுள்ள கடைக்குச் செல்லவே வண்டியை எடுக்கும் நாம் அவருடைய பழக்கத்தில் கற்றுக்கொள்வதற்கு நிறைய இருக்கிறது.

35

எண்பத்தெட்டாம் ஆண்டிலிருந்து உலகக் கோப்பை ஆட்டங்களைப் பார்த்து வருகிறேன். அரையிறுதியில் கோட்டை விடுவதே வாடிக்கையாக இருக்கிறது நம்மவர் கட்கு. இவர்கள் அப்படித் தோற்பதற்கு ஒரே காரணம் பொதுவாக இருப்பதைப் பார்க்கிறேன்.

தகுநிலை ஆட்டங்களில் (லீக் போட்டிகள்) முதல் இரண்டு மூன்று துடுப்பாடிகள் (Batsmen) பெரிதாகக் கிழிப்பார்கள். அவர்கள் இடைநிலை ஆட்டக்காரர்கட்கு வாய்ப்பையே தரமாட்டார்கள். என்னவோ நம் அணிதான் பெருவலிமையோடு திகழ்வதாக நாமும் நினைக்கத் தொடங்கு வோம்.

தகுநிலை ஆட்டங்களில் அனைத்துப் பந்துகளையும் தின்ற தொடக்க நிலைத் துடுப்பாடிகள் காலிறுதி, அரை யிறுதி, இறுதி ஆட்டங்களில் மொட்டையாய்த் திரும்புவர். புதுக்களங்களில் நிறைய ஆடியிராத இடைநிலையாடிகள் (மிடில் ஆர்டர் பேட்ஸ்மென்) அப்போது களமிறங்கி முடிந்த வரை தடவுவர். பிறகு கைக்கெட்டியும் வாய்க்கெட்டாத தோல்வியைத் தழுவி வெளியேறுவர். ஆஸ்திரேலியா கோப்பை வென்ற ஆட்டத்தொடர்களிலெல்லாம் இடை

நிலையர்கள் வந்து வெளுத்துக் கட்டுவார்கள்.

அன்று தெண்டுல்கரர், சேவாக்கு, கங்குலி ஆடியவரைக்கும் அப்படித்தான் இருந்தது. எளிய ஆட்டங்களிலெல்லாம் அவர்கள் பழம் பறித்துக்கொள்வார்கள். கடிய ஆட்டங்களில் பந்துகளையே எதிர்கொள்ளாத ஏழாவது துடுப்பாடி வந்து தடுமாறுவார். இம்முறையும் உரோகித்தும் இராகுலனும் அதைத்தான் செய்தனர்.

எப்படியும் எண்ணிக்கையைத் துரத்த வேண்டிய ஆட்டங்களில் தொடக்கத்தவர்கள் கைவிட்டால் ஆட்டம் வழுக்கிவிடும். இடையில் துரத்துவதுபோல் ஒரு போக்கு காட்டப்படும். அது அரிதாகத்தான் இலக்கை அடையும். அதுதான் நடந்தது. இருநூற்று நாற்பதைத் துரத்த முடியாத அணிக்கு என்ன வலிமை இருப்பதாய் நாம் நினைப்பது?

நாற்பத்தைந்தாம் வீச்சலகுக்குப் (ஓவர்) பிறகு அடித்தாட வேண்டும். அதனைச் செய்யவில்லை என்றால் கடைசிப் பத்துப் பந்துகளில் எதுவும் செய்ய இயலாது.

இப்போட்டிகளில் காசு சுண்டலில் வெற்றி பெறுவதே கூட ஆட்டத்தில் வெல்வதற்குப் போதுமானது. இவ்வாட்டத்தில் நியுசீலாந்து அணியினர் பூவா தலையாவில் வென்றனர். அப்போதே ஆட்டத்தின் போக்கு முடிவானதுபோல் தெரிந்தது. மழையாண்டவரும் நடுவரும் தம் பங்குக்குச் சிறிது விளையாடுவர்.

என்னதான் விளையாட்டு என்றாலும் அதுவும் காட்சி வணிகமே. நாட்டின் பெயர்தான் நம் உணர்ச்சிப் பிணைப்பு. மேற்கிந்தியத் தீவுகள் என்ற பெயரில் ஒரு நாடே இல்லை என்பதையும் நினைவிற்கொள்க. அதனை அதனளவில் நிறுத்தி விட்டு நாம் நம் இயல்பு வாழ்க்கைக்குத் திரும்புவோமாக.

குழந்தைகள் இந்த விளையாட்டை விளையாடினால் இத்தோல்வியை முன்வைத்துத் தடுக்கவோ திட்டவோ செய்யாதீர். அவர்கள் உடல்வலுவுக்கும் வளர்ச்சிக்குமான பயிற்சியாக விளையாடுகிறார்கள். விளையாடட்டும்!

36

திருப்பூர், காங்கேயம் சுற்று வட்டாரப் பகுதியினர் காங்கேயத்திற்கு அருகிலுள்ள சிவன்மலைக்கு அடிக்கடி

செல்வார்கள். திருப்பூரிலிருந்து செல்கையில் சாலையின் இடப்புறம் இருக்கும் சிவன்மலையை ஏறியடைவதற்கு இப்போது சாலை அமைத்துவிட்டார்கள். வண்டிகள் மலைமேல் ஏறும். அத்தடம் அமைப்பதற்கு முன்பாக மலையின் தென்புறத்திலுள்ள படிகளையே பயன்படுத்தினார்கள். இப்போதும் படியேற்றமே சிறப்பு. சிவன்மலையின் தென்புறம் மலைக்கோவில் தோற்றத்தோடு அழகாகத் தென்படுகிறது.

மலையின் வடபுறத்தே பார்த்தால் சென்னிமலை தெரியும். சிவன்மலைக்கும் சென்னிமலைக்கும் நடுவில் இருப்பதுதான் நொய்யலாற்றின் வளமான சமவெளி. காட்டாற்றின் கானகப்பகுதி. அச்சமவெளியின் ஆற்றோரத்தில்தான் கொடுமணல் என்ற ஊரும் இருக்கிறது. அங்கே பண்டைத் தமிழர் நாகரிகம் புதைந்திருக்கிறது. அகழ்வாய்வுக்கு உரியது. நிற்க.

சிவன்மலையின் வடமேற்குப் புறத்திலிருந்த அடர்ந்த காடுகளை கி.பி. 1792ஆம் ஆண்டு தீர்த்தகிரி என்ற இயற்பெயருடைய தீரன் சின்னமலை விலைக்கு வாங்கியிருக்கிறார். ஆங்கிலேயர்களை எதிர்ப்பது என்ற நிலைப்பாட்டில் தளராதிருந்த அவர் அதற்குரிய போர்ப்படையை உருவாக்கும் பொருட்டு அங்கே பயிற்சிப் பாசறையை அமைத்தார். சின்னமலையின் படையில் இடம்பெற்ற வீரர்கள் தொடர்ந்து பயிற்சி எடுத்துக்கொண்டனர்.

யாரும் எளிதில் காண முடியாதபடி சிவன்மலையின் முன்தோற்றம் அக்காடுகளை மறைத்து நிற்கும். வடக்கிருந்து வரவேண்டுமென்றால் நொய்யலாறு குறுக்கிடும். இன்று அக்காடுகள் அருகிப்போய்விட்டன. அவ்விடம் செம்மண் தரையாகத்தான் காணப்படுகிறது. ஆனால் அன்றைக்கு அடர்ந்த கானகமாக இருந்தது. படைநிலைக்குரிய பாங்கோடு விளங்கிய அவ்விடத்தின் எச்சங்கள் இன்றைக்கும் சிறிது மிஞ்சியிருக்கின்றன.

இப்போது மலையைச் சுற்றி வருமாறு மலைவலப் பாதை அமைத்திருக்கிறார்கள். அதன் வழியே சிவன்மலையை முழுச்சுற்று சுற்றி வரலாம். அவ்வழியில் வடமேற்குப் புறத்தில் அனுமந்தராயர் கோவில் அமைந்திருக்கிறது. தற்போதுள்ள கோவில் அண்மையில் புதிதாகக் கட்டப்பட்டது. வலிமைக் குரிய கடவுளைக் கொண்டிருந்த அக்கோவில் சின்னமலையும்

அவருடைய படைவீரர்களும் வணங்கி நின்ற கோவில். அவ்விடத்தில்தான் பாசறைக்குள் நுழைகின்ற வாயில் முகப்பும் இருந்திருக்கிறது. அகன்ற மதில்கள் அமைக்கப் பட்டிருந்தன. அங்கே இப்போதும் கருங்கற்களாலும் சுண்ணாம்புச் சாந்தினாலும் அமைக்கப்பட்ட மதில் மீதங்கள் இருக்கின்றன. பாழடைந்த பெரிய கிணற்றினையும் காணலாம்.

இருநூறு ஆண்டுகளுக்கு முன்பு போர்க்கருவிகள் தீத்தணல் எழ உரசிக்கிடந்த பகுதி இன்று ஆழ்ந்த அமைதியில் உறங்குகிறது. சிவன்மலைக்குச் செல்பவர்கள் அப்பகுதியினை எட்டிப் பார்க்க முயல்க. மலைக்கு வடமேற்கில் அனுமந்தராய கோவிலையொட்டியே இவற்றைக் காணலாம். தோட்டத்து வீட்டின் பாழடைவுபோல் காணப்படும் அவ்விடம்தான் அற்றைநாள் நம் விடுதலைக்கு வித்திட்ட படைப் பயிற்சியகம்.

37

உணவுக் கட்டுப்பாடு நோற்ற பிறகு வீட்டில் சிறுதீனி இருப்பினை ஒழித்துக் கட்டியாயிற்று. அப்படி ஏதேனும் இருந்தால்தானே வாய் மெல்லும்! அதனால் சில காய்கனிகள், பருப்பு வகைகள் என்பனவற்றோடு நிற்பாட்டியாயிற்று.

ஏனோ தெரியவில்லை, இன்று வாய் நன்றாக நமநமப்பாக இருந்தது. ஏதாவது தின்றாக வேண்டும். எங்கள் பகுதிகளில்தான் அடுமனைகட்குப் பஞ்சம் இல்லையே.

மாலை நேரம். நினைப்பை ஈடேற்றுவோம் என்று வண்டியை எடுத்துக்கொண்டு சாலைக்கு வந்தேன்.

முதல் கடைக்குள் நுழைவோம் என்றால் அங்கே எதிர்வீட்டுக்காரர் எனக்கும் முன்பாக வந்து அமர்ந்திருந்தார். அவர் வழக்கமாகவே மாலைத் தீனிகளைக் கடையில் மகிழ்ந்துண்பவர் போலும். நாம் உள் நுழைந்தால் அவர் நம்மை வரவேற்று, வாங்கித் தர முயன்று இயல்பு கெடக்கூடும் என்று அடுத்த கடையை நோக்கி நகர்ந்தேன்.

அங்கே அடுத்த தெருவில் உள்ள நண்பர் வாய்க்குள் வைத்து அதக்கிக்கொண்டிருந்தார். இன்னொரு கடைக்கு ஓடியபோது என்னைக் கண்டால் நிறுத்தாமல் பேசும் பெரியவர் ஒருவர் நுழைந்ததைப் பார்த்தேன். அவரிடம் நான் சிக்க முடியாது.

எனக்கு வடை தின்னும் ஆசையே போய்விட்டது. வீட்டுக்கு வந்து வறள்குளம்பி கேட்டுக் குடித்துக்கொள்வோம் என்று திரும்பிவிட்டேன்.

ஒன்று மட்டும் விளங்கியது. மாலையானால் யாரும் வீட்டுத் தீனியை எதிர்பார்ப்பதில்லை. கடைக்கு வந்து ஒரு தாண்டவம் ஆடிவிட்டுத்தான் திரும்புகின்றனர்.

சரிதான். வயிற்றுக்கு வஞ்சகம் செய்து என்ன கொண்டு போய்விடப் போகிறோம்... உண்டு மகிழட்டும்.

38

வீட்டு உட்சுவர்கட்கு நிறமேற்றுகையில் ஒரு சுவருக்குத் தூய வெண்மையை அடித்து வைத்துக்கொண்டேன். பிற்பாடு எப்போதேனும் ஒளிபெருக்கி (Projector) வாங்க நேர்ந்தால் வெண்சுவரையே திரையாக்கிக்கொள்ளலாம் என்பது திட்டம்.

நான் கண் வைத்திருந்த ஒளிபெருக்கிகள் பெருவிலைகளில் இருந்தமையால் ஈடேற்றத்தைத் தள்ளிப் போட்டுக் கொண்டே வந்தேன். அவற்றின் ஒளிர்குமிழ்கட்குச் சில்லாயிர மணி நேரங்களே ஆயுள் என்பதால் வணிக நோக்கம் இல்லாத நிலையில் பல்லாயிரங்களைக் கொட்டுவது தேவையற்றது. மேலும் அவற்றால் மின்கட்டணமும் பழுத்துவிடும்.

இப்படியே ஒன்றுக்கொன்று ஒவ்வாது போய்க்கொண்டிருந்தது. அண்மையில் அமேசானை ஆராய்ந்து கொண்டிருக்கையில் இவ்வொளிபெருக்கியைக் கண்டேன். வாங்கியோரின் பரிந்துரைகளும் மதிப்பீடுகளும் வளமாக இருக்கவே அதனை வாங்கும் எண்ணம் முற்றியது.

அதன் விலையும் உரூ. 5990 தான். ஒளிரும் நேரம் என்று பத்தாயிரம் மணி நேரங்களைக் கூறுகிறார்கள். மின்சாரச் செலவும் குறைவு. வாங்கித் திரையிட்டுப் பார்த்ததில் திரையில் விழுந்த படம் நன்றாகவே இருக்கிறது. இப்பொழுது என் அறை ஒரு திரைக்கூடம் ஆகிவிட்டது.

இத்தகைய ஒளிபெருக்கிகளை ஊர்ப்புற மாணாக்கர்கள் பயனுறுமாறு அரசுக் கல்விக் கூடங்களில் கல்வி சார்ந்த காணொளிகளைக் காட்டுவதற்குப் பயன்படுத்தலாம். ஆசிரியர்கள் சிலர் கூட்டாகச் சேர்ந்தால்கூட இதனைப் பொதுவில் வாங்கிவிடலாம். ஒலிப்பதற்குக் கணினி ஒலிபெருக்கிகளை

இணைத்துக் கொள்க. நினைவிக்கோலில் (பென் ட்ரைவ்) பதிந்துள்ளதைத் தானாகவே திரையிடுகிறது. திரைக்கூடம் அரையிருளாக இருப்பது நல்லது.

வீட்டரங்கம் அமைக்க வேண்டும் என்றாலும் தகுந்த பொருள்தான்.

39

கைப்பேசி ஒலித்தது.

“வணக்கம்”

“ஐயா… திரு மகுடேசுவரன் ஐயாங்களா?”

“ஆமாங்க…”

“ஐயா… வணக்கம்ங்க… தினமலர் பட்டத்தில நீங்க எழுதுறதையெல்லாம் தொடர்ந்து படிக்கிறன்ங்க… ஐயா”

“ஓ…நல்லதுங்க”

“ஐயா… தமிழை அவ்வளவு எளிமையா விளக்கறீங்க… படிச்சதும் நல்லாப் புரியுதுங்க… ஐயா”

“மகிழ்ச்சிங்க…”

“ஐயா… இப்பகூட ஒற்று போடறதைப் பத்தித் தொடர்ந்து எழுதிக்கிட்டு இருக்கீங்க… இதில இவ்வளவு விசியம் இருக்குதுன்னு தெரிஞ்சுகிட்டனுங்க… ஐயா…”

“ஓ…”

“ஐயா… நீங்க தமிழ் கத்துக்கறதைப் பத்தி எழுதுன புத்தகங்களை எல்லாம் சொல்லுங்க… வாங்கிடறேன்ங்க ஐயா…”

நான் சொன்னேன்.

“ஐயா… எங்க ஊர்ல புத்தகக் கண்காட்சி நடக்கும்போது போய் வாங்கிக்கறேன்ங்க… ஐயா…”

“ஆகட்டும்ங்க…”

“ஐயா… தமிழ் கத்துக்கறது இவ்வளவு ஈசியா இருக்கும் போது நாங்களும் முயற்சி எடுக்கணுமில்லைங்களா… ஐயா…”

“ஆமாங்க… ஆமாங்க…”

“ஐயா… நல்லதுங்க ஐயா… நான் புத்தகங்களை வாங்கிட்டுக் கூப்பிடறேன்ங்க.. ஐயா…”

“சரிங்க... உங்களைப் பத்திச் சொல்லவே இல்லைங் களே...”

“ஐயா என் பேரு......... சிபிசிஐடி - புலனாய்வுத் துறைல ......ங்க ஐயா....”

“சரிங்க... வணக்கம்”

40

வெகுநாள்களாயிற்றே என்று இன்று ஒரு படம் பார்க்க எப்படியோ அமர்ந்துவிட்டேன். ஒளிபெருக்கியினால் வந்த மயக்கம்தான். நாட்டிங் ஹில் (Notting Hill) என்பது படத்தின் பெயர். இலண்டன் மாநகரின் ஒரு பகுதிக்கு அப்பெயர். அடிதடி ஓடல் ஒளியல் உருட்டல் மிரட்டல் இல்லாத மென்னுணர்வுகளோடு இருந்தால் தொடர்ந்து பார்க்கலாம் என்பதுதான் முடிவு. படம் நன்றாகவே இருந்தது.

புத்தகக் கடை வைத்திருக்கும் ஓர் ஆணுக்கும் திரைத் துறையில் பெரும்புகழோடு விளங்கும் நாயகி நடிகைக்கும் இடையே தோன்றும் காதல்தான் கதைக்களம்.

படப்பிடிப்புக்கு வந்த இடத்தில் மறை உலாவாக நகருக் குள் உலவும் நாயகி நாயகனின் புத்தகக் கடைக்கும் வருகிறாள். அதனை நம்ப முடியாமல் எதிர்கொள்கிறான் நாயகன். இஃதொரு காட்சி,.

அதே நாளில் அத்தெருவில் நாயகன் பழச்சாறு வாங்கி வருகையில் தெரியாத்தனமாக நாயகி மீதே மோதிவிடுகிறான். பழச்சாறு கொட்டியதில் அவள் உடை பாழாகிவிடுகிறது. “என் அடுக்ககம் அதோ இருக்கிறது... வந்து உடைமாற்றிச் செல்க...” என்று வருந்தி வேண்டுகிறான் அவன்.

அவனுடைய நெரியலான அடுக்ககத்திற்குள் வருபவள் உடைமாற்றித் தெளிந்து ஒரு முத்தத்தையும் தந்து செல்கிறாள். “வெளியே சொல்லாத...” என்று அவள் கூற, அவனுடைய விடைதான் கவிதை. “வெளியே சொல்வதற்கென்று எனக்கு யாருமில்லை. ஆனால் எனக்கு நானே அடிக்கடி எதையாவது சொல்லிக்கொள்வதுண்டு. இதனை எனக்கு நானே சொல்லிக் கொண்டாலும் நானே நம்பமாட்டேன்...” என்கிறான்.

யார்க்கும் எட்டாத உயரத்தில் இருக்கும் பேரழகி தன்னை முத்தியதால் அவனுக்கு முற்றிப்போய்விடுகிறது.

அவளை எப்படியேனும் மீண்டும் பார்த்துவிடத் துடிக்கிறான். அவள் தங்கியிருக்கும் பெருவிடுதிக்குள் செல்ல முயல்கையில் அங்கே அவள் இதழாளர்களை நேர்கண்டுகொண்டிருக்கிறாள். அந்தக் கூட்டத்தில் அவனையும் ஓர் இதழாளராகவே அமர்த்திப் பேசுகிறாள். அவனுக்குத் தரப்பட்ட ஐந்து மணித்துளிகளோடு வெளியேற்றப்படுகையில் ஏமாற்றத்தோடு திரும்புகிறான்.

சோர்ந்து நகரும் அவனைத் தேடி வரும் நடிகையின் உதவியாள் ஓர் அறைக்குள் தள்ளிவிடுகிறாள். அங்கே நாயகி அமர்ந்திருக்க இருவருக்கும் பேச வாய்க்கிறது. அன்றிரவு தன்னோடு தன் தங்கையின் பிறந்தநாள் கொண்டாட்டத்திற்கு அவளை அழைக்கிறான். அவளும் இசைகிறாள். "யாரோ ஒரு பெண்ணோடு வருவதாகச் சொல்லியிருக்கிறான்" என்று அக்குடும்பத்தினர் எதிர்பார்த்திருக்கிறார்கள். அவளும் எளிமையாகவே அவ்விடத்திற்குச் செல்கிறாள். பிறகு "அவள் யாரோ நடிகை" என்பதைத் தெரிந்துகொண்டாலும் அவளைப் பெரிதாகக் கருதவில்லை.

விழாவில் உணவு அருத்துகையில் ஒவ்வொருவரும் தங்களைப் பற்றிச் சொல்கிறார்கள். அவ்விடத்தில் ஒரு நடிகையாக அவள் தன்னைப் பற்றிச் சொல்வது இது: "நான் என் பத்தொன்பதாம் அகவையிலிருந்து மட்டுணவுதான் உண்கிறேன். அதன் பொருள் நான் பல பத்தாண்டுகளாகவே பசியோடுதான் இருக்கிறேன்."

கொண்டாட்டம் முடிந்து இருவரும் அத்தெருவில் நடந்து வருகிறார்கள். வழியிலுள்ள பூங்கா பூட்டியிருக்கிறது. வாயிலை ஒட்டிய மதிலைத் தாண்டிக் குதித்து பூங்காவுக்குள் நுழைந்து நிலவொளியில் நடக்கிறார்கள். பேசுகிறார்கள். முத்துகிறார்கள்.

பின்னொரு நாள். வாய்ப்பு தேடுகையில் எடுக்க நேர்ந்த தன்னுடைய வெற்றுடல் படங்கள் வெளியான துயரத்தைப் பகிர அவனுடைய அடுக்ககத்திற்கு வருகிறாள். அவன் ஆறுதலாக இருக்கிறான். அவ்விரவில் அங்கேயே தங்குகையில் இருவர்க்கும் உறவு ஏற்பட்டுவிடுகிறது.

அவள் அங்கே தங்கியிருப்பது அறைத்தோழன் வழியாக வெளியே கசிந்துவிட மறுநாள் விடிகாலையில் அக்கட்டடத்தின் முன் நூற்றுக்கணக்கான இதழாளர்கள் கூடிவிடுகிறார்கள். இருவரையும் படமெடுத்துவிடுகிறார்கள். இது

அவளுடைய திரைவாழ்க்கைக்குப் பின்னடைவு.

அவள் நாடி வருகையில் இவன் மறுப்பதும், இவன் நாடி வருகையில் அவளைப் பார்க்க முடியாமல் போவதும் எனக் கண்ணாம்மூச்சி நிலை. படப்பிடிப்பு முடிந்து அவள் அமெரிக்காவுக்குக் கிளம்பும் நிலையில் இருவரும் சேர்ந்தார்களா இல்லையா என்பதுதான் கதைமுடி (கிளைமாக்ஸ்).

எதற்கு மறைக்க வேண்டும்? இறுதியில் சேர்ந்து விடுகிறார்கள். நள்ளிரவில் உலவிய அந்தப் பூங்காவில் அவன் புத்தகம் படித்துக்கொண்டிருக்க, அவன் மடியில் நிறைசூலியாக அவள் தலைவைத்திருக்கிறாள். படம் முடிந்தது.

அடைய முடியாத உயரத்தில் அரசியாய்த் திகழும் பேரழகி ஒருத்தி உன்னருகில் வந்தால் என்ன செய்வாய்? அவளை உணர்ந்து உவந்து நீ படும் தவிப்புகளை உணர்த்திவிட்டால் அவள் அதனை எத்தகைய பேரருளோடு எதிர்கொள்வாள்? நெடுநாள் உறுத்திக்கொண்டிருந்த சில வினாக்களுக்கு விடையாக அமைந்தது இப்படம்.

தற்செயலாக அமர்ந்து ஒரு படத்தை ஒன்றிப்போய்ப் பார்க்க முடிந்தால் அது நல்ல படம். இரண்டு மணி நேரம் இலண்டன் மாநகரின் நாட்டிங் ஹில் பகுதியில் வாழ்ந்ததைப் போல் இருந்தது. "நானிருப்பது நாட்டிங் ஹில்லில். நீயிருப்பதோ பெவர்லி ஹில்சில்" என்பான் காதலன். படம் வெளியாகி இருபதாண்டுகள் ஆனதைக் குறித்துக் கொண்டாடும் கட்டுரைகள்கூட இணையத்தில் கிடைத்தன.

41

பொழுது விடிந்தும் நன்கு உறங்கிக்கொண்டிருந்தேன். கைப்பேசி தொடர்ந்து ஒலித்தது. திறவா விழிகளோடு எடுத்து காதில் வைத்தேன். எதிர்முனையில் 'சண்டைக்கு வா' என்பதைப்போன்ற பெண் குரல். "அலோ... நான் மாமி பேசறேன். நீ முதல்ல ரேகாகிட்ட கொடு..." என்றது. நமக்குத் தெரிந்த ஒரே ரேகா ஆர்க்கிமிடிசின் 'யுரேகா'தான். ஆனால், தூக்கக் கலக்கத்தில் அதுவும் புலப்படவில்லை. "ரேகாகிட்ட என்ன கொடுக்கணுங்க?" என்று கேட்டுவிட்டேன். புதிய குரலைக் கேட்டு எதிர்முனையில் அமைதி. அழைப்பு துண்டிக்கப்பட்டது. இப்படியாக இன்றைய பள்ளியெழுச்சி அமைந்தது.

42

நேற்று நம் தெருவில் ஒரு வழக்கு. தெரு முடிவில் ஒதுக்குப்புறமாக இருக்கும் வீட்டின் ஒற்றையறைக்கு இருபதைத் தொடும் அகவையில் ஆணும் பெண்ணும் குடி வந்திருக்கிறார்கள். புதுச்சோடி என்பதனை முதல் பார்வை யிலேயே கண்டுபிடித்துவிடலாம்.

குடிவந்த சில மாதங்களாக அக்கணவன் அரிதாகவே பணிக்குச் செல்வதும் கையிருப்பைச் செலவிடுவதுமாகவே இருந்திருக்கிறான். அண்மையில் மனைவி கழுத்திலிருந்த மூன்று பவுன் தங்கத்தையும் அடகு வைத்திருக்கிறான். பார்ப்ப தற்கு வற்றலான ஒடியலான தோற்றம் அவனுக்கு. அவ்விளம் பெண்ணுக்கும் சிற்றுருவம்தான்.

நகை போனதால் கணவன் மனைவியிடையே முதல் உரசல் ஏற்பட்டிருக்கிறது. அதனுடன் தலையில் இடி விழுந்ததுபோல் புதியதாய் ஓர் அதிர்ச்சிச் செய்தியும் கிடைத்திருக்கிறது மனைவிக்கு. நேற்று அவனுடைய முதல் மனைவி என்ற அடையாளத்தோடு ஒரு பெண் தேடிப்பிடித்து வந்துவிட்டாள். அப்பெண்ணோடு ஐந்தாறு ஆடவர்களும் வந்திருந்தனர்.

அவனுக்கு முன்னமே திருமணம் ஆகியிருப்பதை அறிந்த புது மனைவி மருந்து குடித்துவிட்டாள். அவளை ஒரு தரப்பு மருத்துவமனைக்குத் தூக்கிக்கொண்டு ஓட, அவனை முதல் மனைவி செருப்பால் அடித்துக்கொண்டிருந்தாள்.

அவனுக்குத் திருச்சிக்கு அருகில் ஒரு சிற்றூர். அருகி லிருந்த இன்னோர் ஊர்ப்பெண்ணான முதல் மனைவியோடு வீட்டைவிட்டுக் கிளம்பியிருக்கிறார்கள். திருப்பூரில் ஓராண்டு வேலை செய்திருக்கிறார்கள். இதனிடையே மருத்துவமனைக் காகக் கோவை செல்கையில் அங்கே செவிலிப் பணியிலிருந்த பெண்ணோடு நட்பாடி மனத்தைக் கரைத்து இங்கே அழைத்துக்கொண்டு வந்துவிட்டான்.

செய்தி கேள்வியுற்று இரண்டாம் மனைவியின் பாட்டி மட்டும் வந்திருந்தார். இந்தக் கூட்டத்தினர் அவனை என்ன வசை பாடினாலும் தலையைக் குனிந்தபடியே நின்றான். அடித்தால் வாங்கிக்கொண்டான்.

ஒரு கட்டத்திற்கு மேல் முதல் மனைவியைத் 'தான் திருமணம் செய்துகொள்ளவே இல்லை, இங்கே ஒரே

இடத்தில் பணி என்பதால் சேர்ந்திருந்தோம்' என்றான்.

இப்போது முதல் மனைவிக்குத் தன்னை அவன் மனைவிதான் என்று கூட்டத்தினரிடையே மெய்ப்பிக்க வேண்டிய கட்டாயம். கைப்பேசியிலிருந்து மாலையும் கழுத்து மாயுள்ள ஒரு திருமணப் படத்தைக் காட்டுவாள், கல்யாணம் செய்து வைக்கையில் உடனிருந்தோரை அழைப்பாள் என்று எல்லாரும் நினைத்தோம்.

அவள் எண்களை அழுத்தும் எளிய கைப்பேசியை வைத்திருந்தாள். அதிலும் படங்கள் எடுக்கலாம். அவள் படங்களைக் காட்டவில்லை. தான் வேலை செய்த இடத்தி லிருந்த சிலரை அழைத்து "அக்கா... இவன் உங்ககிட்ட என்னைப் பொண்டாட்டின்னுதானே சொன்னான்? சொல்லுங்கக்கா.." என்று ஒலிபெருக்கியில் போட்டுக் கொண்டிருந்தாள்.

ஒரு கட்டத்திற்குமேல் அவன் இரண்டு இளம்பெண் களை ஏமாற்றி விளையாடியது ஒரு பொருட்டே இல்லாமல் போய்விட்டது.

"என் சங்கிலியை வித்து காசு கொடுத்தேன்... என் பேர்ல பைனான்ஸ் வாங்கிக் கொடுத்தேன்... சேர்த்து வெச்சிருந்த இருபதாயிரத்தைத் தந்தேன். எல்லாத்தையும் ஏமாத்திட்டே.... அதுக்கு என்ன பதில் சொல்றே?" என்று பணப்பஞ்சாயத்தாக மாறியது.

இரண்டாம் மனைவியின் பாட்டியார் ஒருவர் வந்திருந்தார். அவரும் அவன் நகையை விற்றுத் தின்றதையே முதல் குற்றமாகக் கூறிக்கொண்டிருந்தார். முதல் மனைவி யோடு வந்திருந்த ஆடவர் கூட்டம் அவனுடைய சூழ்ச்சியான செயல்களையே வஞ்சப் புகழ்ச்சியாகக் கூறிக்கொண்டிருந்தது.

ஒருவேளை அவனிடம் காசிருந்து இருவர்க்கும் மீத மில்லாமல் தீர்க்க முடியுமென்றால் அவனை விட்டுவிடுவார் களோ என்னுமளவுக்கு நிலைமை தாழ்ந்தது. காவல் நிலையத்திற்குப் போகலாமா என்றாலும் முதல் மனைவியிடம் உறுதியான விடையில்லை. ஏதோ பேசி முடித்து அவனை அழைத்துக்கொண்டு சென்றார்கள்.

கூட்டத்தில் ஒருவர் சொன்னார். "இவன் இதே பொழப்பா இருந்திருக்கான். இன்னும் நாற்பது வயசு வரைக்கும் எத்தனை பேரை எப்படியெல்லாம் ஏமாத்தப்

போறானோ?"

ஒரு பெண்ணின் உணர்வுமயமான இழப்புகள் இரண்டாமிடம் சென்று அவனிடமிழந்த பொருட்கணக்கு முன்னிலை பெற்றதும், அப்பெண் காவல் துறையிடம் செல்லத் தயங்கியதும், அப்படியே சென்றாலும் அவன் எவ்வாறு தண்டிக்கப்படுவான் என்ற கேள்வியும், இத்தகைய அடியுதை அவமானங்களையெல்லாம் தாண்டி வழக்கம்போல் அவன் தன் கணக்கினைத் தொடர்வான் என்பதும் என்னை அதிர்ச்சிக்குள்ளாக்கிய உண்மைகள்.

43

தொலைக்காட்சியில் சேரனுக்கும் சரவணனுக்கும் நடந்த உரையாடலை நேற்று பார்க்க வாய்த்தது. பேராளி (பிக்பாஸ்) என்பது வணிக நிகழ்ச்சி, அதனைப் பற்றிய மேல் கீழான பார்வைகள் ஒருபக்கம், அது குறித்து உரையாடுவதற்கு நீங்கள் வினைக்கெட வேண்டுமா என என் நண்பர்களே கூறுவர்.

பெருந்திரளான மக்களின் பார்வைக்குச் செல்கின்ற ஒன்றினைப் பற்றிய தீண்டாமையை நான் எப்போதும் கடைப்பிடித்ததில்லை. அதனை ஊன்றிக் காண வேண்டும். வாழ்க்கை நிலைகளின் ஏற்றத்தாழ்வு ஒருவரை எப்படி நடந்து கொள்ள வைக்கிறது என்று பழைய கதைகளின் தொடர்ச்சி யோடு விளங்கிக்கொண்டேன். மேலும் சொல்வதற்கும் வண்டியளவுச் செய்திகள் உள்ளமையால் இங்ஙனம் துணிந்து எழுதுகிறேன்.

முதலில் சரவணனை எடுத்துக்கொள்வோம். அவர் சேலத்துக்காரர். நடிப்புக் கல்லூரியில் பயின்றவர். அவர் அறிமுகமானது 'வைதேகி வந்தாச்சு' என்ற திரைப்படத்தில் தான். அந்தப் படத்தினைப் பற்றிக் கூறியே தீரவேண்டும்.

வைதேகி வந்தாச்சு படத்தின் இயக்குநர் இராதாபாரதி. பதினைந்து வெள்ளி விழாப் படங்களைக் கொடுத்தபோதும் கே.ரங்கராஜ் என்னும் இயக்குநர் எப்படி முகமறியப்படாத வரோ அப்படி இராதாபாரதியும் முகங்காட்டாத இயக்குநரில் ஒருவர். பிற்பாடு அவர் கன்னடத் திரையில் வெற்றிபெற்ற படங்கள் சிலவற்றை இயக்கியதாக அறிகிறேன்.

இராதாபாரதியின் முதல் படம் ‘வைகாசி பொறந்தாச்சு.’ எங்களூர் ‘டைமண்ட்’ திரையரங்கில் வைகாசி பொறந்தாச்சு வெளியானபோது நான் பத்தாம் வகுப்பு படித்துக்கொண் டிருந்தேன். அதே திரையரங்கில்தான் கரகாட்டக்காரன் திரைப்படமும் வெளியானது. கரகாட்டக்காரன் வெளியாகி எத்தகைய கூட்டத்தை ஈர்த்து அரங்கு நிறைந்து ஓடியதோ அதற்குச் சிறிதும் தாழ்வில்லாமல் ஓடிய படம் அது.

என் பள்ளி நண்பர்களில் ஒருவரான விஜய்ஆனந்த் அப்படத்தை இருபத்தைந்து முறைகள் பார்த்தார். இருபத்தா றாவது முறையாக என்னையும் அழைத்துச் சென்றார். ஊர்ப் பணக்காரரின் ஒற்றை மகளை ஏழை மாணவன் காதலிக்கும் பள்ளிக் காதல் கதை. இசையமைப்பாளர் தேவாவுக்கு வாழ்வு தந்த படம். படம் முழுக்கவே “மோதல் காதல் ஆடல் பாடல் சோர்தல் சேர்தல்” என்று அமைந்திருந்தது. ஏறத்தாழ எண்பது நாள்களுக்கு மேல் அத்திரையரங்கில் ஓடியது.

வைகாசி பொறந்தாச்சு திரைப்படத்தின் கோவைப் பரப்பு உரிமையை வாங்கி வெளியிட்ட சக்தி சுப்பிரமணியம், அப்படத்தால் தமக்கு அப்போதே நாற்பது இலட்சங்கள் வரவு என்று கூறுகிறார். அப்படியானால் அத்திரைப்படம் அக்காலத்திலேயே நான்கைந்து கோடிகட்குமேல் திரையரங்கு களில் அள்ளியிருக்கும். அதன் வெற்றிக்குக் காரணம் நல்ல காதல்கதை, பாடல்கள், தொய்வில்லாத படமாக்கம் என்று பலவாறாகக் கூறப்பட்டது. இன்னொன்று இன்றியமையாதது. ‘அன்றலர்ந்த மலர்களாய்க்’ காதலன் காதலி வேடத்திற்கு இளையவர்களை அறிமுகப்படுத்தியதுதான் முதன்மையான காரணமாக ஏற்றுக்கொள்ளப்பட்டது.

இந்திப் படங்களில் அறிமுகமாகும் இளம் நடிகரைப் போல் பிரசாந்த் அறிமுகப்படுத்தப்பட்டார். நாயகி காவேரிக்கு என் பள்ளி நண்பர் பட்டாளம் மன்றம் தொடங்காத குறைதான். சிவப்பாய் அழகாய் விளங்கிய நடிகர்களின் அறிமுகத்தால் தான் படம் வெற்றி என்ற பரவலான பேச்சு இயக்குநர் இராதாபாரதியைச் சீண்டியிருக்க வேண்டும். அதனால் தானோ என்னவோ கறுத்த தேகமுடைய இருவரைத் தமது இரண்டாவது படத்தில் முதன்மை வேடங்களில் நடிக்க வைத்தார்.

‘வைதேகி வந்தாச்சு’ இரண்டாவது படம். கறுத்த நிறமுடைய சரவணன் அறிமுகம். நாயகி அர்ச்சனாவும்

கறுப்பு. கட்டுப்பாடான ஊருக்குள் ஆசிரியையாக வருபவர்க்கு அவ்வூரின் சப்பாணியைப் போன்று அரைக் கிறுக்காகத் திரிபவனோடு காதல். இதுதான் அப்படத்தின் கதை. இயக்குநரின் முதற்பட வெற்றியால் மிகுந்த எதிர்பார்ப் போடு வெளியாயிற்று.

எங்களூர் ஜோதி தியேட்டரில் அப்படம் வெளியீடு. அந்தப் படத்திற்கு ஒளிப்பதிவு செய்தவர் யாரென்று தெரியவில்லை. படம் முழுவதும் மங்கலாகவும், பாத்திரங்கள் தொலைவில் திரிபவையாகவும் இருந்தன. படம் படுதோல்வி. ஆனால், இதழ்களில் வெளியான தரமொழிகள் அறிமுக நடிகர் சரவணனின் நடிப்பை ஆகா ஓகோ என்று புகழ்ந்தன. அது உயர்வு நவிற்சியன்று, இயல்பு நவிற்சியே.

சரவணன் அப்படத்தில் நன்றாகவே நடித்திருந்தார். படுதோல்வியடைந்த படத்தில் நடித்திருந்தும் சரவணனுக்கு ஆகூழ்க் காற்று அடித்தது. அதற்குக் காரணம் அவர் விஜயகாந்தைப் போலவே இருந்ததுதான்.

திரைத்துறையில் ஒரு கெட்ட பழக்கம் உண்டு. கோழி கூவுது என்ற படம் வெற்றி பெற்றால் அடுத்த படத்திற்குக் கோழிகூவுது என்றே பெயர் வைக்க முயல்வார்கள். அதே பெயரை வைக்க முடியாது என்பதால் "கொக்கரக்கோ" என்று பெயர் வைப்பார்கள். கோழி கூவுது = கொக்கரக்கோ. பராசக்தியில் சிவாஜி எப்படி இருந்தாரோ அப்படியே தாம் இருந்ததுதான் தம்மீது திரைத்துறையின் பார்வை குவியக் காரணம் என்கிறார் நடிகர் இராஜேஷ். இரஜினிகாந்தைப் போலவே இருந்தமையால் விஜயகாந்த், நளினிகாந்த், சூரியகாந்த் என மூன்று நடிகர்கள் அறிமுகமாயினர். அவர் களில் விஜயகாந்த் தனித்த தடம் போட்டவர். விஜயபாபு, கங்கா, இரவீந்தர் போன்றவர்கள் கமலை நினைவுபடுத்திய வர்கள்.

செந்தூரப்பூவே திரைப்படத்தால் ஏறுமுகமாகிய விஜயகாந்தின் சந்தை மதிப்பு அடுத்த பத்தாண்டுகட்குப் பின்னடைவே காணவில்லை. இடையே புலன்விசாரணை, கேப்டன் பிரபாகரன் போன்ற படங்கள் ஆங்கிலப் படங் களைப்போல் எடுக்கப்பட்டு வெற்றி பெற்றன. அந்நேரத்தில் அவரை அணுகுவது பெரும்பாடாக இருக்கவே சிறு முதலாளிகள் சரவணனை நாடினர்.

அப்போது சிறுபொருட்செலவில் மளமளவென்று படங்களை எடுத்தவர் ஆர்.பி. சவுத்திரி. அவருடைய நிலைய இயக்குநர் கே.எஸ்.இரவிக்குமார். சேரன் பாண்டியன் வெற்றிக்குப் பிறகு இரவிக்குமார் எடுத்த படங்களுக்கு ஊர்ப் புறங்களில் நல்ல வரவேற்பு இருந்தது. அவருடைய தொடக்க காலப் படங்களில் நாயகர்கள் ஆனந்த்பாபு, சரவணன், சரத்குமார் போன்றோரே.

சரவணனை வைத்து அவரெடுத்த 'பொண்டாட்டி இராஜ்ஜியம்' என்ற படம் நன்றாக ஓடியது. அடுத்து 'சூரியன் சந்திரன்' என்ற படத்திலும் சரவணன் இருநாயகரில் ஒருவர். இக்காலப்பகுதியில்தான் சரவணன் நடித்த இரவிக்குமார் படங்களில் சேரன் உதவியாளராக இருந்திருக்கக்கூடும்.

ஓர் உதவியாளர் இயக்குநரானால் அவரிடம் தோரணை காட்டிய நடிகர்களை முதலில் நீங்குவார். அப்படித்தான் அவர் ஓர் இயக்குநராகி வென்றபோது சரவணன் வாய்ப்பு கேட்கையில் தவிர்த்திருக்கக் கூடும். அதே நேரத்தில் அந்நாயகர் தொடர்ந்து ஏறுமுகத்தில் இருந்தால் அவரை வைத்தே படமெடுப்பார்கள். திரைத்துறையில் அதுதான் நடக்கும்.

இயக்குநர் வி. சேகர் எடுத்த 'பார்வதி என்னைப் பாரடி' என்ற சிறுவெற்றி பெற்ற படத்திலும் சரவணனே நாயகன். அப்படத்திற்கு இளையராஜா இசையமைத்தார். "சின்ன பூங்கிளி சிந்தும் தேன்மொழி இனிக்கும் நன்னாளிது" என்ற அருமையான பாடல் இன்றும் ஒலித்துக்கொண்டுதான் இருக்கிறது.

இந்நிலையில் சரவணனின் சந்தை மதிப்பு சரிந்தது. சரியும் சந்தையைத் தக்கவைக்க எல்லா நாயகர்களும் கடைசியாக எடுக்கும் கருவியான சொந்தப் படம் என்னும் முயற்சியும் தோல்வியில் முடிந்தது. சரவணன் திரைத்துறையில் ஓரங் கட்டப்பட்டார். அக்காலத்தில் அவருடைய நேர்காணல் ஒன்றில் தமக்கு நேர்ந்தவை குறித்துச் சொன்ன ஒரு வாக்கியம் இன்றும் நினைவிருக்கிறது. "முதல் படம் வந்ததும் நிறைய படங்கள் வந்தன. எவற்றை ஏற்பது விலக்குவது என்று எனக்கு எதுவும் தெரியாது. எல்லாவற்றையும் என் மக்கள் தொடர்பாளர் ஒருவர் பார்த்துக்கொண்டிருந்தார். அவர் அங்கே போய் நடி என்றால் போனேன். வேண்டா என்றால் விட்டேன். முழுவதும் அவருடைய கட்டுப்பாட்டில் இருந்தேன். அவற்றிலிருந்து பாடம் கற்று நானாக முடிவெடுக்

கும் நிலைக்கு வந்தபோது என்னைத் தேடி யாரும் வரவில்லை. எல்லாம் போயிற்று...'' என்றார். திரைத்துறையின் புகழாளர்கள் அதனை இயக்கும் பல்வேறு தலைகளின் கட்டுக்குள் இருப்பது விளங்கிற்று.

சேரனும் திரைத்துறையில் ஆயிரம் துன்பங்களைத் தாண்டித்தான் ஓர் ஆளானார். இரவிக்குமாரிடம் சேர்வதற்கு முன்பு நண்பர்களோடு தொடங்கிய ஒரு படம் அவருக்குப் பாடம். பொற்காலம் படம் வந்தபோது அவருடைய வாழ்க்கைத் தொடர் விகடனில் வந்தது என்று நினைவு. அவற்றில் பல செய்திகளைக் கூறுகிறார்.

மகாநதி திரைப்படத்தில் அவர் படக்குழுவில் இருந்திருக்கிறார். "இன்று நாம் எடுக்கக்கூடிய காட்சி பெருமாள் கோவிலில் நடப்பதாக இருக்கிறது. நாம் சிவன் கோவிலைத் தேர்ந்தெடுத்து வைத்திருக்கிறோம். எப்படிச் சரியாக இருக்கும்?'' என்று கமலிடமே கேட்டதாகவும் அதன் பிறகு அவர் உடனடியாக படக்குழுவிலிருந்து வெளியேற்றப்பட்டதாகவும் அந்நூலில் படித்த நினைவு.

கோலங்கள் திரைப்படத்தை எடுத்த ஹென்றி என்பவர் தான் சேரனின் முதல் படமான "பாரதி கண்ணம்மா''வின் முதலாளி. கோலங்கள் படத்தின் சுவரொட்டிகளைச் சென்னை நகர் முழுக்க ஒட்டும் பொறுப்பினை அவர் ஏற்றதாகவும் அந்நூலில் கூறிய நினைவு.

பாரதி கண்ணம்மா பெற்ற வெற்றியும் எளிய ஒன்றன்று. இன்றுவரை நாம் எண்ணிச் சிரிக்கும் வடிவேலின் நகைச்சுவை வாய்பாடு உருவான படம் பாரதி கண்ணம்மா. பொற்காலம் வெளிவந்து வெற்றி பெற்றபோது இனி திரைத்துறையில் எக்கதையை வேண்டுமானாலும் யார் வேண்டுமானாலும் எடுக்கலாம் என்ற நம்பிக்கை உதவி இயக்குநர்களிடையே தோன்றியதை மறுப்பதற்கில்லை.

பாரதி கண்ணம்மாவில் தொடங்கிய வடிவேலின் வெற்றிப் பயணம் 'வெற்றிக்கொடி கட்டு' திரைப்படத்தில் முடுக்கமெடுத்தது. சேரன் அமைத்த காட்சிகளின் அடிப்படையால் ஆனவைதாம் வடிவேலின் பிற்கால நகைச்சுவைக் காட்சிகள்.

வெற்றிக்கொடி கட்டு படத்திற்கு ஏற்பட்ட மிகுபொருட் செலவினால் அதன் முதலாளி சிவசக்தி பாண்டியன்

வெற்றியின் முழுச்சுவையை உணர்ந்திருக்க வாய்ப்பில்லை.

ஆட்டோகிராப் என்ற படம் வெற்றியின் கொடு முடியைத் தொட்டது. திரைத்துறையில் நாற்பதாண்டுகளாகக் கொடிகட்டிப் பறந்த பஞ்சு அருணாசலம் தமக்கொரு படத்தினை இயக்கித் தரும்படி சேரனை நாடினார். அப்போது தொடங்கப்பட்ட படம்தான் 'மாயக்கண்ணாடி'.

'திரைத்தொண்டர்' நூலில் அப்படத்தினைப் பற்றி பஞ்சு அருணாசலம் கூறுமிடம் நெகிழ்ச்சிக்குரியது. இருக்கின்ற சொத்துகளை எல்லாம் வங்கியில் அடைமானம் வைத்து இவ்வளவு பணம் (ஆறு கோடி என்று நினைவு) திரட்டியிருப்பதாகவும் அந்தப் பொறுப்போடு நல்ல வெற்றியைத் தரும் படமாக இயக்கித் தருக என்று கேட்டுக் கொண்டு அப்பணத்தைத் தந்தார் என்றும் நினைவு.

"ஏலே எங்கே வந்தே?" என்ற பாடலை இளையராஜா இசையமைத்துக் கொடுத்ததும் படம் எங்கேயோ போய் விட்டது என்று சேரன் இதழாளர்களிடம் கூறினார். படம் எங்கேயும் போகவில்லை. போன விரைவில் திரும்பி வந்தது.

கண்ணதாசனிடம் தொடங்கி அங்குலம் அங்குலமாக முன்னேறி ஜெய்சங்கர், முத்துராமன், சிவக்குமார், இளைய ராஜா, கமல்ஹாசன், இரஜினிகாந்த், ஸ்ரீதேவி, ஏவியெம் என்று அனைவர்க்கும் வெற்றி தந்து திரைத்துறையின் தனியாளுமை யாக விளங்கிய பஞ்சு அருணாசலம் 'மாயக்கண்ணாடி'யால் முடங்கினார்.

அத்தோல்வி சேரனை மிகுதியாய்ப் புண்படுத்தியிருக்க வேண்டும். பொக்கிஷம் என்ற படத்தை உட்கார்ந்து பார்க்க முடியவில்லை. அதன் பிறகு அவர் பல படங்களில் நடித்தார். சொல்ல மறந்த கதை, யுத்தம் செய், பிரிவோம் சந்திப்போம் போன்ற படங்கள் வந்தன. அவற்றால் நலம் விளைந்ததா... தெரியாது.

பிறகு வீட்டிற்குள் திரைப்படத்தினைச் சேர்க்கும் முயற்சியாக வீடுதோறும் திரைப்படம் என்ற திட்டத்தினைத் தொடங்கினார். அம்முயற்சியைச் சிறிதும் தாழ்த்தி மதிப்பிடு வதற்கில்லை. என் வீட்டருகில் இருந்த மளிகைக் கடையில் கூட 'ஜேகே என்னும் நண்பனின் கதை' குறுந்தகடு கேட்பாரற்றுக் கிடந்தது. அத்திட்டமும் தோற்றது. 'திருமணம் சில திருத்தங்களுடன்' திருத்தங்களை ஏற்கவில்லை.

திரைத்துறை மனிதர்களை எப்படியெல்லாம் மென்று துப்புகிறது, ஆக்கி அழுத்துகிறது என்பதற்குச் சரவணனும் சேரனும் கண்முன்னே காட்டப்படும் எடுத்துக்காட்டுகள். இத்தனை அழுத்தங்களுக்கிடையே ஓரிடத்தில் நாட்கணக்கில் இருக்கையில் அவர்கள் இவ்வளவு மட்டும் இயல்பாக இருந்ததே செயற்கரிய செயல்தான். அவ்விருவரையும் பார்க்கையில் எனக்கு மாபெரும் மனித கதையின் துல்லிய மான இரு பாத்திரங்களாய்த் தென்படுகின்றனர். தாயம் விழவில்லை என்றால் ஆட்டத்திலிருந்து எழக் கற்றுக்கொள்ள வேண்டும் என்பது எல்லாத் துறைகட்கும் பொருந்தும். அது திரைத்துறைக்கு மிகவும் பொருந்தும்.

44

சென்னை செல்வதற்கு அமர்நிலைப் படுக்கையுள்ள பேருந்தில்தான் இடம் கிடைத்தது. மூன்று தலையணை வைத்தே தூங்கிப் பழகிவிட்டதால் பேருந்து இருக்கையின் அரைசாய்வுப் படுக்கையில் பெரிதாகப் பழுதில்லைதான். ஆனால், எனக்குப் பின்னிருக்கையன் தான் படும் காதல் பாடுகளையெல்லாம் என் காதில் படுமாறு கைப்பேசியில் புலம்பிக்கொண்டே வந்தான். "அதெப்படி... என்னை விட்டுட்டு உங்கொப்பன் பார்க்கிற மாப்பிள்ளயக் கட்டிருவியா...?" என்று கேட்டுக்கொண்டே வந்தான். எதிர் முனையும் "ஆமாம்டா... கட்டுவன்டா" என்றே முரண்டு பிடித்ததுபோல் தெரிந்தது. இவன் ஒரு நீள வாக்கியத்தைப் பேசிய பிறகு "கட்டிருவியா...?" என்றே முடித்தான். "மிஸ்டர் சிதம்பரம்... இந்த அம்மையப்ப முதலியாரைத் தெரியலையா?" என்ற வடிவத்திற்கு அவ்வுரையாடல் வந்துவிட்டது. ஒரு கட்டத்திற்கு மேல் என்னால் முடியவில்லை. திரும்பிப் பார்த்துக் கூறினேன். "தம்பி... நீ அந்தப் புள்ளையக் கட்டி னாலும், அவங்கப்பன் பார்த்து வெச்சிருக்கிற ஆளு கட்டி னாலும் அந்தக் கல்யாணம் காலைலதான் நடக்கப் போவுது... இப்ப பேசி என்ன ஆகப்போகுது? எங்களத் தூங்க விடுறியா...?" என்றேன். கைப்பேசியை அமர்த்திவிட்டுச் சரிந்தான்.

45

"அலோ... கவிஞர்ங்களா?"

"ஆமாங்க... வணக்கம்..."

"சித்தே பேசலாங்களா இப்ப?"

"இப்ப பேச முடியாதுங்களே"

"ஏன்ங்க?"

"என் பேச்சுக்குப் பின்னால என்ன கேட்குது?"

"பாட்டு கேட்குதுங்க"

"என்ன பாட்டு?"

"எங்கே அந்த வெண்ணிலா... எங்கே அந்த வெண்ணிலா..."

"அப்ப என்ன புரிஞ்சுகிட்டீங்க?"

"ஒன்னும் புரியலீங்களே..."

"ஒரு தனியார்ப் பேருந்துல போய்ட்டிருக்கனுங்க... எப்படிப் பேச முடியும்?"

"புரிஞ்சுதுங்க கவிஞரையா..."

"அப்புறம் பேசலாம்... வைங்க"

46

நடந்து முடிந்த ஈரோட்டுப் புத்தகக் கண்காட்சியில் நிகழ்ந்த ஓர் உரையாடல். நீங்கள் விழுந்து புரண்டு சிரித்தாலும் தவறாக எடுத்துக்கொள்ள மாட்டேன்.

"நீங்க வேணாப் பாருங்க... மேட்டூர்ல இருந்து காவிரில உடனே தண்ணி திறந்து விட்ருவாங்க..."

"எப்படி அவ்வளவு உறுதியாச் சொல்றீங்க?"

"அதான் மகுடேசுவரனே தண்ணி திறந்து விடணும்னு எழுதிட்டாருல்ல... அந்த போஸ்டும் வைரலாகிப் போச்சு... இப்ப அரசாங்கம் எதாச்சும் ஒன்னு பண்ணித்தானே ஆகணும்?"

47

நான் வண்டி ஓட்டுவதில் தீராவிருப்பம் கொண்டவன். அது மிதிவண்டியே ஆயினும் ஓட்டும் விருப்பம் தணிந்த தில்லை. இளமையில் வேலையற்ற பொழுது வாய்த்தால் மிதி வண்டியிலேயே பல்லடம்வரைக்கும் போவேன். மிதிவண்டி யிலேயே காங்கேயம், ஊத்துக்குளி என எல்லா ஊர்களையும் சுற்றியிருக்கிறேன். பல்லடத்திலிருந்து திருப்பூருக்கு மிதி வண்டியை மிதிக்காமலே வரலாம். அந்நிலப் பகுதி நொய்யலை நோக்கிச் சரிந்திறங்கும். அது ஒரு காலம்!

பணிக்குச் சென்றபோது வெஸ்பா, பஜாஜ் சூப்பர் வகை வண்டிகளை ஓட்டிக்கொண்டிருந்தேன். பிறகு பஜாஜ் சன்னி. இவை அலுவலக வண்டிகள். எனக்கென்று ஒரு வண்டி வேண்டும் என்றபோது 'இந்தியர்களின் முதல் ஈருருளி' என்று புகழ்பெற்ற டிவியெஸ் 50 வகை வண்டியை வாங்கினேன். அடர்பச்சை நிறத்திலான அவ்வண்டியிலேயே மாவட் டத்தைச் சுற்றோ சுற்றென்று சுற்றியிருக்கிறேன்.

இதற்கிடையே 'இந்தியா டுடே' இதழில் ஒரு சொற் றொடர் போட்டியில் வென்றதற்குப் 'பஜாஜ் சன்னி' வண்டியைப் பரிசளித்தார்கள். சென்னையில் அவ்வண்டியைப் பெற்றுக்கொண்டு நானும் நண்பனும் சாலை வழியாக மெதுவாக ஓட்டிக்கொண்டே திருப்பூர் வந்தடைந்தோம். அன்றிருந்த வண்டியோட்டும் ஆசையை விளக்கவே இதனைச் சொல்கிறேன்.

பிறகு பற்படிகள் உள்ள ஈருருளியை வாங்க வேண்டும் என்ற எண்ணம் வந்தபோது தனித்தொழிலில் இறங்கியிருந் தேன். அப்போது இரண்டாம்கையாக ஹீரோ ஹோண்டா சிடி100 வாங்கப்பட்டது. அந்த வண்டியை ஐந்தாண்டுகள் ஓட்டினேன். இதுவரை நான் ஓட்டிய வாகனங்களில் அதனைத்தான் முதலிடத்தில் வைப்பேன். சொடுக்குக்குப் பழகிய சிறுகுதிரையில் சுற்றுவதைப் போன்ற உணர்வு.

மகிழுந்து விருப்பம் பிறந்தபோது மாருதி எண்ணூறு. என் முதல் மகிழுந்தினை வாங்கியோட்டிய பாடுகளைக் 'காரோடும் வீதி' என்ற பெருங்கட்டுரையாகவே எழுதியிருக் கிறேன். (களிநயம்' தொகுப்பில் அக்கட்டுரை இருக்கும்). அந்த மகிழுந்து குழுவாய்ச் செல்லவே பயன்பட்டது. நான் தனித்துத் திரிய ஈருருளியே விருப்பமாயிருந்தது.

ஹீரோஹோண்டாவை மாற்ற வேண்டிய நிலை வந்தபோது அதே நிறுவனத்தின் ஆம்பிசன் வகை வண்டியை வாங்கினேன். 'ஓவர்ட்ரைவ்' என்கின்ற வண்டியிதழ் நடத்திய நாடளாவிய கருத்துக்கணிப்பில் ஆம்பிசனுக்கு முதலிடம் கொடுத்திருந்தார்கள். அந்தப் பரிந்துரையை நம்பி அவ்வண்டியைத் தேர்ந்தெடுத்தேன்.

தம்பி பணிக்குச் செல்லும் சூழல் வந்தபோது அவனுக்குப் பஜாஜ் சிடி100 வண்டியை வாங்கிக் கொடுத்தேன். அவனோ ஆம்பிசனின் இழுதிறனை விரும்பி அதனையே எடுத்துச் செல்லத் தொடங்கினான். நான் வேறு வழியின்றி பஜாஜ் வண்டியை ஓட்டிக்கொண்டிருந்தேன். இடையில் மாருதி எண்ணூற்றை விற்றுவிட்டேன். புதிய ஜென் எடுத்தேன். தனியொருவனாக அமர்ந்து ஓட்டிச் செல்வதற்கு மாருதி ஜென் போன்ற ஓர் இலகுவகை மகிழுந்து இருக்கவே முடியாது என்றே நம்புகிறேன். இதுவரை அவ்வண்டியில் என் தனிப்பயணத்தில் வானில் ஊர்ந்து உடன்வந்த ஆயிரம் நிலவுகளைப் பார்த்திருப்பேன்.

இடையில் நான் ஆம்பிசனைத் தம்பியிடம் தோற்று விட்டு பஜாஜ் நூறு வகை வண்டியை ஓட்டிக்கொண் டிருந்தேன், இல்லையா? அந்த வண்டி ஒற்றையாள் என்றால் ஓரளவு இழுத்தது. பின்னால் ஒருவரை அமரவைத்து முறுக்கி னால் "ஏன்யா படுத்தறே?' என்பதுபோல் துன்புற்றது. அவ்வண்டியின் பின்னமர்ந்த எனது அவைக்களத்து மின்பணி யாளர் செல்லத்துரை நன்றாகவே கேட்டுவிட்டார். "என்னங்க... முதல்ல எல்லாம் உங்க பின்னாடி உட்கார்ந்து வந்தா வயித்துக் கோளாறுகூடச் சரியாயிடும். இப்ப இந்த வண்டிய மாட்டு வண்டி மாதிரி ஓட்டறீங்களே..." என்றார். அது என்னைத் தூண்டிவிட்டது.

ஆம்பிசனின் பறத்தலுக்குப் பழகியிருந்தவர் அவர். (செல்லத்துரை கேட்டுக்கொண்டபோது அவர்க்கும் ஒரு டிவிஎஸ் 50 வண்டியை வாங்குவதற்குரிய தொகையை ஏற்பாடு செய்து கொடுத்தேன்.) செல்லத்துரை நகுமளவுக்கு நம் வண்டி இழுக்கிறதே என்று அதனை மாற்றிவிட்டு பஜாஜ் பல்சர் எடுத்தேன்.

பஜாஜ் பல்சரை வாங்கிய ஆண்டு 2006. அந்த வண்டி என் ஓட்டுநுட்பத்தோடு ஒத்துப்போயிற்று. சிறுவண்டியைப் போல் ஆட்டி மடித்து ஒடித்து ஓட்டுவதற்கு உகந்த பெரு

வண்டிதான் பல்சர். பல்லாண்டுப் பழக்கத்தால் ஒரு வண்டியைப் பூப்போல் ஓட்டிப் பராமரிக்கும் வித்தைகள் கைவந்திருந்தன. வாங்கியதிலிருந்து பன்னிரண்டு ஆண்டுகள் வரைக்கும் பஜாஜ் பல்சர் எனக்கு ஒரு முகவைக்கு எழுபது (கிமீ) வரைக்கும் கொடுத்தது. அதனைக் கேட்டு வண்டி விற்பனையாளரே மூக்கில் விரலை வைத்தார்.

இவை என் வண்டிகள் என்றால் இல்லத்தரசிக்கென்றும் தனி அத்தியாயம் உண்டு. அவர்க்கு முதலில் ஹோண்டா டியோ வாங்கிக்கொடுத்தேன். அவ்வண்டியை ஏழெட்டாண்டு கள் ஓட்டி முடித்தபிறகு "மகளிர்க்கும் மகிழ்ச்சி கிடைக்கிறது" என்ற விளம்பரத்தில் மயங்கி ஹீரோ ஹோண்டா பிளசர் வண்டி வாங்கினோம். அதுவும் இப்போது மாற்ற வேண்டிய நிலைக்கு வந்திருக்கிறது.

எனக்கு இனி அடுத்த வண்டி வாங்க வேண்டும் என்ற சூழ்நிலை வந்தது. புல்லட் வாங்கினேன். ஆனாலும் உள்ளூர்க் குள் பல்சரைத்தான் ஓட்டிக்கொண்டிருக்கிறேன். புல்லட் நன்றாக இருக்கிறதுதான். வண்டியை நிறுத்துவதும் எடுப்பதும் நம்மூர் நெரிசலுக்கு ஏற்றதாயில்லை. எனக்கு புல்லட்டைவிட பல்சரே அருமையாக இருக்கிறது. அதனையே ஓட்டிக்கொண்டிருக்கிறேன்.

2005ஆம் ஆண்டு வாங்கப்பட்ட ஜென் மகிழுந்து தன் பதினைந்தாண்டு வாழ்நாளை எட்டப் போகிறது. அந்த வண்டியை மாற்றுவதாயில்லை. இரண்டு முறை புது மகிழுந்து வாங்குவதற்குக் கடைக்குச் சென்றும் இரண்டு மனத்தோடு திரும்பிவிட்டேன். புதிய மகிழுந்து வாங்குவதை முடிந்தவரை தள்ளிப்போட்டுக்கொண்டே இருக்கிறேன். பயன்பாட்டுத் தேவை மிகும்போது முடிவெடுப்பேன்.

இதுவரையிலான என் வாழ்நாளில் இடம்பெற்ற, நான் பயன்படுத்திய, நான் வாங்கிய வண்டிகளைப் பற்றிச் சொல்லி விட்டேன். எனது ஒரு குடும்பத்தளவிலேயே இத்தனை வண்டிகளை விற்றுத் தள்ளியிருக்கிறது இன்றைய நுகர்வுப் போக்கு. இப்போது நாங்கள் ஓட்டிக்கொண்டிருக்கும் வண்டிகள் பத்தாண்டுகள் பழையவை. அவற்றினையும் அடுத்த ஐந்து பத்தாண்டுப் பயன்பாடுகட்கேற்ப மாற்றியாக வேண்டும். இத்தனைக்கும் நான் பதின்மூன்றாண்டு முற்றிய பல்சரை ஓட்டிக்கொண்டிருக்கிறேன். பதினான்கு ஆண்டுகள் மூத்த மகிழுந்தினைத்தான் வைத்திருக்கிறேன். என்னைப்போலவே

ஒவ்வொரு குடும்பத்தினர்க்கும் வண்டிகளை விற்றுத் தள்ளி விட்டார்கள். புதியது வாங்காதவர்கள் பழையதையேனும் வாங்கியிருப்பார்கள். வீட்டுக்கு ஒரு வண்டி நிற்கிறது. இப்போது எங்கள் தெருவில் மகிழுந்து இல்லாத வீடுகளே இல்லை.

ஊர்சுற்றுவதே வேலையாக உள்ளவர்கள் ஊருக்கு ஒரு வண்டி வைத்திருக்கிறார்கள். திருப்பூரில் ஒரு வண்டியை இருப்பூர்தி நிலைய நிறுத்தகத்தில் போட்டுவிட்டு ஈரோட்டுக்கோ கோவைக்கோ சென்று, அங்கே இருப்பூர்தி நிலைய நிறுத்தகத்தில் நிறுத்தி வைத்துள்ள இன்னொரு வண்டியை எடுத்துச் செல்கிறார்கள். வீட்டில் கணவனுக்கு ஒரு வண்டி, மனைவிக்கு ஒரு வண்டி, பெரியவர்கள் இருப்பின் அவர்கட்கொன்று. இளையோர்க்கும் வண்டி வாங்க வேண்டிய கட்டாயம். பிறந்த குழந்தையைத் தவிர எல்லார்க்கும் வண்டி வேண்டும். அதற்கேற்ப விற்றுத் தள்ளிவிட்டார்கள்.

ஒன்றைப் பெரிய விலைகொடுத்து வாங்கினால் அது சொத்தாக மாற வேண்டும். பொருளாட்சித்துறையில் வண்டிகளைச் சொத்தாகக் (Asset) கருதுவதில்லை. ஏறத்தாழ கடன் பொறுப்பினைப் போன்றே கருதுகிறார்கள் (Liability). சொத்து என்றால் அதிலிருந்து உங்கள் சட்டைப்பைக்குப் பணம் வரவேண்டும். அதன் மறுவிற்பனை விலைமதிப்பும் உயர வேண்டும். ஆனால், வண்டிகள் அத்தன்மையுடையவையல்ல. ஒரு வண்டியை வாங்கினால், அதனை வாங்கிய நொடியிலிருந்து விலை குறையத் தொடங்கும். தொடர்ந்து வைத்திருக்கவும் இயக்கவும் உங்கள் சட்டைப்பையிலிருந்து பணம் போய்க்கொண்டே இருக்கும். அதனால்தான் அது கடன்பொறுப்பினைப் போன்றது. வண்டிக்குப் போடப்பட்ட முதல் அதன் பயன்பாட்டு மதிப்பு வழியாகத்தான் சிறிதேனும் கண்ணுக்குத் தெரியும்.

கடந்த பொருளாதாரச் சூழற்சியில் வாரிக் கட்டியவர்கள் வண்டிபூட்டிய நிறுவனத்தாரே. மிகை விற்பனைக்கு ஓர் ஓய்வு தேவைப்படுகிறது. அதுதான் இப்போதைய சூழல். இந்தப் போக்கு தொடர்ந்து நீடிக்காது. ஐந்தாறு ஆண்டுகளில் பழைய விற்பனையைத் தொடவும் முடியும். அதற்குள் மின்வண்டிகள் போன்றவை சந்தையைப் பிரித்துவிடும் என்றே தோன்றுகிறது. இற்றை நகரத்து நெரிசலில் வண்டியோட்டுவது பெருந்துன்ப

மாக இருக்கிறது. மேலும் சென்னை போன்ற பெருநகரங்களில் வாடகை வண்டிகளை அமர்த்திக்கொள்வது எளிதாகி விட்டது. மெட்ரோ இருப்பூர்திகள் போன்ற வியக்கத்தக்க பொதுப்போக்குவரத்துச் சேவைகள் செயல்படத் தொடங்கி விட்டன. அவை போக்குவரத்தினை எளிதாக்கிவிட்டன. அதனால் இனி என்ன வேண்டுமானாலும் நடக்கலாம்.

48

உடற்பயிலகத்திற்கு வடநாட்டு இளைஞர்கள் வருவது வாடிக்கையாகிவிட்டது. கூடத்தின் ஒலிபெருக்கியில் வழக்கம்போல் தனுசு, சிவகார்த்திகேயன் படப்பாடல்கள் ஒலிக்கும்.

பயிற்றுநர் இருந்தால் உடற்பயிற்சிக்கு ஊக்கம் தரும் வகையில் அமெரிக்கக் கறுப்பினப் பாடகர்களின் "ஓ...ய்யே..." பாடல்களைப் போட்டுவிடுவார். பளு தூக்குவதற்குப் பின்னாடியிருந்து தள்ளுவதுபோன்ற ஊக்கத்தினை அப்பாடல்கள் தரும் என்பது கணக்கு.

பயிலகத்திற்கு வரும் அப்பியாசிகள் தத்தம் கைப் பேசியை இணைத்து வேண்டிய பாடல்களையும் போடுவர். பெரும்பாலும் அது புதுப்படப்பாடலாக இருக்கும். இப்படித் தான் இன்றைய புதுப்பாடல்களைத் தெரிந்துகொள்கிறேன்.

இன்று புதிதாக வந்திருந்த வடநாட்டு இளைஞன் தன் கைப்பேசியைச் செருகி "ஆருக்கான் ஆயா... ஆருக்கான் ஆயா...ஏஏஏ" என்பது போன்ற வரிகளையுடைய இந்திப் பாடலை ஒலிக்கவிட்டான்.

கொஞ்சம் கடுப்பு வரத்தான் செய்தது.

"இதெல்லாம் வேண்டா... இங்கே ஒலிக்கும் தமிழ்ப் பாடல்களைக் கேள்..." என்று அவனிடம் கடிந்துகொள்ள நினைத்தேன். ஆனால், அவன் மாற்றுவதற்கு முன்புவரை "உப்கே... அப்கே..." என்பதைப் போன்ற ஆங்கிலப் பாடல்தான் ஒலித்துக்கொண்டிருந்தது. இந்திக்காரனை நொந்து என்ன பயன்? பிழைத்துப் போகட்டும் என்று விட்டுவிட்டேன்.

இன்றைய பயிற்சியை முடித்துவிட்டு "ஆருக்கான் ஆயா...." என்று பாடியபடி திரும்பினேன்.

49

சென்னையில் எனக்குப் பிடித்த எட்டு இடங்கள். இவை ஒவ்வொன்றோடும் எனக்கு உணர்ச்சிமயமான பல நினைவுகள் இருக்கின்றன.

1, சென்னை நடுவண் இருப்பூர்தி நிலையம் - சென்னையில் முதலில் காலடி வைத்த இடம். ஆயிரம் முறைகள் இங்கே வருவதும் போவதுமாக இருந்திருக்கிறேன். எண்ணிக்கை தொடரும். ஒவ்வொரு வருகையிலும் அச்சம், பதற்றம், மகிழ்ச்சி, பரவயம், ஏமாற்றம், தனிமை, பேருவகை என ஏதேனும் ஒன்றை அடைந்திருக்கிறேன். அந்நிலையத்தில் என்னை வந்திருந்து வரவேற்றவர்கள் என யாருமில்லை. ஆனால், வந்திருந்து வண்டி கிளம்பும்வரையிலும் இருந்து வழியனுப்பி வைத்தவர்கள் மூவர். ஒருவர் கலை இயக்குநர் ஜேகே, இரண்டாமவர் திரைப்பட இயக்குநர் சார்லஸ், மூன்றாமவர் ஒரு பெரியவர்.

2. மலைச்சாலை ஹிக்கின்பாதம்ஸ் நூல்விற்பனையகம் - நூற்றாண்டுகட்கு மேல் பழையது. ஒரே பெருங்கடையில் இத்தனை நூல்களா என்ற வியப்பு அன்றைக்கிருந்தது. அங்கே பல்லாயிரங்கட்கு நூல்கள் வாங்கியிருப்பேன். ஒருமுறை புகுந்தால் மணிக்கணக்கில் நின்று நூல்களைப் பார்ப்பேன். அதே கடையில் என் முதல் கவிதைத் தொகுப்பும் விற்பனைக்கிருந்தபோது அடைந்த மகிழ்ச்சிக்கு அளவே இல்லை. ஒருமுறை விலைமதிப்பு மிகுந்த புகைப்படத் தொகுப்பு நூலொன்றைப் புரட்டிப் பார்த்துக்கொண்டிருந்தபோது விற்பனையாளரில் ஒருவர் "நூல்களை நெடுநேரம் பார்ப்பதற்கில்லை." என்று பிடுங்கி வைத்தார். அன்றிலிருந்து அக்கடைக்குச் செல்வதை நிறுத்திக்கொண்டேன். இன்று அக்கடை செயல்படுகிறதா என்று தெரியவில்லை. செயல் பட்டால் மீண்டும் செல்லலாம் என்றே தோன்றுகிறது.

3. வடபழநி - சென்னையில் எனக்குப் பிடித்த பகுதி. அதன் சுற்றுப்புறங்களையும் சேர்த்துக்கொள்ளலாம். ஆற்காட்டுச் சாலையில் எப்போது நடந்து சென்றாலும் ஒருவரேனும் என்னை அடையாளங்கண்டு கைகொடுத்துச் செல்வது தவறாது. வடபழநியிலுள்ள உணவகங்கள் எவ்வளவு சிறியவையாக இருப்பினும் சுவை பேணுபவையாக இருக்கின்றன. அங்குள்ள கலைத்துறை முயற்சியாளர்களின் பசியைக் குறைந்த விலையில் போக்குபவை அவையே.

சென்னையின் உயிர்ப்பான உலகம்.

4. சென்னைக் கடற்கரை - எல்லாக் கடலோர நகரங்களிலும் கடற்கரையும் மக்கள்கூடலும் இருக்கும். ஆனால், சென்னைக் கடற்கரையில்தான் மாநிலமே இருக்கும். நடந்து தீர்க்கமுடியாதவாறு பரந்த கடற்கரை. முன்பிருந்த மணல் வெளித் தனிமை இப்போது கெட்டுப் போய்விட்டது. திரும்புவதற்கு வண்டியேற அரைநாள் நேரமிருக்கிறது என்றால் கடற்கரைக்குப் போய்விடுவேன். கடற்கரையிலிருந்து நடந்தே நடுவண் இருப்பூர்தி நிலையத்திற்கு வருவது பிடிக்கும். இப்போது வண்டியைப் பிடிக்கவே அடித்துப் பிடித்து வரவேண்டியதாக இருக்கிறது.

5. தியாகராய நகரின் கடைத்தெருக்கள் - முகங்களைக் காண்பதில் கொள்ளை ஈடுபாடு உண்டெனில் அங்கேதான் செல்ல வேண்டும். எத்தனை முகங்கள்! அவற்றில் எத்தனை உணர்ச்சிகள்! அங்கே பெரிய கடை, சிறிய கடை என்ற வேறு பாடெல்லாம் பார்க்க வேண்டியதில்லை. நுழையலாம் வெளியேறலாம். நாம் நகர்வதற்குத் தடையில்லாத நெரிசல் கொண்ட தெருக்கள்! குமுகாயத் திரளில் நாம் எத்துணைச் சிறிய துளி என்பதை உணரலாம். அவ்வளவு பெரிய கடைகள் நிரம்பிய அவ்விடத்திற்கு முதன்முதலில் வந்தபோது நான் வாங்க விரும்பியதும் புத்தகங்களைத்தான். அரங்கநாதன் தெருவிலிருந்த 'முன்றில்' விற்பனையகம்.

6. திருவல்லிக்கேணி - சென்னையை எனக்குப் பிடிக்க வைத்த பழம்பகுதி. முன்பு அலுவலாகச் சென்னைக்கு வந்தால் "ஸ்டார்" திரையரங்கின் எதிரிலிருக்கும் 'கம்போர்ட்' விடுதியில்தான் தங்கல். என்னைக் கண்டதும் அறைத் திறவுகோலை எடுத்து நீட்டுமளவுக்குப் பணியாளர்களோடு பழக்கம். புதிய தலைமைச் செயலகம் செயல்பட்டபோது அவ்விடுதியில் வெளியூர்களைச் சேர்ந்த அரசியல்கட்சியினர் நிரம்பத் தொடங்கினர். இரவெல்லாம் மதுக்குடியும் அரசியற் பேச்சுமாய் அவ்விடுதி தன்னியல்பு குலையத் தொடங்கியது. நான் செல்வதை நிறுத்திக்கொண்டேன். கடைகளும் சிறுவீடு களுமாய் உயிர்ப்போடு நிரம்பியிருப்பதுதான் திருவல்லிக் கேணியின் அடையாளம். பொதுத்தொலைபேசியகங்களில் இரவு ஒன்பது மணியானால் நூற்றுக்கணக்கானோர் வரிசை யில் நின்ற அந்நாள்களை நினைவுகூர்கிறேன். அவர்கள் வெளியூரிலிருந்து வந்து அங்கே தங்கியிருக்கும் அறைமக்கள்.

ஆந்திரா வங்கி பாலு, முருகேச நாயக்கர் மேன்சன், இரத்தினா கபே உணவகம் என மறக்க முடியாத நினைவுகள்.

7. புறநகர் இருப்பூர்தி நிலையங்கள் - பிறவூர்களில் இவ்வளவு இருப்பூர்தி நிலையங்கள் இருக்குமா என்பது கேள்விக்குறியே. கடற்கரை நிலையத்திலிருந்து மேல்மருவத்தூர் வரைக்கும் கெழீஇய பழக்கம். ஒவ்வொரு நிலையத்திலும் ஏறி இறங்கியிருக்கிறேன். ஏதோ ஒன்றுக்காகக் காத்திருந்திருக்கிறேன். நேரமிருந்தால் வெறுமனே அமர்ந்து வேடிக்கை பார்த்திருக்கிறேன். புன்னகையும் கண்ணீரும் கலந்த நினைவுகள். அதன் வழியெங்கும் எத்தனையெத்தனை இன்றியமையாத இடங்கள். ஒவ்வொரு நிலையத்திற்குமிடையே வேற்றுமை கூற முடியாத ஒற்றுமை. இருப்பூர்திகள் சென்றதும் திடுமென்று திரளும் நிலையத் தனிமை எனக்குப் பிடிக்கும்.

8. திரையரங்குகள் - சென்னையின் சிறப்பு என்று திரையரங்குகள் விளங்கியதும் ஒரு காலம். திருவல்லிக்கேணியில் தங்கியதால் தேவி வளாகத்தில் பல படங்கள் பார்த்திருக்கிறேன். நான் முதன்முதலில் தேவி திரையரங்கினைப் பார்த்த போது பிசி ஸ்ரீராமின் மீரா வெளியாகியிருந்தது. 'குருதிப் புனல்' பார்க்கையில் சுற்றிலும் சுழன்றொலித்த ஒலிகள் கேட்டு மிரண்டதும், 'பண்டிட் குயின்' பார்த்துவிட்டு அமைதியிழந்து தவித்ததும் அங்கேதான். சத்யம் அரங்கில் பார்த்தது ஒரேயொரு படம்தான் - காதலன். பிற்பாடு நான் பங்களித்த 'நஞ்சுபுரம்' திரைப்படத்தின் இசைவெளியீட்டு விழா சத்யம் திரையரங்கில்தான் நடந்தது (2011). "படக்குழு சார்பாக நீங்களே பேசிடுங்க" என்று இயக்குநர் கேட்டுக்கொண்டார். திரைத்துறைப் பெருமக்கள் கூடியிருந்த அவையில் நான் பேசியதும் அதே திரையில் அப்படம் திரையிடப்பட்டதும் காலத்தால் பழுத்த கனிகள்.

50

பொருளியல் மந்த நிலை என்றால் என்ன? எளிமையாக விளக்குக.

இதுநாள்வரை தண்ணீராகப் பாய்ந்த பணம் அரிதாகும். அந்தப் பணத்தைக்கொண்டு வாங்கித் தள்ளிய பொருள்கள் பலவும் அரிதாகும்.

பணத்தைப் பணமாக வைத்திருப்பதும் மதிப்புருவாக்க உதவாது. பணத்தைப் பிறிதொன்றாக மாற்றி வைப்பதும் மதிப்பாக உயராது.

மதிப்பும் விலையும் ஒன்றுக்கொன்று மண்டையைப் பிய்த்துக்கொள்ளும்.

இக்காலகட்டத்தில் "தகுதியே இல்லாதபோதும் இதற்கு இத்தனை விலையா" என்று கருதிக் கைவிட்ட பொருள்கள் மலிவாய்க் கிடைக்கலாம். அருமை தெரியாதபடி எளிமையாய்க் கிடைத்து வந்த பொருள்களின் விலைகள் கூடலாம்.

முதலீட்டுக்கு உகந்த நேரம்தான். ஆனால், நிலைமை உரிய இடைவெளியில் சீரடையாவிட்டால் அம்முயற்சி பெருந்தவறாகிவிடும்.

எதனையும் செய்யாமல் கைகட்டி வாய்பொத்தி இருக்க வேண்டிய காலம்தான். ஆனால், பிற்காலத்தில் வருந்த நேர்ந்தால் அது இப்போது வரும் வாய்ப்புகளைத் தவறவிட்டதற்காகத்தான் இருக்கும்.

எப்போதும் சிக்கனமும் சேமிப்புமாக இருந்தவர்கள் இந்நிலையைக் குன்றேறி யானைப்போர் காண்பவர்கள்போல் எதிர்கொள்வார்கள். அவற்றை மறந்தவர்கள் பாடு பெரும் பாடாகிவிடும்.

51

எரிவதற்கு ஆக்சிஜன் எனப்படும் உயிர்வளி வேண்டும். பற்றியெரியும் காடுகளால் வளிமண்டலத்தின் உயிர்வளி எரிந்து கரியாகும். இதுகாறும் காடுகள் வெளியிட்டு வந்த உயிர்வளியும் நின்று போகும். நம் வளிமண்டலத்தில் கரிவளியின் சேர்க்கை கணக்கீட்டுக்கு அப்பால் கூடிநிற்கும். எரிதல் என்னும் செயல் உயிர்வளிக் கொலையேயாம்.

எந்நேரமும் ஈரஞ்சொட்டியபடியிருக்கும் அடர்மழைக் காடுகள் தீப்பற்றித் திகுதிகுவென எரிவதை நம்பவே முடியவில்லை. இஃது உயிர்ச்சூழல் முடிவுக்கான தொடக்கப் புள்ளியாகவும் இருக்கலாம்.

இவ்வுலகம் அடைந்த அறிவியல் முன்னேற்றம் காட்டுத் தீயை அணைப்பதற்கு எவ்விதத்திலும் பயன்படவில்லையெனில் இது முன்னேற்றமே இல்லை.

கூகுளுக்குச் சென்று amazon fire என்று தேடினால் அது காடெரிதலின் ஒரு செய்தியைக்கூடப் பரிந்துரைக்கவில்லை. அமேசான் இணையம் விற்றுத் தள்ளுகின்ற தொலைச்சொடுக்கியைத்தான் முதலில் காட்டு கிறது. இப்படி ஒரு கண்மூடித்தனமான இணையப் பெரு வெளியைப் பெருக்கி வைத்திருக்கிறோம்.

உயிர்க்குலங்களின் நலனை முதன்மையாய்க் கருதுகின்ற ஓர் அரசியல், ஓர் ஆட்சி இப்புடவியில் எங்குமே நிலவ வில்லை. உயிர்வளிக்குத் தட்டுப்பாடு ஏற்படட்டும், வளியுருளைகளை விற்றுத் தள்ளலாம் என்றுதான் சந்தை மனம் கணக்கு போடும்.

நாம் ஓட்டுகின்ற வண்டிகள்கூட எரிநெய்யை எரித்துப் பெறும் ஆற்றலால் மட்டும் ஓடுவதில்லை. எரிநெய் + உயிர்வளிக் கலவையால் உள்ளெரிந்து ஓடுகிறது. ஒவ்வொரு வண்டியிலும் காற்றுச் சல்லடை (Air Filter) வைத்து காற்றினை உறிஞ்சி எரிகலனுக்குள் எரிநெய்த் தூறலாகச் செலுத்தித்தான் எரிக்கிறோம். அந்தக் காற்றின் உயிர்வளியற்ற கரிச்சக்கைதான் வண்டிகளின் புகையாக வெளியேறுகிறது.

ஆயிரம் ஆண்டுகள் வண்டியோட்டினால் எவ்வளவு கரிப்புகை கலக்குமோ அவ்வளவும் அமேசான் காட்டெரி வினால் விளைந்துகொண்டிருக்கிறது.

உலக வல்லரசுகளே... ஒன்றுகூடி ஏதேனும் செய்க. மூச்சுவிடும் மக்கள் அனைவரும் தம்முன் தோன்றியிருக்கும் உயிர்ப்பேரிடர் உணர்ந்து உரக்கக் கத்துக.

52

பொருளாதாரம் சரிந்ததற்குப் பல நேர்முக, மறைமுகக் காரணங்கள் இருக்கலாம். அடிமட்டத்தில் என்ன நடக்கிறது என்று காண்பதுதான் சரியான பார்வையாக இருக்கும். என் கணிப்பில் பொருளாதாரச் சரிவிற்குக் கல்வி நிறுவனங்கள் கொள்ளையடிப்பதும் ஒரு காரணம். எப்படி? நம் நாட்டில் ஒரு குடும்பத்தின் அன்றாட வாழ்க்கைத் தேவைகள் போக மீதமாகும் மிகைப்பணம் மொத்தமும் பிள்ளைகளின் கல்விக் காகவே செலவிடப்படுகிறது. நம் பிள்ளைகட்கு வழங்கும் கல்விதான் அவர்கட்குச் செய்யும் ஒரே நன்மை என்று நம் மக்கள் நம்புகின்றனர். அதற்கு என்ன விலை கொடுக்கவும்

அணியமாக இருக்கின்றனர். அந்தத் தொகை என்னாகிறது? கல்வி நிறுவனங்கட்குச் செலவினங்கள் என்று சிறுபகுதி போகும். மீதித்தொகை முழுவதும் அக்கல்வி நிறுவனத்தைப் பெரிதாக்கவும் கட்டடங்கள் எழுப்பவுமே பயன்படுகிறது. அந்தத் தொகையின் பெரும்பகுதி கட்டுமானமாக முடங்கு கிறது. அல்லது நிலம் வாங்குதல் போன்ற அசையாச் சொத்துடைமைகளில் தேங்குகிறது. நாட்டு மக்களால் ஈட்டப்படும் பெருந்தொகை இப்படித் தொடர்ந்து ஈர்க்கப்படு கிறது. சுற்றோட்டத்திற்குப் பயன்படாத முறையில் தொடர்ந்து முடக்கப்படுகிறது. வளர வேண்டிய பொருளாதாரத்திற்கு இது முற்றிலும் பொருந்தாத நடவடிக்கை ஆகும். உயிர்ப் பொருளாதாரமாக இருக்கவேண்டிய மிகைப்பணம் இவ்வாறு உயிர்ப்பின்றி மாற்றப்படுகிறது. இது எவ்வகையிலும் பொருளாதார வளர்ச்சிக்கு ஏற்ற நடவடிக்கை இல்லை. எண்ணிப் பாருங்கள், நன்கு விளங்கும்.

53

என்னுடைய முகநூல் கணக்கில் ஐயாயிரம் என்னும் நட்பெண்ணிக்கை இரண்டாயிரத்துப் பன்னிரண்டாம் ஆண்டில் அடையப்பட்டது. இப்போது பார்த்தால் அவற்றில் பல நூற்றுக்கணக்கான கணக்குகள் கைவிடப்பட்டும் செயல் பாடற்றும் தெரிகின்றன. சில கணக்குகளில் கடைசிப் பதிவுகள் இடப்பட்டு மூன்று நான்கு ஆண்டுகள்கூட ஆகியிருக்கின்றன. மூன்றில் இரண்டு பங்குக் கணக்குகளில் கடைசிப் பதிவோ பகிர்வோ செய்து சிலபல திங்கள்கள் கடந்துவிட்டன. முகநூல் கோரிய உண்மை அடையாளங்களைத் தர முடியாமை, கடவுச்சொல் மறப்பு, இணையத் துறப்பு போன்ற பல காரணங்களால் அக்கணக்குகள் முடங்கின என்று நினைக் கிறேன். அவற்றையெல்லாம் நீக்கிவிட்டு நட்பு விழைவோரை ஏற்றுக்கொள்ளலாம் என்று தோன்றுகிறது. ஒருவேளை அவர்கள் அமைதியாகப் படித்துக்கொண்டிருப்பவர்கள் என்றால் அச்செயல் அவர்களைப் புண்படுத்தியதாகிவிடும். நெடுநாள் படித்தவரைத் தாழ்த்தி மதிப்பிடல் தகாது. ஆனால், புதிதாக இங்கே நட்பு ஏற்கப்பட்டால் அவர்கள் நம் பதிவு களைப் படிக்கிறார்களா என்பதும் தெரிவதில்லை. பகிர்வுக் குள்ளான நம் பதிவைப் படித்துவிட்டு ஒரு வேண்டுகோளைத் தட்டிவிட்டு மறைந்துவிடுகிறாகள். நட்பினை ஏற்றபின் ஒரு

விருப்பக்குறியைக்கூட இடுவதில்லை. சரி, அவர்களாவது ஏதேனும் எழுதினாலோ பகிர்ந்தாலோ நாம் காணலாம் என்றால் அதுவுமில்லை. இணையச் செயல்பாடு இப்படி ஒருவர்க்கொருவர் ஓடிப்பிடித்து விளையாடும் திடலாக மாறி விட்டது.

54

தொலைக்காட்சி உரையாடலில் ஐந்து பொருளியல் 'நிபுணர்கள்' அமர்ந்திருக்கிறார்கள்.

"இப்போது கேட்ட கேள்விக்கான பதிலை விளம்பர இடைவெளிக்குப் பிறகு கூறுங்கள்.." என்று நெறியாளர் இடைவெட்டுக்கு முயல்கிறார்.

"இல்ல இல்ல... அந்தப் பதில இப்பவே சொல்றேன்..." என்று அந்தப் பொருளியல் நிபுணர் வெட்டுக்கு விடாமல் பேசிச் செல்கிறார்.

இவ்வாறு இடைவேளை விட்டு பத்து விளம்பரங் களைப் போட்டால்தானே அந்தத் தொலைக்காட்சி பிழைக்கும்?

அவர்கள் பொருள்காணும் வாய்ப்புக்குரிய நேரத்தைத் தானே நெறியாளர் நாகரிகமாகக் கோருகிறார்?

அந்த நுணுக்கம்கூடத் தெரியாமல் அவர் என்ன பொருளியல் நிபுணர்?

இப்படித்தான் நம்மூரில் பொருளியல் பேசுகிறார்கள்.

ஏற்கெனவே பொது அறிவு முன்னே பின்னே இருப்பவர்களை ஆளவிட்டுப் பாடுபட்டுக்கொண்டிருக் கிறோம்.

இவர்கள் வேறு இங்கிதம் தெரியாமல் மூச்சு பிடித்துப் பேச வந்துவிடுகிறார்கள்.

55

சாலையோரப் பதாகைகள் வைப்பதில் இங்குள்ள எந்தக் கட்சியினரும் ஒருவர்க்கொருவர் இளைப்பில்லை.

"நாங்கள் வைக்கும்போது நீங்கள் கண்டுகொள்ளாதீர்.

நீங்கள் வைக்கும்போது நாங்கள் கண்டுகொள்ளமாட்டோம்" என்று எழுதப்படாத ஒப்பந்தத்தை அனைத்துத் தரப்பினரும் கமுக்கமாகக் கடைப்பிடிக்கிறார்கள். பெரும்பாலும் அவர்கள் ஏதோ ஒருவகையில் உறவினர்களாகக்கூட இருப்பார்கள்.

கட்சிப் பெருந்தலை வருகையின்போது வானூர்தி நிலையத்திலிருந்து நிகழ்ச்சிப் பந்தல் வரைக்கும் ஒரு கம்பம் விடாமல் கட்டித் தொங்கவிடுகிறார்கள். அப்படிச் செய்தால் தான் கட்சிப் பெருந்தலைக்கு நிறைவு என்பது சின்ன குழந்தைக்குக்கூடத் தெரியும்.

தலைமை அதனை உள்ளூர விரும்பித் திளைக்கிறது. "ஏற்பாடெல்லாம் போனவாட்டி பண்ணினதவிட சிறப்பா செஞ்சு காட்டணும்..." என்கிறது.

"அவருக்கு எப்படி எம்.எல்.ஏ. சீட்டு கொடுத்தாங்கன்னு நினைக்கறீங்க? தலைவரு ஊருக்கு வந்தபோது நாலாயிரம் பிளக்சு வெச்சு அசத்திட்டாருல்ல... அதுல இருந்துதான் தலைமைகிட்ட செல்வாக்கா ஆனாரு..." என்று ஊர் ஊருக்கு ஒரு பேச்சு உலவிக்கொண்டுதானே இருக்கிறது?

பதாகை அச்சிடல், பந்தல் அமைத்தல், சாலையோர அலங்கார வளைவுகள் அமைத்தல் என இதனை ஒப்பந்தத் தொழிலாகச் செய்வோரும் நூற்றுக்கணக்கில் இருக்கிறார்கள். அவர்கள் எப்படி இதனை ஒரு தொழிலாக வரித்தார்கள்? தேவைப்பாடு மிகுந்ததால்தானே?

நகர்ப்புறங்களில் இப்போது ஓரளவுக்கேனும் வண்டிக் கொடுமுட்டுகள் குறைந்திருப்பதற்குக் காரணம் சாலையைப் பிரித்து நடுத்தடுப்பான்கள் அமைக்கப்பட்டிருப்பதுதான். பேரெடையுள்ள அந்தக் கட்டுமான வார்ப்புகளைத் தூக்குவதற்கு அவற்றின்மேல் ஓட்டைகள் இருக்கும். அந்த ஓட்டையில் கயிறு போட்டுக் கட்டித்தான் கட்சிக்கொடிகளை நெடுகவும் பறக்க விடுகிறார்கள்.

சில மணி நேரங்களில் அந்தக் கயிற்றுக்கட்டு தளர்ந்து கொடிகள் கோணலாகப் பறக்கும். அதன் இன்னொரு முனையில் கொடிக்கம்பு துருத்திக்கொண்டு நிற்கும். நடுத்தடுப்பானை ஒட்டிச் செல்லும் ஈருருளியர் அந்தக் கம்புகளால் அடிபட்டுக் கொண்டுதான் இருக்கிறார்கள்.

ஓரத்தில் கம்புகளை வரிசையாக ஊன்றுவதற்காகச் சாலையைத் தோண்டிக் குழிபறிக்கிறார்கள். அந்தக் குழிகள்

சாலையின் நிரந்தரக் காயங்கள். சாலைகள் ஒழுங்காக இல்லை என்கிறோம். எப்படி இருக்கும்?

சாலையின் குறுக்காக இடப்புறத்திலிருந்து வலப்புறம் வரைக்கும் அலங்கார வளைவுகள் அமைக்கிறார்கள். அதனை அமைப்பதற்குச் சாலையைத் தோண்டுவது ஒரு பக்கம் என்றால் அந்தக் குழிகள் முழங்கை ஆழத்திற்குக்கூட எடுக்கப் பட்டிருக்க மாட்டா. குச்சி நிறுத்துமளவுக்குத் தோண்டி வளைவுகளை அமைத்துவிடுகிறார்கள். அதன்மீது மலர்களும் பன்னிறப் பதாகைகளும் கட்டப்பட்டு 'ஐன்ஸ்டின் கண்டி பிடித்த புவியீர்ப்பு விசையின்' அருளால் பொத்தாம் பொதுவாகத்தான் நிற்கிறது.

இப்படிச் செய்வதால் யாருக்கு என்ன இன்பம் கிடைக் கிறது? மக்களுக்கு இவற்றின் மீதுள்ள வெறுப்பினை யாரும் கணக்கிலெடுக்க மாட்டார்களா?

இங்கே மின்சாரக் கம்பங்கள் யாவும் அவற்றின்மீது செல்லும் மின்கம்பிகளின் கட்டுமானத்தில்தான் ஒன்றை யொன்று இழுத்துப் பிடித்து நிற்கின்றன. அவற்றில் எத்தனையைத்தான் கட்டுவீர்கள்?

அவ்வப்போது நடக்கும் குழுக்கைகலப்புகள் பலவற் றுக்கு 'ஒருவர் வைத்த தட்டியை இன்னொருவர் சேதப்படுத்தி னார்' என்கின்ற காரணம்தான் இருக்கும். இவை எல்லாம் எதற்கு? இன்னும் எத்தனை உயிர்கள் காவு தரப்பட வேண்டும்?

இந்தப் பொய்விளம்பரப் போக்கினை எதிர்த்து இன்று வரை போராடிக்கொண்டிருக்கும் 'டிராபிக்' இராமசாமியை நாம் என்றாவது பொருட்படுத்தினோமா? இப்படி ஓர் உயிரிழப்புக்கு எதிராகத்தானே தனியொருவராக நின்றார்? அவர்க்கு உரிய மரியாதையைத் தந்தோமா? அவருடைய வாழ்க்கைக் கதை ஒரு திரைப்படமாகக் கூட வந்தது. அது வந்ததும் தெரியாது, போனதும் தெரியாது.

சற்றேனும் திருந்துங்களேன்!

56

தம் சார்புநிலை எதுவாயினும் இருக்கட்டும், முகநூலில் தகுநிலை மக்களோடு உரையாட விரும்புபவர்கள் மூன்றே

மூன்று பண்புகளைப் பின்பற்றுங்கள்.

1. ஒருமைச் சொற்களைப் பயன்படுத்தக்கூடாது.
2. சிறுமைச் சொற்களைப் பயன்படுத்தக்கூடாது.
3. பகைமைச் சொற்களைப் பயன்படுத்தக்கூடாது.

இப்பண்புகளோடு உரையாட வருவீர்களானால் எவ்வளவு கடுமையான வழக்காடலையும் படியெடுத்து வைக்கத்தக்கவாறு 'நக்கீரன் சிவபெருமான்' உரையாடலாக மாற்றிவிடலாம். அந்த உரையாடலில் பிறர்க்கும் பற்பல செய்திகள் கிடைக்கும். இங்கே நிகழும் கூட்டு மொழிதலின் நல்விளைவு அஃதொன்றே. அதனை விடுத்து முன்னும் பின்னும் உணர்ச்சிவயப்பட்டு சொற்களைச் சிதறவிடுவதனால் சொல்ல வந்தது திரிந்து நோக்கம் கெட்டுப்போகும். இஃதே அனைவர்க்குமான என் வேண்டுகோள்!

57

கைப்பேசியைப் பற்றிய கருத்துகளைக் கேட்டதற்கு உண்மையான அக்கறையுடன் பல்வேறு பரிந்துரைகளை வழங்கியிருந்தீர்கள். அவற்றில் பல கைப்பேசிகள் என் ஆராய்ச்சியில் இருந்தவைதாம். எனக்கும் அவை பற்றிய கருத்துகள் இருந்தன.

நண்பர்களின் அன்பிற்கு அணிசெய்யும் வகையில் நான் என்ன முடிவினை எடுத்தேன் என்பதனையும் தெரிவிப்பதே முறையாகும்.

பரிந்துரைகள், என் மனச்சாய்வுகள் என அனைத்தையும் மீறி இந்தத் தள்ளுபடி விற்பனையின் முழுப்பலனையும் நம் தேவையையொட்டி எப்படி அடைவது என்று பார்ப்பது சரியாக இருக்கும்.

அதன்படி நேற்றுவரையில் பன்னிரண்டாயிரத்திற்கு விற்கப்பட்ட கருவியை இன்று தள்ளுபடி என்ற பெயரில் பத்தாயிரத்திற்கு வாங்குவது சரியில்லை என்று தோன்றியது.

அதாவது அதன் வழக்கமான விலையிலிருந்து ஒரு படி இறங்கி வருவது நல்ல தள்ளுபடி இல்லை என்பது என் கருத்து.

உண்மையிலேயே தள்ளுபடி என்ற பெயரில் எவ்வளவு

உயரத்திலிருந்து இறங்கி வருகிறான் என்றே பார்க்க வேண்டும். அதாவது இருபதாயிரத்திற்கு விற்கப்பட்ட கருவி பத்தாயிரத்திற்குக் கிடைத்தால் அது நல்ல தள்ளுபடி. நாம் பயன்படுத்திக்கொள்ளத் தகுந்தது.

அவ்வகையில் எந்தக் கைப்பேசி "கொண்டாயத்தி லிருந்து" இறங்கி வந்திருக்கிறது என்று பார்த்தேன்.

அப்படித் தேடியதில் ஒப்போ கே1 (Oppo K1) வகை யானது தாறுமாறாக இறங்கியிருந்தது. அண்மையில் பதினேழாயிரத்திற்கு அறிமுகப்படுத்தப்பட்ட அக்கருவி இப்போது ஒன்பதாயிரத்திற்குக் கிடைக்கிறது. (உள்நிலைச் சலுகைகளோடு சேர்த்து).

நான் விரும்பிய AMOLED (ஓயா அணியுயிர் இருமுனைய ஒளியுமிழி - Active Matrix Organic Light Emitting Diode) திரையோடு இருந்தது. பலவும் இன்றைய மேம்பாடுகளோடு பொருந்தும் தரப்பாடுகள். அதனையே வாங்கிவிட்டேன்.

நண்பர்கட்கும் அஃதே என் பரிந்துரையாகும்.

58

பதின்மூன்றாம் நூற்றாண்டில் பாண்டிய நாடு

வரலாற்றினை அறிய உலகைச் சுற்றி வந்த வெளி நாட்டுப் பயணிகளின் குறிப்புகளும் நூல்களும் பெரிதும் உதவுகின்றன. அத்தகையோரில் இத்தாலி நாட்டின் வெனிஸ் நகரைச் சேர்ந்த பயணியான மார்க்கோபோலோ குறிப்பிடத் தக்கவர்.

மின்கட்டணம் கட்டிவிட்டு வரும்வழியில் வெந்நீர் விருப்பு தோன்றிற்று. ஒரு தேநீரகத்தில் ஒதுங்கினேன்.

பருத்த உருவமுடைய ஒருவர் தம் தேநீரைப் பருகி எழுந்தார். நிறப்பூச்சாளராக இருக்க வேண்டும். எழுந்து வெளியேறியவர் தம் வண்டியை அணுகினார். அதே விரைவில் பதறியபடி கடைக்குள் வந்தார்.

"வண்டில வெச்சிருந்த கவரைக் காணோம். உள்ளே பில்லு, கணக்கு நோட்டு, இரண்டாயிரத்து ஐந்நூறு பணம் வெச்சிருந்தேன்..." என்றார். கடைக்காரர் திருதிரு என்று விழித்தார். நாங்களும் பரபரப்படைந்தோம்.

நல்லவேளை, கடை முழுவதும் கண்காணிப்புப் பதிவன்கள் பொருத்தப்பட்டிருந்தன. "கேமராவைக் கொஞ்சம் போட்டுக் காட்டுங்க..." என்று பதறியபடி வேண்ட கடைக் காரர் பதிவுப் படங்களைப் பின்னகர்த்தி ஓடவிட்டார்.

நிலைமையின் பதற்றமுணர்ந்த தேநீர்க்குடியர்கள் அனைவரும் படத்தை உற்றுக்காணத் தொடங்கினர். தேநீர்க் கலைஞர், உதவியாளர் என அனைவரும் காட்சித்திரை முன் கூடிவிட்டோம்.

"அதா... ஒருத்தன் வரான்... அவன்தான் எடுத்திருப்பான்... இல்லயே... வண்டியத் தொடாம போயிட்டானே... பக்கத்தில ஒருத்தன் வண்டியை நிறுத்தறான்... பாருங்க... அவனா இருக்குமோ.... அவனும் இல்லையே..." என்று ஒவ்வொருவரும் துப்பறியும் சிங்காரமாக மாறியிருந்தோம்.

யாரும் வண்டியை அணுகவில்லை. நிறுத்தியது நிறுத்தியவாறு இருந்தது.

"அப்ப நான் பெயிண்டுக் கடைலயே விட்டுட்டு வந்துட்டனாட்டம் இருக்குது..." என்று நிறப்பூச்சாளர் தம்மை மறந்து கூறினார்.

எல்லாரும் அவரையே பார்த்தோம். யாரையும் எதிர்கொள்ள முடியாமல் வெளியேறியவர் வண்டியைக் கிளப்பிக்கொண்டு கடையை நோக்கிப் பறந்தார்.

எங்களுக்கு வைக்கப்பட்ட தேநீர் ஆறியிருந்தது.

59

ஆங்கிலேய அரசின் சென்னை மாகாணத்தில் இருந்த கோயம்புத்தூர் மாவட்டத்தின் தொழில்களைப் பற்றிய பற்றிய அரசுப் பதிவு இது. தரவுகள் யாவும் ஆயிரத்துத் தொள்ளா யிரத்து ஒன்றாம் ஆண்டிற்குரியவை (1901). இம்முன்னேற்றத் தின் தொடக்கம் எப்படி இருந்திருக்கிறது, பாருங்கள்.

"அங்கே பருத்தி அரவை மற்றும் பொதி ஆலைகள் எட்டு இருக்கின்றன. அவற்றில் ஐந்து ஆலைகள் பல்லாண்டு களாக இயங்கிக்கொண்டிருக்கின்றன. நான்கு ஆலைகள் நீராவியால் ஓட்டப்படுகின்றன. அவை உள்ளூர்ப் பருத்தியை அரைத்துப் பொதித்து மும்பைக்கும் அங்கிருந்து இங்கிலாந் துக்கும் ஏற்றுமதி செய்கின்றன. அதில் நாள்தோறும்

முந்நூற்றுவர் பணியாற்றுகின்றனர். ஆண்டுதோறும் மூவாயிரம் டன்கள் ஏற்றுமதி செய்யப்படுகின்றன. அதன் மதிப்பு பதினைந்து இலட்சங்கள். கோயம்புத்தூரில் புதிதாக ஒரு நூற்பாலை தொடங்கப்பட்டிருக்கிறது. தொழில்களைப் பற்றிய அனைத்துத் தரவுகளும் கோயம்புத்தூர் நகரத்தைப் பற்றிய கட்டுரையில் தரப்பட்டிருக்கின்றன. தோல் தொழிலும் இம்மாவட்டத்தின் இன்றியமையாத தொழிலாக விளங்கு கிறது. கோயம்புத்தூரிலும் மேட்டுப்பாளையத்திலும் ஐரோப்பிய மேலாண்மையின்கீழ் தோற்பதனிடும் தொழி லகங்கள் இருக்கின்றன. மாவட்டத்திலுள்ள நூற்றுக்கணக் கான கிணறுகளுக்குத் தேவையான தோல் பரிகள் அங்கே செய்யப்படுகின்றன. கிணற்றுக்கு ஆண்டுக்கு ஒரு புதுப்பரி யேனும் தேவைப்படுகின்றது."

60

ஒரு போட்டி என்றாலே அதனைப் பல வகைப்பாடு களாகப் பிரிக்க வேண்டும். குத்துச் சண்டை என்றால் குறிப்பிட்ட எடைநிலையில் வேறுபடுத்துவார்கள். மட்டைப் பந்து என்றால் குறிப்பிட்ட அகவைநிலை உண்டு. எல்லாரும் எல்லாப் போட்டியிலும் கலந்துகொள்வதற்கில்லை.

எழுத்தில் ஒரு போட்டி வைத்து வெற்றியாளரை அறிவிக்க வேண்டும் என்றால் அதன் உள்ளடக்கம், மொழித் தரம், எழுத்தாற்றல், செம்மை என்று பலவற்றையும் கருத வேண்டும். மிகுந்த தரவிறக்கம், ஐயுடுக்குறி, மிகுந்த மதிப்புரை வாயிலாகவே வருநூல்கள் இறுதிச் சுற்றுக்கு நகரும் எனில் அது விற்பனை, சந்தையாக்கம், பரப்புரை தொடர்பான எழுத்துப் போட்டி என்று தெளிவாகிறது. விற்பனை வழியாக ஒரு போட்டியில் வெற்றி என்பது எழுதுமளவுக்கு நுண்மை பொருந்திய மனத்தினரைக் கூச்சப்படுத்துவதுதான். ஆனால், இன்றைய மாற்றங்களைக் கணக்கிலெடுத்துப் பார்த்துக்கும் போது இது தவிர்க்க முடியாத போக்கின் திசை என்றும் விளங்குகிறது.

இதுவரை நடத்தப்பட்ட உரைநடைப் புனைவு எழுத்துப் போட்டிகளில் மிகச்சிறந்த இலக்கிய விளைச்சலைத் தந்தவை பழைய கணையாழி இதழில் நடத்தப்பட்ட "தி. ஜானகிராமன் குறுநாவல் போட்டிகள்"தாம். இன்றுவரை நினைவில் நிற்கும் பல கதைகளை அவ்வழியில் படித்தேன்.

பேரளவில் பரபரப்பாகி எல்லாராலும் எதிர்பார்க்கப்பட்ட போட்டி என்றால் அது ஆனந்த விகடன் நடத்திய "வைர விழாச் சிறுகதைப் போட்டி"தான். ஒரு சிறுகதைக்கு ஐயாயிரம் என்று இருபது கதைகட்கு ஒரு இலட்சம் வழங்கினார்கள். அப்போட்டியில் தேர்வான கதைகள் 'ஒரு மௌனத்தின் அலறல்' என்ற சிறுகதைத் தொகுப்பாகவும் வந்தது. சி. எம். முத்து எழுதிய 'மண்டையன்" கதையை மறக்க முடியுமா?

கவிதைக்கு என்றால் கண்ணதாசனின் தென்றல் இதழில் நடத்தப்பட்ட "வெண்பாப் போட்டியைச்" சொல்வார்கள். கவிதைக்குக் காசு கொடுத்த பெரிய போட்டி என்றால் அது ஆனந்த விகடன் பவளவிழாக் கவிதைப் போட்டிதான். அதிலும் கவிதைக்கு ஐயாயிரம் வழங்கினார்கள்.

அமேசான் நடத்துகின்ற "பதிப்பதற்கு எழுது" எழுத்துப் போட்டியின் விளைவாக எழுத்துக்கு நல்ல விலை மதிப்பு உண்டானால் மகிழ்ச்சியே.

61

பூனைகட்கு மீன் வாங்கிப் போடுங்கள் என்று யாரோ சொல்ல ஒரு ஞாயிற்றுக் கிழமையன்று மீன் கடைக்குச் சென்றுவிட்டேன்.

நம்மைக் கண்டதும் எப்படியும் ஐந்நூற்றுக்குக் குறையாமல் மீன் விற்பனையுண்டு என்று பொய்யாய்க் கணித்த கடைக்காரர் "அந்த மீன் இருக்கு... இந்த மீன் வந்திருக்கு... பாருங்க..." என்று விளம்பினார்.

"அதெல்லாம் வேணாங்க... பூனை எதை விரும்பித் தின்னுமோ அதுல கொடுங்க..." என்றேன்.

"பூனைக்கா..." என்று வடிந்தவர் "அதா... அந்த மத்தில ஐம்பது ரூவாய்க்கு வாங்கிட்டுப் போங்க..." என்றார்.

சிறு மீன்களாகக் கிடந்தவற்றில் ஏழெட்டினை எடுத்துப் போட்டு நிறுத்துத் தந்தார்.

அவற்றைக் கொணர்ந்து வாய்ச்சுவை கெட்டுக் கிடந்த பூனைகட்குத் தோட்டத்தில் இருந்த கல்மேல் வைத்து விட்டேன்.

ஊனறிந்த முகர்ச்சியால் உயிர்போவதுபோல் கத்தியபடி

என்னைச் சுற்றி வந்த பூனைகள் அவற்றை ஆளுக்கொரு துண்டாகத் தூக்கிப் போயின. தின்று முடிக்கும்வரை நான் தொடப் போனால்கூட 'உர்ர்' போட்டன.

மீன் தின்ற ஞாயிற்றிலிருந்து இரண்டு மூன்று நாள்கள் வரைக்கும் அவை பால்கேட்டுக் கத்துவதுகூட அருகிப் போயிற்று. செரிமானக் காலம்.

இப்படியே மேலும் சில ஞாயிறுகளில் மீன்வாங்கிப் போட்டுப் பழக்கிவிட்டேன்.

மீன்கடையில் வண்டியை நிறுத்தினாலே "பூனைக்கு மீன் வாங்குவாருல்ல... அவரு வர்றாரு..." என்று கடைக்காரர் அடையாளம் கண்டுகொண்டார்.

அடுத்தொரு ஞாயிற்றில் நான் ஏதோ வேலையாக இருக்கவே பூனைக்கு மீன் வாங்கப் போகவில்லை.

அந்த ஞாயிறு விடிந்ததும் ஏழு பூனைகளும் தோட்டத்தில் உலவுவதும் கத்துவதுமாக மீன் விழுங்குவதற்கு அணியமாக இருந்தன.

என் காலடியைச் சுற்றிய சுற்றில் ஆளையே தள்ளிவிடுமளவுக்கு உரசின.

ஞாயிற்றன்று மட்டும்தான் அவை இத்தகைய முறைப்பாடுகளைச் செய்தன. பிற நாள்களில் அவை பாட்டுக்கு விளையாடிக்கொண்டு இருந்தன.

அடுத்தொரு ஞாயிறும் நான் மீன்வாங்காதிருக்கவே அவை மீண்டும் கத்திக் கதறத் தொடங்கிவிட்டன.

இன்று ஞாயிறு என்பதும் தமக்கு மீன்கள் உண்ணக் கிடைக்கும் என்றும் அவை எப்படித் தெரிந்துகொண்டன? சரியாக நேரம் பார்த்து வேண்டுகின்றன.

பூனைக்குள் மனக்கடிகாரம், மனத்திசைகாட்டி எல்லாம் உண்டென்றாலும் அவை ஞாயிற்றினை மட்டும் மிகச்சரியாக உணர்ந்து என்னை மீன்கேட்டு நச்சுவது எப்படி? ஏதேனும் அஃறிணை அருமையோ என்ன!

இதனைக் கண்டுபிடித்துவிடுவது என்று ஒரு ஞாயிறு விடிந்ததும் அவற்றைக் கண்காணிக்கலானேன்.

சரியாக ஏழு, ஏழரை மணிக்குமேல் என்னைச் சுற்றி ஒவ்வொன்றாகக் கத்தத் தொடங்கின.

அவற்றைச் சுற்றிலும் நடந்தவற்றை மனத்திரையில் ஓட்டிப் பார்த்துக் கணித்துவிட்டேன்.

ஞாயிறு விடிந்ததும் தெருவில் செல்கின்றவர்கள் ஏதேனுமொரு இறைச்சியை வாங்கிச் செல்கின்றனர்.

வழிச்செல்வோர் ஏதேனும் இறைச்சிப்பொருளோடு செல்வதை முகர்ந்து அறிந்ததும் அவற்றின் சுவைப்புல நினைவு விழிக்கிறது.

தெருச்செல்வோரின் பைகளில் இறைச்சி வாடை அடித்தால் அடுத்த சிறிது நேரத்தில் நமக்கு மீன் உணவு கிடைக்கும் என்பது அவற்றுக்குப் பதிந்துவிட்டது.

ஞாயிற்றுக் கிழமை என்றோ, அன்று மீன் தின்ற நாளி லிருந்து இன்று எட்டாம் நாள் என்றோ கணக்கு வைப்ப தில்லை.

சாலையில் கமழ்கிறது, நமக்கு இன்று விருந்து என்று எளிமையாகப் பழகிவிட்டது. உடனே ஆளைப் பார்த்து ஏங்கு வதும் காலைச் சுற்றுவதும் கத்துவதுமாக இறங்கிவிடுகின்றன.

ஞாயிறானதும் மீனுக்கு ஏங்கும் பூனைகளின் பழக்கத்தை இவ்வாறு கண்டுபிடித்துவிட்டேன். சரிதானே?

62

நீ விரும்பியதை அடைய முன்பொருநாள் முயன்றிருப் பாய். அம்முயற்சி வெல்லாமல் போயிருக்கும்.

அப்போதைய உன் தொடர்முயற்சிகளும் தோல்வியில் முடிந்திருக்கலாம். பிறகு அறிவுடைமையோடு அதனைக் கைவிட்டுவிட்டு வேறு நிலைக்குச் சென்றுவிட்டாய்.

இன்றுவரை அடைய நினைத்ததை அடைய முடியாத ஏமாற்றம் உன் உள்ளத்தை அரித்துக்கொண்டுதான் இருக்கும்.

காலத்தோடு அதனைச் சீர்தூக்கிப் பார்.

இப்போது அதனை எளிதில் அடையக் கூடிய சூழல் இருக்கலாம். முன்னே அதனை விட்டு உறுதியாக விலகிய காரணத்தால் தயங்கி நிற்கிறாய்.

இங்கே நீ திரும்பி நிற்க வேண்டும் என்பேன். இதுதான் காத்திருந்த கொக்கிற்குக் கூம்பிய பருவம்.

நீ ஆனைக்குட்டியாய் இருந்தபோது காலில் கட்டப்
பட்டிருந்த சங்கிலியை அறுத்துக்கொள்ள முடியவில்லை
தான்.

இப்போது நன்கு வளர்ந்துவிட்டாய். அந்தச் சங்கிலியை
ஒன்றும் செய்ய முடியாது என்றே நினைக்கிறாய். ஆனைக்
குட்டியின் நினைவிலேயே கணிக்கிறாய்.

அன்று நீ இளந்தையாய் இருந்தபோது வெல்லாத
முயற்சிகள் இப்போது வெல்லும். சங்கிலியை நொறுக்கித்
தூள் தூளாக்க முடியும். அது பிணைக்கப்பட்டிருந்த முளைக்
குச்சியையே பெயர்க்க முடியும்.

வாய்ப்பிருந்தால் உன் வேட்கையின் அருகில்போய் ஒரு
முட்டு முட்டிப்பார். அப்போது திறக்காத கதவு இப்போது
திறக்கும்.

63

வழக்கமாக ஒரு கடையில் பொரிவற்றல் (சிப்ஸ்)
வாங்குவேன். இன்று தற்செயலாக வேறொரு கடையில்
வாங்கினேன்.

கடைக்காரர் சேரநாட்டார். பொட்டணம் கட்டித்
தந்துவிட்டு நான் கொடுத்த பணத்தில் உரிய தொகையை
எடுத்துக்கொண்டு மீதத்தை நீட்டினார்.

நான் வழக்கமாக வாங்கும் விலையைவிட ஐம்பது
விழுக்காடு மிகுதியாக எடுத்திருந்தார். எனக்கு மூண்டதே
சினம்!

"என்ன... இதுக்கு எல்லாக் கடையிலும் ஒரு விலை...
உங்க கடைல ஒரு விலையா?"

"இல்ல சாரே... இது வேற ஐட்டமாக்கும்..."

"என்ன பெரிசா வேற ஐட்டமா இருக்கப் போகுது?
எல்லாம் ஒன்னுதான்..."

"ஐயோ இல்ல சாரே... இது டோட்டலா டிப்பரண்டு
ஐட்டம்... நல்ல டேஸ்ட்டானு..."

"எதையாச்சும் ஒன்னச் சொல்லி விலையை ஏத்திட்டே
இருங்க..." என்றவாறு வெடுக்கென்று வந்துவிட்டேன்.

வீட்டிற்கு வந்து பொட்டணத்தைப் பிரித்து வேண்டா வெறுப்பாக ஒரு துண்டினை எடுத்து வாயில் போட்டேன்.

சேரர் சொன்னது உண்மைதான். உண்பதற்கு மிகவும் அருமையாக

இருந்தது. அதன் சுவைக்கு மேலும் நூறு கொடுக்கலாம் தான். அதற்கு அந்த விலை பெறுமானம்தான்.

இனிமேல் விலை தொடர்பாக யாரையும் பொத்தாம் பொதுவாகக் கடியக்கூடாது என்று நினைத்துக்கொண்டேன்.

நாளைக்குச் சென்று "ஆமாங்க. நீங்க சொன்னப்பல நல்லாத்தான் இருந்துச்சு..." என்று பாராட்டிவிட வேண்டியது.

64

இருபதாம் நூற்றாண்டில் தொடர்ந்து கொண்டாடப் பட்ட மாக்கவிஞர் பாரதியார். சில புது முயற்சிகளைத் தவிர்த்து அவர் இயற்றியவை யாவும் பாடல்கள். பாரதியார் பாடல்களைப் படிப்பது என்பது அரை வினைதான். அவர் இயற்றியவற்றைத் தொடர்ந்து பாட வேண்டும். பாடுவதற்குத் தான் பாக்கள். நீராரும் கடலுடுத்த என்று சொல்லக்கூடாது. பாட வேண்டும். அவ்வாறே பாரதியார் பாடல்களையும் நமக்குப் பாடத் தெரிந்திருக்க வேண்டும். அவருடைய பாடல்கள் அனைத்தும் இசைப்பாக்களாக இம்மண்ணில் உலவியிருக்க வேண்டும். திரைப்படப் பாடல்கள் எப்படிப் பரவினவோ அப்படியே பாரதியார் பாடல்களும் இசையோடு பரவியிருக்க வேண்டும். கோடிக்கணக்கில் பொருளீட்டிய இசையமைப்பாளர்கள் ஒவ்வொருவரும் பாரதியார் பாடல் களைத் தம் பொருட்செலவில் பாடல்களாக்கி அளித்திருக்க வேண்டும். புகழ்பெற்ற இசைக்கலைஞர்கள் பாரதியார் பாடல்களைத் தம் இசையால் சிறப்பித்துக் காட்டியிருக்க வேண்டும். ஆனால், எவரும் துரும்பைக்கூடக் கிள்ளிப் போடமாட்டார்கள். திரைப்படங்களில் எடுத்தாளப்பட்ட சில பல பாடல்களைத் தவிர, அவருடைய பிற பாடல்கள் இசையின்றிச் சொல்லும் வழியிலேயே அறியப்படுகின்றன. வானொலி தொலைக்காட்சி நிலையங்களில் அவர் பாடல்கள் சில இசைக்கப்பட்டன. அவ்வளவுதான். வாயை மூடிப் படிக்கும் வகையிலேயே நாம் அவரைக் கொள்கின்றோம். ஒப்பிப்பதைப்போல் சொல்கின்றோம். பண்மொழியாம்

தமிழில் நெடும்புகழ்ப் பாவலனின் ஆக்கங்கள் ஓயாத பாடல்களாக உலவவில்லை என்பது வெட்கக்கேடு.

65

இரண்டாயிரத்துப் பத்தொன்பதாம் ஆண்டில் நான் செய்ய முடியாதவை, திரும்பவும் படிக்க, செய்ய முடியாதவை:-

1. திரைப்பட அரங்கிற்குள் நுழையவே இல்லை. கடைசியாக நான் திரையரங்கில் பார்த்த படம் பாகுபலி இரண்டாம் பாகம். எந்தப் படத்தைப் பார்க்க வேண்டும் என்று நினைத்தேனோ அதனைத் தொலைக்காட்சி ஒளிபரப்பில் பார்த்தேன். பழைய படங்கள் என் விருப்பம். புனைவல்லாத ஆயிரக் கணக்கான காணொளிகளை இணையத்தில் பார்த்தேன்.

2. நீண்ட நெடிய பயணம் ஒன்றினைச் செல்ல நினைத்திருந்தேன். அது முடியாமல் போய்விட்டது. இரண்டு மூன்று நாள்களுக்குச் சில சிறுபயணங்கள் வாய்த்தன. இவ்வாண்டு ஏனோ பயணத்திற்குரிய ஊக்கமும் இல்லாமல் போய்விட்டது. ஒரு பயணத்தை நினைத்தால் “அங்கே இப்போது பாதுகாப்பில்லை, சூழ்நிலை தோதில்லை, காலநிலை இல்லை” என்றே முட்டி நிற்க நேர்ந்தது.

3. கடந்த ஆண்டில் நிறையவே தொடர்கள் எழுதினேன். ஒரு கட்டத்தில் எட்டுத் தொடர்கள் ஒப்புக்கொண்டிருந்தேன். அவற்றில் ஐந்து தொடர்களில் நான் ஏழு நாள்களுக்குள் இரண்டு கட்டுரைகளையேனும் தரவேண்டும். மின்னஞ்சல் அனுப்பிவிட்டு இருக்கையில் சாய்ந்தால் உடனே அழைப்பு வரும். இதனாலும் நெடும்பயணங்களைத் திட்டமிட முடியவில்லை. கட்டுரை கேட்டு நினைவூட்டி வரும் அழைப்புக்குக் கெடுநேரம் தள்ளிக் கேட்கும்போது கடன்பட்டவனைப்போல் உணர்ந்தேன். சில தொடர்களில் முழுநேரமும் என் கட்டுப்பாட்டில் இருந்ததையும் கூற வேண்டும். அதனால் இவ்வாண்டில் ஒவ்வொரு தொடரையும் எப்படியோ நிறைவு செய்து முடித்தேன். இப்போது என் நேர வரம்புக்குட்பட்டே நான் ஒப்புக்கொள்ளும் கட்டுரைத் தொடர்கள் இருக்கின்றன.

4. எப்படியும் உடற்பயிற்சியகத்தில் நாளொன்றுக்குப் பத்து விழுக்காட்டு நேரமேனும் செலவிட வேண்டும் என்றிருந்தேன். வழக்கம்போல் முடியவில்லை. வீட்டின் பின்புறம் பெரிய பூங்கா ஒன்று உருவானது. அங்கே ஓட்டமும்

நடையுமாக உடற்பேணல் தொடர்ந்தது. நேரம் நம் கட்டுப் பாட்டில் இல்லாத வேலைகளில் இருப்பதால் உடற்பயிற்சிக்கு இனி வேறு வகையில் திட்டமிட வேண்டும் என்று விளங்கியது.

5. என் தேவைக்கு அப்பாற்பட்டவற்றைப் படிக்க முடிய வில்லை. எழுதுவதற்கே பலப்பல நூல்களைப் படித்து அறிய வேண்டும். இலக்கணம் என்றால் சொல்லவே வேண்டா. ஒரு பொருளை எடுத்துக்கொண்டு பத்து நூல்களை ஆராய்ந்தால் தான் புதிய திறப்பு ஏற்படும். அதற்கே நெடுநேரம் போயிற்று. நோக்கமின்றி அங்கொன்றும் இங்கொன்றும் படிப்போமே, அது முடியவில்லை.

6. யாப்பிலக்கணத்தைக் கற்பிக்க வேண்டும் என்றிருந் தேன். இலக்கணத்தின் பொதுப்பிரிவுகளிலேயே எழுத வேண்டியவை மிகுந்துவிட்டதால் அவற்றுக்கே நேரம் போத வில்லை. யாப்பிலக்கணத்தை எழுத்தால் கற்பிப்பது சரியாக வருமா என்றும் எனக்கு ஓர் ஐயம் இருக்கிறது. முறையாகவும் சிறப்பாகவும் எடுக்கப்பட்டுத் தொகுக்கப்பட்ட காணொளி கள் வழியாகக் கற்பித்தால் இன்னும் நன்றாக இருக்கும். இங்கே இடமும் இருக்கிறது. ஒரு பதிவகம், அது தொடர்பான பணியகம் என்று அமைப்பதற்கும் எண்ணம் உண்டு. அவை தொடர்பானவற்றையும் நான் கற்க வேண்டும். அவற்றை எடுத்துச் செய்யுமளவுக்கு எதுவும் நகரவில்லை.

7. ஆண்டுதோறும் எதனையாவது ஒன்றினைப் புதிதாகக் கற்பேன். இவ்வாண்டு பங்குச் சந்தைகளில் இடம்பெற்றிருக் கும் பெருநிறுவனங்களை அணுகுவதற்கு உதவும் தலையாய மதிப்பீட்டு முறையான “அடிப்படைப் பகுப்பாய்வு” (Fundamental Analysis) குறித்து நிறையவே கற்றேன். அது பெரிய கடல் என்றாலும் தகுதியான அறிவைப் பெற்ற நம்பிக்கையை இந்நேரம் அடைந்திருக்க வேண்டும். அந்தக் கல்வியில் இன்னும் நிறையவே மீதமிருக்கிறது. அதற்கு ஒரு தன்னிறைவுப் புள்ளி உண்டு. அதனை விரைவில் அடைய வேண்டும்.

8. பொருளியல் கட்டுரைகளை இடையறாது எழுதி வந்துள்ளேன். இவ்வாண்டு அப்பொருளில் ஒன்றையுமே தொட முடியவில்லை. நேரம் சார்ந்த நெருக்கடிகள்தாம்.

இந்த முடியாமைகளின் பட்டியல் இனிமேல் இவை முடிக்கப்பட வேண்டும் என்று எனக்கு நானே கூறிக்

கொள்ளும் உறுதிதான். அவ்வாறே ஆகட்டும்!

66

உடுமலைப்பேட்டையைத் தாண்டி மேற்குத் தொடர் மலைகளைத் தொடுமாறு திகழும் சிற்றூர் ஒன்றில் துணைவியார் தேர்தல் பணியிலிருக்கிறார். இம்மாலையில் முடியும். மகிழுந்தினை எடுத்துக்கொண்டு தடம்பார்த்துச் சென்றால் எட்டு மணிக்குள் அவ்வூரை அடையலாம். எப்போதும்போல் அவ்வூர்ப் பள்ளியின் எதிரிலோ அருகிலோ இருக்கும் பிள்ளையார் கோவில் திண்டினில் அமர்ந்து காத்திருக்க வேண்டும். அந்நேரத்தில் தேர்தல் முடித்த ஊர்க்கட்சியார் பலவாறும் உரையாடிக்கொண் டிருப்பார்கள். ஒவ்வொருமுறையும் கேட்டதுதான் என்றாலும் இம்முறை செவிபடும் சொற்கள்மீது ஆர்வம். அப்போது இளையோரும் பெரியோரும் அள்ளிவிடும் அரசியல் இருக்கிறதே, எங்கும் கற்க முடியாத பாடம்! ஒருமுறை ஊர்த் திருவிழா நடந்துகொண்டிருக்கையில் காத்திருக்க நேர்ந்தது. வேடிக்கைக்குப் பற்றாக்குறையே இல்லை. பெட்டி எடுக்க வருவோர் வரிசைப்படி வருவர். முன்னிரவோ நள்ளிரவோ ஆகலாம். முன்பு சில வேளைகளில் நள்ளிரவு மணி இரண்டு/ மூன்று என்றுகூட ஆகியிருக்கிறது. பணி முடித்து வருபவரை யும், அழைக்க ஆள்வரவின்றி நிற்போரையும் வண்டியில் ஏற்றிக்கொண்டு நகரப் பேருந்து நிலையத்திற்கு வர வேண்டும். சிலர் அங்கே இறங்குவர். நள்ளிரவு என்றால் பிறரையும் வீடுவரைபோய் இறக்கிவிட்டு வரும்படியும் ஆகலாம். ஆகியிருக்கிறது. "ஆசிரியையின் கணவராக" இருப்பது அவ்வளவொன்றும் எளிதன்று!

67

இவற்றைப் பழக்கமாக்கி வைத்திருந்தால் இன்றுமுதல் விட்டொழியுங்கள் :-

1. புகை பிடிப்பதை விட்டொழியுங்கள். உயிராற்றல் என்பது காற்றை நுரையீரலால் உள்ளிழுத்து உயிர்வளியைப் பிரித்தெடுக்கும் ஆற்றல்தான். புகையிழுப்பு அதற்கு நிகழ்த்தப் படும் தொடர் கேடு.

2. மது குடிப்பதை விட்டொழியுங்கள். மூளைத்திறன்,

நீளாயுள், நரம்பியற்கை, தன்னம்பிக்கை, செல்வம் போன்ற வற்றைச் சிறிது சிறிதாய் அழிக்கும் கொடிய பழக்கம் அது.

நீங்கள் இந்நேரம் என்னவாக ஆகியிருக்க வேண்டுமோ அவ்வாறு ஆக முடியாதபடி கெடுத்தவை மேற்சொன்ன இரண்டு பழக்கங்கள்தாம்.

3. கெட்ட வார்த்தைகள் பேசுவதைத் தவிருங்கள். ஒரு சொல் என்பது உள்ளத்தின் படிவுகளிலிருந்து எழும் மொழி வடிவம். கசடும் கழிவுகளுமான அடிமனச் சேர்க்கை அத்தகைய சொற்களாக வெளிப்படுகிறது. தீச்சொற்களால் தீமைகள் குறித்து நமக்கிருக்க வேண்டிய நுண்ணுணர்வுகள் கெடும்.

4. கெட்ட வார்த்தைகள் பேசுவதைவிடவும் கொடிய பழக்கம் பொய் சொல்வது. நெஞ்சாரப் பொய் சொல்லிப் பழகிவிட்டால் உங்கள் மனம் உண்மைக்கும் பொய்க்கும் வேறுபாடு காணும் தன்மையை இழந்துவிடும். இவ்வாழ்க்கை யின் தலைமைச் செயலி மனம்தான். அது நம்புவதும் நிகழ்த்து வதும் துலக்கமாக இருக்க வேண்டும். அதனை உண்மை யொளியால் தகதகக்கச் செய்யுங்கள்.

5. யாரால் நேரம் கெடுகிறதோ, யாரால் நாம் பயன் படுத்தப்படுகிறோமோ, யாரால் நமது தன்னம்பிக்கை குலைக்கப்படுகிறதோ அவர்களுடைய நட்பினை அறவே துண்டித்துக்கொள்ளுங்கள். அவர்கள் உடனிருந்து நம்மை உதவாக்கரை ஆக்குவதில் குறியாக இருப்பவர்கள்.

6. தன்னின்பப் பழக்கம் இருப்பின் முற்றாக விட்டொழி யுங்கள். ஒருவரின் இயற்கையான உடல்தகுதியைக் களைப்புறச் செய்வது அப்பழக்கம். காதலற்ற வாழ்வு, காதலை அடைய முடியாத முடக்கம், இணையரை விழையாமை, இணை வாழ்வின் நீளாயுள் குறைதல், பொருட்படுத்தாதிருந்து வாய்ப்பிழத்தல், கூர்மதிக்கேடு, நோக்கமின்மை, ஊக்கமின்மை போன்ற பலவற்றுக்கும் காரணமாவது அப்பழக்கம். இளமையை மாய்க்கும் கோடரி.

7. விடிகாலைத் தூக்கத்தை மறந்துவிடுங்கள். காலையில் வேலை இருக்கிறதோ இல்லையோ, ஆறு மணிக்குள் எழப் பழகுக. எல்லா இழப்புகளுக்கும் தூண்டுகோலாக இருப்பது தூக்க விருப்பம்தான். ஆழ்ந்த நிலையில் ஆறேழு மணி நேரத் தூக்கம் போதும். இரவில் பத்து முதல் ஐந்து மணிவரை /

பதினொன்று முதல் ஆறுவரை - என் பரிந்துரை.

8. எதனையும் தள்ளிப் போடாதீர்கள். இன்றைக்கு இதனைச் செய்ய வேண்டும் என்றால் அதனைச் செய்து முடித்துப் பழகுங்கள். எதனைத் தள்ளிப் போடுகிறீர்களோ அதனை விலக்குகிறீர்கள் என்றே பொருள். ஒன்றைச் செய்து முடித்துவிட்டால்தான் அடுத்த ஒன்றுக்கு முன்னேறுவீர்கள். ஒன்றிலேயே உழல்வதற்குப் பெயர்தான் தேக்கம். இதனால் பயனில்லையே என்று கழிக்காதீர். எதுவும் வீண்போகாது என்பதை நினைவிற்கொள்க.

9. ஓரிடத்திற்குச் செல்ல வேண்டியிருக்கிறது என்றால் அதனைத் தவிர்க்காதீர்கள். இருக்குமிடத்திலிருந்து தொடர்ந்து இடம்பெயர்ந்தபடியே இருப்பது பரந்த பட்டறிவைத் தரும். புதிய இடம், புதிய மக்கள் என்றால் வாய்ப்பைத் தவறவிடவே கூடாது. இருக்குமிடத்திலிருந்து கிளம்பிச் சென்றவர்கள் அடைந்த உயரத்தைப் பாருங்கள்.

10. உங்கள் தோற்றத்தின்மீது கொண்டிருக்கும் பற்றின்மையை மாற்றிக்கொள்ளுங்கள். உங்கள் உடல் 'ததக்கா புதக்கா' என்றிருந்தால் அதனைச் சீர்செய்யுங்கள். நடை உடை மெய்ப்பாடுகளில் ஏதேனும் குறை என்றால் அதனைச் செப்பமாக்குங்கள். நன்கு உடற்பேணுக. நன்கு உடுத்துக.

இவற்றை மறவாமல் கடைப்பிடியுங்கள். ஆண்டின் இறுதியில் உங்கள் வாழ்க்கையில் பெரிய மாற்றம் உருவாகி யிருப்பதை உணர்வீர்கள். உங்களை நீங்கள் மாற்றிக் கொள்ளாத வரையில் உங்களுக்குரிய எதுவும் மாறாது என்பதை நினைவிற்கொள்ளுங்கள்.

68

கோயம்புத்தூரிலிருந்து காரமடைக்குச் சென்று அங்கிருந்து மேற்காகத் திரும்பினால் வெள்ளியங்காடு செல்ல லாம். அவ்வழியில் வலம் திரும்பினால் தேக்கம்பட்டிக்குப் போகும் சாலை வரும். அச்சாலையில் சிறிது தொலைவு சென்றால் அழகிய முருகக்குன்று ஒன்று வருகிறது.

முப்புறமும் மேற்குத் தொடர்மலைகளும் மலைக்குன்று களும் சூழ்ந்திருக்க நடுச்சிறுகுன்றாக எழுந்திருக்கிறது குருந்தமலை. அம்மலையில் குழந்தை வேலாயுதசாமிக்கோவில் இருக்கிறது. ஆண்டின் முதல் நாளன்று அப்படியே வலம்

சென்றதில் தற்செயலாக அக்கோவிலைக் கண்டேன்.

பிற கோவில்களைப்போல் நெரிக்கும் கூட்டமில்லாமல் மரங்களடர்ந்து நிலவிய அமைதிக்கு நான் மனங்கனிந்தேன்.

தமிழ்நாட்டிலுள்ள அறுபடை வீடுகளில் பழநி தவிர்த்த எல்லாக்கோவிலிலும் கருவறை முருகர் கிழக்கு நோக்கியிருப் பார். பழநி முருகன் மேற்கு நோக்கியவன். இங்குள்ள முருக னான குழந்தை வேலாயுதசாமியும் மேற்கு நோக்கியிருக்கிறான்.

பழநி முருகனின் பேரடியார்கள் பலரும் மலை நாட்டைச் சேர்ந்தவர்கள். அவர்களின் பற்றன்பு பழநி முருகனை மேற்கு நோக்கித் திரும்பச் செய்ததாம். குருந்தமலை யானும் தன் எதிரே மேற்கில் பெருகிப் பரவிக்கிடக்கும் பெருமலைத்தொடரைக் கண்டபடி காட்சியளிக்கிறான்.

அருணகிரிநாதரால் பாடப்பட்ட திருத்தலம் இஃது என்று கோவில் பணியடியார் (பூசாரி) கூறினார். நாம் கண்ட போது மேற்கில் இறங்கும் வெய்யிலில் சந்தனப்பூச்சில் உயிரழகு கொஞ்சினார் முருகன்.

கோவில் வரலாறாகச் செவிவழிக்கதை ஒன்றும் நிலவுகிறது. ஆயிரம் ஆண்டுகட்கு முன்பு சேரநாட்டிலிருந்து ஏலம், மிளகு முதலானவற்றைக் கொள்முதல் செய்த வணிகர்கள் இவ்வழியாக மைசூரு வரைக்கும் கொண்டுபோய் விற்று வந்தனர்.

அவ்வாறு ஒரு கூட்டம் தம் கொள்முதல் மூட்டை களோடு வருகையில் குருந்தமலையில் ஓய்வெடுக்கலாயினர். அங்கே வந்த ஆடு மேய்க்கும் சிறுவன் ஒருவன் ”மூட்டையில் என்ன இருக்கிறது?” என்று வினவியிருக்கிறான். ஆடு மேய்ப்ப வனிடம் மூட்டையின் செல்வங்களைச் சொல்வானேன்? “தவிடுதான் இருக்கிறது” என்று கூறியிருக்கிறார்கள்.

புன்னகையோடு சிறுவன் விடைபெற்றுச் சென்றவுடன் மூட்டையைத் தூக்கியிருக்கிறார்கள். அவை எடையற்ற பொதியாக இருக்கவே, பிரித்துப் பார்த்தால் எல்லாவற்றிலும் தவிடுதான் இருந்திருக்கிறது.

“இது இறையாற்றலின் திருவிளையாடல்” என்றுணர்ந்த வணிகர்கள் தவறுணர்ந்து கைக்கூப்பி முறை யிட அவர்கள் முன்னே குழந்தை முருகன் தோன்றினான். மீண்டும் மூட்டைகளை நறும்பொருள்களால் ஆக்கினான். அவ்வருட்செயலால் மெய்ம்மறந்த வணிகரில் ஒருவர்

அவ்விடத்தில் கோவில் கட்டினாராம். தம் வாழ்நாளை இறைத்தொண்டில் ஈடுபடுத்திக்கொண்டாராம்.

குருந்தமலைக் குன்றுக்கு அருகிலுள்ள பெரிய மலை வள்ளிமலையாம். விருப்பமுள்ளவர்கள் அதன் முடிவரைக்கும் ஏறலாம். கல்லும் முள்ளுமான மலைவழியாகத்தான் இருக்கிறது.

ஆட்பெருக்கமற்ற தனிமையான மலைகளில் அமைந் திருக்கும் பழங்கோவில்கள் எனக்கு மிகவும் விருப்பம். அந்தத் தன்மையோடுதான் கருநாடகத்தின் மலைக்கோவில்கள் பல இருக்கின்றன. குருந்தமலைக் கோவிலைப் பார்க்கையில் எனக்கு அந்நினைவு வந்தது.

இருநூறு படிகள் இருக்கலாம். மூத்தவர்களும் ஏற முடியும். சுற்றிலும் அருமரங்கள் நிறைந்த சூழல். மலை மீதிருந்து நோக்குகையில் தென்படும் தொலைக்காட்சிகள் மயக்குகின்றன.

அருகிலுள்ள சிறு குன்றில் அனுமன் கோவில் இருக்கிறது. அவ்விடத்தில் இருந்த குழிவான பகுதியைக் காட்டி இதுதான் அனுமனின் கால்தடம் என்கின்றனர். பார்ப்பதற்குக் காலடிக் குழி வடிவில்தான் இருந்தது. அங்குள்ள சிறு தடாகங்களில் அல்லிகள் பூத்திருந்தன.

கோவிலைவிட்டு வரவே மனமில்லை. வாய்த்தால் குருந்தமலைக்கு ஒருமுறை சென்று வாருங்கள்!

69

காவிரிக் கழிமுகத்து மாவட்டத்திலிருந்து பிழைப்பூர் திரும்பியிருந்த ஓர் இளைஞனைப் பார்த்தேன்.

ஊராட்சித் தேர்தலுக்காகக் கடந்த ஒரு திங்களாக அங்கே அலைந்து முடித்து வந்திருக்கிறார். முகத்தில் ஆழ்ந்த இறுக்கம். என்ன ஆயிற்று என்று கேட்டேன். அவருடைய உறவினர் ஊராட்சித் தலைவர் தேர்தலில் களமிறங்கியிருக் கிறார். இளைஞரோடு பெரிய படையே தேர்தலில் பணி யாற்றியிருக்கிறது.

எதிர்த்தரப்பும் வலுவாக மோதியிருக்கிறது. இவர்கள் பணத்தை வாரியிறைத்திருக்கிறார்கள். தேர்தல்நாள்வரை இவர்களே வெற்றி பெறுவார்கள் என்னுமளவுக்கு நிலைமை.

வாக்கு எண்ணிக்கை முடிவில் குறைந்த அளவிலான வேறுபாட்டில் தோற்றுவிட்டார்கள்.

தோற்றுப்போன வேட்பாளர் வாக்கு எண்ணிக்கையில் நிறைவில்லாமல் மறுபடியும் எண்ணக் கோரி அதன் பிறகும் அதே முடிவு. வாக்காளர்களுக்குப் பணத்தைக் கொட்டிக் கொடுத்தும் ஏன் தோற்றோம் என்று தேர்தலில் பாடுபட்ட குழுவினர் ஆராய்ந்திருக்கிறார்கள். தம்மிடம் பணம் பெற்றுக்கொண்ட பலரும் தமக்கு வாக்களிக்கவில்லை என்று கண்டிருக்கிறார்கள். பெருமளவு பணம் வீணாகிப்போனது. எதிர்காலத்திற்கு வழி தெரியவில்லை. மதிப்பாக வாழ்ந்த ஊரில் தோல்விச் சிறுமை. இளைஞர் கூறியதைப் பார்த்தால் அந்தக் கூட்டம் பேரளவு மனச்சிதைவுக்கே ஆளானதுபோல் தெரிகிறது.

"விடமாட்டோம்... பணம் வாங்கிட்டு ஏமாத்தினவன் எல்லார்கிட்டயும் வயலை எழுதி வாங்கறமா இல்லையான்னு பாருங்க..." என்றார்.

அவர் கண்களைப் பார்க்கையில் செய்தாலும் செய்து விடுவாரோ என்ற அச்சம் ஏற்பட்டது.

சொன்னதைச் செய்யாது போகலாம். ஆனால், இவ்வளவு பழியுணர்ச்சியோடு திரியுமளவுக்கு அவரைச் சூழல் மாற்றியிருக்கிறது. இனி வருங்காலத்தில் அப்பகுதியில் எத்தகைய அமைதியின்மை ஏற்பட்டாலும் அதற்கு இவ்விரு தரப்பினரின் பகையும் பழியுணர்ச்சியுமே காரணமாக இருக்கக் கூடும். பகை கொழுந்துவிட்டு எரிகிறது. ஊர்ப்புறத்தில் நிலவிய ஒற்றுமை என்னாகுமோ!

70

போகி என்ற சொல் போக்குதல், போக்கி என்பதி லிருந்து வந்திருக்க வேண்டும். பழையன போக்குதல். மறுநாளில் புதியன ஆக்குதல். வீட்டிலும் இடத்திலும் போக்கு வதோடு இன்றைய பயன்பாட்டுக் களங்கள் அனைத்திலும் பழையன போக்கலாகும். அப்படி முகநூல் கணக்கிலும் வேண்டாதன கழித்தேன்.

எடுத்துக்காட்டாக, இந்தக் கணக்கினைப் பாருங்கள். இரண்டாயிரத்துப் பதின்மூன்றாம் ஆண்டுக்குப் பிறகு இந்தக்

கணக்கில் எட்டாண்டுகளாக எந்த நடமாட்டமும் இல்லை. புனைபெயரில் அமைந்த பொய்க்கணக்காகவும் இருக்கிறது. கடசொல் மறத்தல், பல கணக்குச் சொதப்பல் போன்ற காரணங்களால் கணக்காளராலேயே இக்கணக்கு கைவிடப் பட்டிருக்கலாம். முகநூல் தரப்பும் முடக்கியிருக்கலாம். எப்படியோ நம் எண்ணிக்கையில் தேவையற்ற இருப்பு. நட்பு வேண்டி ஆயிரக்கணக்கானோர் காத்திருக்கையில் அவ்விடத் தில் உயிர்ப்பான ஒருவரைச் சேர்த்துக்கொள்ளலாம். பழையன நீக்குவோம், புதியன கூட்டுவோம்.

71

சென்னையில் தங்கியிருந்த இந்நாள்களில் புத்தகக் கண்காட்சிக்குச் செல்வதற்கு நந்தனம் குடைவூர்தி (மெட்ரோ) வழியைப் பயன்படுத்தினேன்.

குடைவூர்தி நிலையத்திலிருந்து மேலே வந்து சாலையில் நடந்தால் கண்காட்சி வளாகத்தை அடையலாம்.

அவ்வாறு ஒருநாள் நந்தனம் நிலைய முச்சந்தியைத் தாண்டியதும் ஒருவர் 'ஹோண்டா ஆக்டிவா' வண்டியை நடுத்தாங்கியிட்டு நிறுத்தி உதைத்துக்கொண்டிருந்தார்.

எனக்கு நிலைமை விளங்கியது. நடுவழியில் அவ்வண்டி யின் எரிபொறி அணைந்து இடையூறாகிவிட்டது.

அவரருகே மனைவியும் பிள்ளைகளும் செய்வதறியாது திகைத்து நின்றனர். அவர் வியர்க்க விறுவிறுக்க முயன்று கொண்டிருந்தார். அந்நிலையில் யாராயிருந்தாலும் ஒரு பதற்றம் தொற்றிக்கொள்ளும்தான்.

எனக்கோ உடனடியாகக் கண்காட்சி வளாகத்திற்குள் ஓடிச்சென்று நுழைய வேண்டிய நிலை. நம்மைக் காண விரும்பியோர் காத்திருப்பதாகத் தெரிவிக்கப்பட்டிருந்தேன்.

வண்டிக்காரர் இப்படி உதைத்தால் உதைத்துக் கொண்டே நிற்க வேண்டியதுதான். எனக்கு ஏன் எரிபொறி அணைந்திருக்கும் என்று தெரியும்.

அவரைத் தாண்டிச் செல்லும்போது "வண்டியைச் சாய்த்துப்போட்டு உதைத்துப் பாருங்க..." என்று சொன்னேன்.

அவர்க்கு நான் சொன்னது பிடிபடவில்லை. "என்னங்க... என்ன சொன்னீங்க?" என்றார்.

நான் திரும்பி வண்டியருகே வந்தேன். வண்டியை அவரிடமிருந்து பெற்று உதைத்துப் பார்த்தேன். எரிபற்றலுக்கான எக்குறிப்பும் இல்லை.

திறவுகோலை எடுத்து இருக்கையைத் திறந்து தூக்கினேன். எரிநெய்க்கலனைத் திறந்தேன்.

"பெட்ரோல் புல்லா இருக்குங்க..." என்றார். நான் புன்னகைத்தபடியே கலனைத் திறந்து வண்டியை ஆட்டி உலுக்கினேன். எரிநெய் ததும்பியது.

எரிநெய்க் கலனை மீண்டும் மூடி இருக்கையைப் பொருத்தினேன். திறவுகோலைச் செலுத்தி ஓங்கி நான்கு உதைகள் விட்டேன்.

"உர்ர்ர்ர்" என்று எரிபொறி உயிர்பெற்றது.

"பெரும்பாலும் காற்றடைச்சுக்கும். இப்படிச் செஞ்சா கிளம்பிவிடும்" என்று வண்டியைக் கொடுத்தேன். அவர்க்கும் மனைவியார்க்கும் மிகுந்த மகிழ்ச்சி.

நிகழ்ச்சியில் இப்போதுதான் ஒரு திருப்பம்.

நான் திரும்பி நடக்கத் தொடங்கியதும் அவர் "சார்" என்று அழைத்தார்.

"இன்னும் என்னங்க?" என்றேன்.

"நீங்க மகுடேசுவரன்தானே?" என்றார்.

"ஆமா.. கண்டுபிடிச்சிட்டீங்களே... எப்படி?" என்றேன்.

"உங்களைத் தெரியாமலா?" என்றவர் மகிழ்ந்து நன்றி யுரித்தாக்கினார்.

அவர் பெயரைக் கேட்டேன். வேல் என்ற சொல்லுள்ள ஒரு பெயரைச் சொன்னார். இந்தப் பதிவைப் படித்தால் அவர் தம் மறுமொழியைப் பதியக்கூடும்.

இதிலிருந்து என்ன தெரிகிறது?

1. வண்டி அணைந்து நின்றால் எரிநெய்க்கலனைத் திறந்து அசைத்து காற்று புகச்செய்ய வேண்டும்.

2. மலைச்சாலையில் யாரோ ஒருவர்க்கும் நம்மை அடையாளம் தெரிகிறது. இவ்வாறே நல்ல பிள்ளையாக இருந்துவிட வேண்டும்.

72

எல்லார்க்கும் பயன்படக்கூடும் என்பதால் இருதரப்பும் முடிவெடுத்து உள்ளஞ்சலில் நிகழ்ந்த இவ்வுரையாடலை வெளியிடுகிறோம். நீங்களும் சொல்வதற்கு உண்டெனில் அறிவுரைக்கலாம்.

நண்பர்: "நான் 2013இல் பொறியியல் முடித்தேன். பள்ளி கல்லூரிகளில் நன்றாகப் படித்து நல்ல மதிப்பெண்களுடன் முடித்தேன். ஆனால் வாழ்க்கை அதுவன்று என்று அப்போது எனக்குப் புரியவில்லை. பல இடங்களில் வேலைக்குச் சென்றேன்.. எங்கும் ஒரு மாதத்திற்கு மேல் நிலையில்லை. போட்டித் தேர்வுகளுக்குத் தயாராக வீட்டில் கட்டாயப் படுத்தியதால் படிக்கிறேன் என்று இரண்டு வருடங்கள் கடத்தி விட்டேன். கடைசியாகக் கடந்த 3 வருடங்களாக பள்ளி மாணவர்களுக்குத் தனிப்பயிற்சி வகுப்புகள் எடுத்து வாழ்க்கையை ஓட்டுகிறேன். ஆரம்பத்தில் இது போதும் என்று தோன்றியது. இப்போது நாம் இவ்வளவுதானா என்று தோன்றுகிறது. என்னுடைய பாதுகாப்பு வளையத்தை விட்டு வெளியே வராமல் வாழ்க்கையையே தொலைத்து விட்டேன் என்று பயமாக இருக்கிறது. 27 வயது முடிந்தது.. எல்லோரும் ஏதோ ஒரு வேலைக்குப் போ என்கின்றனர். இனி எந்த வேலைக்குப் போவது? ஏற்கெனவே துறைகள் மாற்றியதால் தான் இந்தக் குழப்பம் என்று தோன்றுகிறது.. இப்போது வாழ்க்கையைப் பார்த்தால் பயமாக இருக்கிறது.. என்னால் யாருக்கும் பயனில்லை என்று தோன்றுகிறது. என்ன செய்வது என்று புரியவில்லை. உங்களைப் போன்ற அறிவும் அனுபவமும் வாய்ந்த பெரியோர் யாரும் வழிகாட்ட எனக்கு இல்லை. உங்களுக்கு நேரம் கிடைக்கும் பொழுது இதைப் படித்து விட்டு ஏதாவது சொல்லத் தோன்றினால் சொல்லலாம்."

நான்: "உங்களால் ஓரிடத்தில் ஒரே வேலையைச் செய்தபடி எட்டு மணி நேரங்கள் அமர்ந்திருக்க முடியுமா?"

நண்பர்: "இதுவரை நான் அதிக நேரம் செய்த வேலை teaching மட்டுமே. எட்டு மணி நேரம் உட்கார்ந்து கொண்டே ஒரே வேலை செய்ய என்னால் முடிந்ததில்லை. அல்லது நான் உட்கார்ந்து வேலை செய்ய, கஷ்டப்பட பயப்பட்டேனோ என்று தெரியவில்லை.. ஆனால் நான்கு சுவர்களுக்குள் உட்கார்ந்துகொண்டே வேலை செய்வதில் கொஞ்சம் விருப்பமில்லை."

நான்: "எட்டு மணி நேரங்கள் எவ்வகைக் கவனச் சிதறலும் இல்லாமல் ஒரே வேலையைத் தொடர்ந்து செய்வ தற்குப் பெயர்தான் வேலைக்குப் போவது. வேலை செய்வது. அது இயலாது என்றால் உங்களால் எதனையும் செய்ய இயலாது. வேலையின் தன்மை பொருட்டில்லை. அதனைத் தொடர்ந்து செய்யும் ஆற்றல் பொருட்டாகும். இளையராஜா ஒரே வேலையைப் பதினாறு மணிநேரம் செய்தார். கொத்தனார் ஒரே வேலையை எட்டு மணி நேரம் செய்கிறார். ஓர் ஓட்டுநர் நாள்கணக்கில் உறங்காமல் வண்டியோட்டியபடி வடநாடு செல்கிறார். அது உங்களால் முடியவில்லை. அடிப்படையி லேயே தவறு இருக்கிறது."

நண்பர்: "அப்போது நான் செய்வதற்கு பயந்துதான் இருக் கிறேன்.. நானே முடியாது என்று நினைத்து என்னை ஏமாற்றிக் கொண்டேனா?"

நான்: "ஆமாம். நான் நாளொன்றுக்குப் பத்து மணி நேரம் எங்கும் நகராமல் எழுதித்தான் இவ்விடத்திற்கு வந்திருக் கிறேன். வேலை என்ற பெயரில் இங்கே எல்லாரும் ஒரே வேலையைத் தொடர்ந்து ஆர்வத்தோடு மணிக்கணக்கில் செய்கிறோம்."

நண்பர்: "சரி ஐயா. இப்போது நான் வேலை செய்யத் தயாராக இருக்கிறேன். ஆனால் என் நண்பர்கள் எனக்கு முன்னால் எங்கேயோ போய்விட்டனர். நான் இன்னும் ஒரு முடிவு எடுக்க முடியாமல் யோசித்துக்கொண்டே இருக் கிறேன். ஒவ்வொருவரும் ஒன்று சொல்கின்றனர். எனக்கு எது சரியாக இருக்கும் என்று எப்படி முடிவு செய்வது? என் மேல் எப்படி நம்பிக்கை வர வைப்பது?"

நான்: "உங்கள் முன்னே உள்ள வாய்ப்பில் உடனே குதிக்க வேண்டும். அது என்ன வேலையாயிருந்தாலும் சரி. நான் பள்ளி இறுதிநாள் தேர்வு எழுதிவிட்டு மறுநாள் வேலைக்குச் சென்றுவிட்டேன்."

நண்பர்: "நான் இப்போது tuition எடுத்துக்கொண்டு இருக்கிறேன். மறுபடியும் வேறு துறைக்கு மாறினால் வளர்ச்சி இருக்காதோ என்று குழப்பம். இதையே விரிவுபடுத்தி ஒரு தொழிலாகச் செய்யலாமா? அல்லது வேறு துறைக்குப் போகலாமா?"

நான்: "எது சிறந்ததோ அதனைத் தேர்ந்தெடுக்க

வேண்டும். எல்லாவற்றிலும் அதற்கே உரிய உயர்வும் உண்டு. எதுவும் வீண் போகாது. மனத்தில் கொள்ளுங்கள் - செய்கின்ற எதுவும் வீண் போகாது."

நண்பர்: "ஆனால் நான் சொல்லிக் கொடுப்பது நன்றாக இருக்கிறது என்று பலரும் கூறி உள்ளார்கள்.. அதை விட்டு வேறு துறைக்கு மாறலாமா?"

நான்: "அதனை நீங்கள்தான் முடிவு செய்ய வேண்டும். இத்துறையில் பெரிதாகச் செய்ய இயலும் என்றால் இருக்கலாம். எந்தத் துறையில் வளர்ச்சி இருக்குமோ அங்கே நாம் இருக்க வேண்டும். எந்தத் துறையில் நாம் வளர்ந்து விட்டோமோ அங்கேகூட அத்துறையில் வளர்ச்சி இருந்தால் தான் இருக்க வேண்டும்."

நண்பர்: "இன்னொரு கேள்வி. நீங்கள் என்ன வாய்ப்பு கிடைக்கிறதோ உடனே குதித்து விட வேண்டும் என்றீர்கள். அப்போ.. passion என்ற ஒன்று இல்லையா.. அது வெறும் மாயையா?"

நான்: "அப்படிப் பிரித்துப் பார்ப்பதற்குப் பெரிதாக ஒன்று மில்லை. நான் கவிஞன் ஆக நினைத்தேன். ஏற்றுமதி நிறுவனத் தில் வேலை செய்தேன். அங்கேதான் படுவேகத்தில் தட்டச்சு செய்யப் பழகினேன். வாழ்க்கைக்கு அடித்தளம் இட்டேன். எனக்குத் தட்டச்சு தெரிந்ததால்தான் இன்று இவ்வளவு எழுதவே முடிந்தது. ஒன்றும் வீணாகவில்லையே அங்கே பொருளாதார அடிப்படைகள் கற்றேன். ஒருநாளைக் கூட வீணாக்கக் கூடாது. காலம்தான் எல்லாம்."

நண்பர்: "மிக்க நன்றி.. இப்போதே தொடங்குகிறேன்"

நான்: "வாழ்த்துகள்"

73

எந்திரன் இரண்டாம் பாகத்தில் பறவையியல் அறிஞர் சலீம் அலியை முன்வடிவாகக்கொண்டு ஒரு பாத்திரப் படைப்பு இருக்கும். சலீம் அலிக்கு நிகராய்த் தமிழகத்தில் ஒருவரைச் சொல்ல வேண்டும் என்றால் யாரைச் சொல்லலாம்? பேராசியரும் பறவையியல் அறிஞருமான பெரியவர் க.இரத்தினத்தைத்தான் சொல்ல வேண்டும். தமிழ்நாட்டுப் புள்ளினங்களைப் பற்றி அவர் எழுதியவை அனைத்தும்

இன்றியமையாதவை.

ஜேம்ஸ் ஜாய்சின் 'டப்ளின் நகரத்தார்' என்னும் நூலும் அன்னாருடைய மொழிபெயர்ப்பில் அண்மையில் வெளி வந்துள்ளது. அகவை எண்பத்தைந்துக்கு மேற்பட்டவரான அவர்க்கு ஒரு பாராட்டு விழா கோயம்புத்தூர் அரசுக் கலைக் கல்லூரியின் தமிழ்த்துறை சார்பாக நடைபெற்றது. இம்முயற்சியை முன்னின்று செய்தவர் பேராசிரியர் கால. சுப்ரமணியம். எழுத்தாளர்களும் பேராசிரியர்களும் மாணாக்கர்களும் கலந்துகொண்டனர்.

அவருடனான உரையாடல்களில்தாம் பறவைகளைப் பற்றிய பல குறிப்புகளைத் தெரிந்துகொண்டேன். "சிட்டுக் குருவிகளைப் பார்த்திருக்கீங்களா... எப்போதும் சோடியாகத் தான் இருக்கும். தனியாக ஒரு சிட்டுக்குருவியைப் பார்த்தாலும் அதன் இணை வேறெங்காவது அமர்ந்திருக்கும். பிறகு சேர்ந்து விளையாடும். பறக்கும். அந்தச் சிட்டுக்குருவிகளில் ஒன்றுக்குக் கழுத்தடியில் கறுப்புப் பொட்டு போன்று ஓர் அடையாளம் இருக்கும். அதுதான் சேவல். அந்தக் கறுப்பு இல்லாமல் இருப்பது பேடை. பறவைகளிலாகட்டும் விலங்குகளிலா கட்டும், ஆண்தான் அழகு." என்றார்.

கே.ஜி. மருத்துவமனை அருகே இருக்கின்ற அரசுக் கல்லூரிக் கட்டடமானது ஆங்கிலேயர் ஆட்சிக்காலத்தில் கட்டப்பட்டது. நெடிதுயர்ந்த தூண்களோடு இன்றும் செம்மாந்து நிற்கின்றது. அவர் அக்கல்லூரியில் பயின்றவர். பிறகு அங்கேயே பேராசிரியரும் ஆனார்.

சில நாள்களுக்கு முன்னம் புதுமைப்பித்தனின் கையெழுத்துப் படியை என் பதிவில் பார்த்திருப்பீர்கள். அதனைப் பாதுகாத்து வைத்திருந்தவர் ஐயாதான். தற்போது அதனைப் புதுச்சேரியிலுள்ள ஒரு நூலகத்திற்குத் தந்து விட்டார். அங்கே எழுத்தாளர்களின் கையெழுத்துப் படி களைப் பாதுகாக்கிறார்களாம். இன்றும் கைப்பட எழுது வோர் தம் காலத்திற்குப் பிறகு அத்தாள்கள் காத்து வைக்கப் பட வேண்டுமென்று கருதினால் அந்நூலகத்திற்குத் தந்து விடலாம்.

அவரை வாழ்த்திப் பேசிய எழுத்தாளர் நாஞ்சில் நாடன் "இரத்தினத்திற்கு வரவேண்டிய சிறப்புகள் எல்லாம் இந்நேரம் வந்திருக்க வேண்டும். பத்ம விருதுகள் என்கிறார்களே... அவை

இத்தகையோர்க்குத்தானே தரப்பட்டிருக்க வேண்டும்? ஏன் இந்தச் சமூகம் இப்படிப் பாராமுகமாக இருக்கிறது?'' என்று கேள்வி எழுப்பினார். க.இரத்தினம் தமது ஏற்புரையில் தாம் எதனையும் எதிர்பார்த்து எந்தப் பணியையும் செய்யவில்லை என்றும் பெர்னாட் சாகூட நோபல் பரிசினை மறுத்தவர் தானே என்றும் புன்னகையோடு கூறினார்.

விழாவில் தமிழினிப் பதிப்பகத்தின் புதிய நூல்கள் பலவற்றையும் வெளியிட்டுச் சிறப்பிக்குமாறு அவரைக் கேட்டுக்கொண்டோம். மகாத்மா காந்தி, நெல்சன் மண்டேலா, (த.கண்ணன் எழுதியவை) கார்காலம், தாயுமானவள் (சு.வேணு கோபால் எழுதியவை) பிழையில்லாத எழுத்து (மகுடேசு வரன்) எனக்குள் இருக்கும் ஒவ்வொன்றும் ஒரு பறவை, மெய்ந்நிகர் (மோகன இரவிச்சந்திரன்) கருத்த வாவு (நாஞ்சில் நாடன்) பிராய்டு (கால சுப்ரமணியம்) ஆகிய நூல்கள் வெளியிடப்பட்டன. பேராசியரின் 'அப்பாலுக்கு அப்பால்' என்ற நூலும் வெளியிடப்பட்டது.

விழாவில் கல்லூரி முதல்வர் முனைவர் கா.சித்ரா தலைமையுரையாற்றினார். தமிழ்த்துறைத்தலைவர் முனைவர் சு.பூங்கொடி வாழ்த்துரைத்தார்.

74

வீட்டுப் பூனை இம்முறை நான்கு பறழ்களை ஈன்றுள்ளது. கடந்த முறை ஈன்றதை நேரில் பார்த்தேன். "பூனை குட்டி போடறதைப் பார்த்தா மிகவும் நல்லது" என்பார்கள். தேவகவுடா தலைமை அமைச்சர் ஆனது அப்படிக் கண்ட அருளால்தான் என்றும் கூறப்பட்டது. நமக்கு அப்படி எதுவும் நல்லது நடந்ததா என்று பின்னோக்கிப் பார்த்தேன். வழக்கம்போல் நடந்தனவேயன்றி வேறொன்றும் பெரிதாகக் கூறுதற்கில்லை. எப்போதும் இரண்டு இரண்டாகப் பிறப்பவை இம்முறை நான்காகப் பிறந்துள்ளன. வளர வளர அவை எல்லாவற்றையும் ஏறித் தாவி உருட்டித் தள்ளும். நம் காலை வேட்டைப்பொருள் போல் கருதித் தன் பூம்பல்லால் கடிக்கும். பெருவிரல் ஆட்டினால் ஓடிவந்து அமுக்கும். அவ்வினிய குறும்புகள்தாம் பூனை வளர்ப்பில் பொற்காலம். காத்திருக்கிறோம்.

75

புல்லட் ஈருருளியின் வலப்புறக் கண்ணாடி சுவரில் பட்டு உடைந்துவிட்டது. நான் உடைக்கவில்லை. வண்டியைத் தள்ளி நிறுத்துகிறேன் என்று வீட்டார் முயன்றதில் நிகழ்ச்சி நடந்துவிட்டது.

பின்னால் உடன்வருவோர்மீது ஒரு கண் வைத்துக் கொண்டேதான் நகர்ப்புறங்களில் வண்டியோட்ட வேண்டி யிருக்கிறது. அதனால் உடைந்த கண்ணாடியை உடனே மாற்றிவிட வேண்டும் என்றிருந்தேன். கோயம்புத்தூர் விழாவிற்குச் சென்றபோது கோகுல் பிரசாத்தோடு அலைந்து வலக்கண்ணாடியை வாங்கிவந்தேன்.

இப்போது மாட்டவேண்டும். கண்ணாடியின் கழுத்து முறிந்து விழுந்துவிட்டது. அதனைத் தாங்கிப் பிடிக்கும் இருப்புக்குச்சி அப்படியே நிற்கிறது. அதனை அகற்றிப் புதிது பொருத்த வேண்டும்.

வீட்டில் எப்போதும் மரைதிருகிகள் இருக்கும். அவற்றில் ஒன்றைக்கொண்டு தலையில்லாமல் இருக்கும் கம்பிக்குச்சியை அகற்றிவிட்டு நானே மாட்டலாம்.

மரைதிருகியால் திருகிப் பார்த்தேன். தொழிலகத்தில் முறுக்கப்பட்டது என்பதால் அவ்வளவு எளிதில் கழலவில்லை.

தொலைவிலிருந்து பார்த்தோருக்கு நான் புல்லட்டின் கைப்பிடியைப் பிடுங்கி எறியப் போராடுவதுபோல் தெரிந் திருக்கும். ஒரு கட்டத்திற்குமேல் மரைதிருகியைப் பொருத்திக் குத்திப் பார்த்து நகர்த்துவோமா என்ற எண்ணம் வந்தது. குத்தினேன். கட்டைவிரலடியில் காயமாகிவிட்டது. குருதிச் சொட்டு பூத்தது.

இது ஆகாது போலும் என்று ஈருருளிப் பழுதாற்று நரிடமே எடுத்துச் சென்றேன்.

சாலையோரப் பழுதாற்றுநர்கட்கு இப்போது தட்டுப்பாடு. புதிதாக அடிப்படையிலிருந்து இத்தொழில் கற்று வருவோர் அருகிப்போயினர்.

எம் தெருவில் ஒரேயொரு தம்பிதான் இருக்கிறான். அவன் பழுதாற்றுகிறானோ இல்லையோ வண்டியை மேலும் குலைத்துத்தான் தருவான். இந்தக் கண்ணாடியைக் கழற்றி மாட்டுவதில் தீதொன்றும் வரப்போவதில்லை என்றுதான்

அவனை அணுகினேன்.

"தம்பி... இந்தக் கண்ணாடி உடைஞ்சு போச்சு. புதுசு வாங்கி வந்திருக்கிறேன். மாட்டிவிடு" என்றேன்.

நான்கு வண்டிகளைப் பிரித்துப்போட்டு ஒவ்வொன் றோடும் ஓர் அமர்வு என்று போராடிக்கொண்டிருந்தான். இந்தச் சிறுவேலை வந்ததும் அவனுக்கு என்ன தோன்றிற்றோ தெரியவில்லை. வந்து கண்ணாடியைப் பார்த்ததும் "வலப் பக்கத்திற்குப் பதிலா இடப்பக்கக் கண்ணாடி வாங்கி வந்துட்டீங்க." என்றான்.

நன்றாகக் கேட்டு வாங்கியதுதான். உரிய கண்ணாடி யைத்தான் வாங்கி வந்திருக்கிறேன் என்று வைத்துக்காட்டி மெய்ப்பித்தேன்.

பிறகு அவனுடைய மரைதிருகியோடு வந்தான். அது நான் வைத்திருந்ததைவிட மொழுக்கையாக இருக்கவே பொருந்தாமல் வழுக்கியது.

அவன் இறுக்குகிறானா தளர்த்துகிறானா என்றே தெரியவில்லை. அதற்குள் உதவியாள் எதற்கோ அழைக்க ஒரு வண்டியை நோக்கி ஓடினான்.

வெறுமனே நின்றுகொண்டிருந்த நான் மரை திருகியைக்கொண்டு முயன்று கழற்றிவிட்டேன்.

"தம்பி கழற்றிட்டேன்பா" என்று குரல் கொடுத்தேன்.

சென்ற வேலை முடித்து வந்தான். புதிய கண்ணாடியை எடுத்துப் பொருத்தினான். அது மரைக்குள் அமரவில்லை.

வண்டியைச் சுற்றி வந்து எல்லாத் தோன்றெழில் நிலைமையிலும் முயன்றான். அது பொருந்தவில்லை.

"அண்ணா இது மாறிப்போச்சு. பாருங்க. மரைக்குள்ள போவல. இருங்க ஒரு வண்டியை அனுப்பிட்டு வரேன்" என்றவன் இன்னொரு வண்டியின் பின்னேபோய்ப் பால் கறப்பவனைப்போல் அமர்ந்துவிட்டான்.

இப்போதும் நான் வெட்டியாக நிற்கிறேனே... வாங்கி வந்த கண்ணாடியை மரையில் வைத்து மென்மையாகச் சுழற்றினேன். எனக்கும் பொருந்தாமல் நழுவியது.

ஒருவேளை, தவறாகத்தான் வாங்கிவந்துவிட்டோமே என்று நானும் ஐயுற்றேன்.

பால் கறப்பிலிருந்தவன் "நான் சொன்னேன் பார்த்தீங் களா?" என்பதைப்போலச் சிரித்தான்.

நானும் விடுவேனா, மீண்டும் மீண்டும் மரைக்குள் வைத்து வாய்க்குள் விரல்விட்டுச் சுழற்றுவதுபோல் பக்குவமாக முயன்றேன். மூக்கு அடையை நோண்டி எடுத்து உருட்டுவதுபோல் மென்மையான செயல் அது.

ஒரு திருகு எனக்கு அடங்கிவிட்டது. மேலும் வைத்துச் சுழற்றவே மரைக்குள் பொருந்தி இறுக்கமாக அமர்ந்து விட்டது. "தம்பி போயிடுச்சுப்பா" என்று வெற்றிக்குரல் எழுப்பினேன்.

"அப்படியா?" என்று வந்தவன் நான் ஒருவாறு பொருத்தியிருப்பதை ஏற்றுக்கொண்டான்.

இப்போது நன்கு முறுக்கி இறுதி செய்தான். உடைந்த வலப்பக்கக் கண்ணாடிக்கு மாற்றாகப் புதுக்கண்ணாடி மின்னியது.

"எவ்வளவுப்பா?" என்று சட்டைப்பையில் விட்டேன்.

"நீங்களே கழட்டுனீங்க. நீங்களே மாட்டுனீங்க. இதுக் கெதுக்குக் காசு?" என்றவன் இன்னொரு வண்டியின் பின்னே பால் கறக்க அமர்ந்தான்.

76

திருப்பூர்ப் புத்தகத் திருவிழாவில் அகவை மூத்த பெரிய வரைக் கண்டேன். எப்போதும் அவரை ஆண்டுதோறும் அங்கே காண்பேன்.

என் புது நூல்கள் என்னென்ன என்று கேட்டு வாங்கிக் கொள்வார். தாம் வாங்குவதோடு நண்பர்களையும் அழைத்து வந்து பரிந்துரைப்பார்.

என்னை ஏற்றி அழகு பார்த்த உள்ளூர்ப் பெருமக்களில் ஒருவர். இருபதாண்டுகட்கு முன்னம் நகரின் பல்வேறு செயற் பாடுகளை முன்னெடுத்துச் செய்தார். எல்லா அமைப்பு களிலும் தம்மால் ஆன பங்களிப்பைத் தந்தவர். எல்லார்க்கும் பொதுவானவர்.

நின்று பேசுவதற்கு நேரமில்லாமல் அடுத்தடுத்த திட்டங் களில் ஆழ்ந்திருப்பார். எழுத்தின்மீது தீராப்பசியோடு

திகழ்ந்தவர்.

இலக்கியம், திரைப்படம் என அவர் எடுத்துச் செய்த நல்லவை பல. இன்றுவரை கூட்டமுடியாத கூட்டங்கள் பலவற்றினை அன்றே கூட்டிக்காட்டியவர்.

அகவை கூடியதும் அவர் எல்லாச் செயல்பாடுகளி லிருந்தும் ஒருவகையான ஓய்வுக்கு வந்திருந்தார். ஆனால், நகரின் முதன்மை நிகழ்வுகளில் அவர் இடம்பெறாமல் இருந்ததில்லை.

ஓரிடத்தில் புத்தகம் ஒன்றைப் பிரித்துப் படித்தபடி அமர்ந்திருந்த அவரை நோக்கிச் சென்றேன்.

நலம் வினவினேன். "நல்லாருக்கீங்களா?"

என்னைக் கண்டதும் அவர் கேட்ட முதற்கேள்வி "இப்ப உங்க புத்தகம் என்னென்ன வந்திருக்கு?"

நான் புத்தகங்களையும் கிடைக்கும் அரங்கினையும் கூறினேன். அவற்றை நாட்குறிப்பேட்டில் குறித்துக்கொண் டார்.

"வாழ்க்கையே வெறுமையா இருக்கு. எதுவுமே எனக்குப் பிடிக்கல…" என்று அவர் கூறியதும் எனக்கு வாய் உலர்ந்தது.

"என்ன சொல்றீங்க? நீங்களே இப்படிச் சொல்ல லாமா?" என்று உள்ளங்கைகளைப் பற்றிக்கொண்டேன். வெப்பமிழந்து வாழையிலைக் குளிர்ச்சியோடு இருந்தது அவருடைய உள்ளங்கை.

அவரோடு நட்பு பாராட்டி அவருடைய முயற்சிகட்குப் புரவலராயிருந்த பெருந்தலைகள் பலரும் இப்போது இயற்கை எய்திவிட்டனர்.

"யோசிச்சுப் பார்த்தா எதற்குமே பொருளில்லை." என்றார்.

"அப்படிச் சொல்லாதீங்க. எவ்வளவோ செஞ்சீங்களே. மறக்க முடியுமா? நாங்களெல்லாம் நீங்க வளர்த்துவிட்ட பிள்ளைகளில்லையா? உங்க வாழ்க்கை வரலாற்றை எழுத முயற்சி செய்யுங்க. குறிப்புகளாகவேனும் எழுதி வைங்க. எல்லார்க்கும் பயன்படும்" என்றேன்.

"பார்க்கலாம்" என்றவர் எனக்கு விடைகொடுத்தார்.

நகரின் முப்பதாண்டுக் கலை இலக்கியப் பணிகளின் மிகப்பெரிய செயற்பாட்டாளர் அமைதியே உருவாக அமர்ந்திருந்தார். அவருடைய இறுக்கத்தை என்னால் கண்கொண்டு பார்க்க முடியவில்லை. வந்துவிட்டேன்.

77

அண்மையில் நான் வாங்கிய பல நூல்களில் சிறப்பான ஐந்து நூல்களைப் பற்றித் தெரிவிப்பதாகக் கூறியிருந்தேன். அவை இவையாம். இந்நூல்கள் அவற்றின் வெவ்வேறு துறை சார்ந்து எனக்கு மிகவும் இன்றியமையாதன.

1. இந்திய ரயில் போக்குவரத்தின் சுவையான வரலாறு
 (பேராசிரியர்கள் பொ. முத்துக்குமரன், ம. சாலமன் பெர்னாட்சா)

இந்தியாவில் இருப்பூர்தித் தடங்கள் எவ்வாறு நிறுவப் பட்டன என்பதனைச் சுவையாகவும் வரலாற்றுத் தரவு களோடும் எடுத்தியம்புகின்ற புதுநூல். இந்திய இருப்பூர்தி வரலாற்றைப் பேசுகின்ற முதல்நூல் என்று நூல்முகமன் கூறுகிறது. நம் நாட்டின் அருமைகளில் இருப்பூர்திச் சேவையை மறவாது கூற வேண்டும். இன்றைக்கும் இந்நாட் டின் ஒரு மூலைக்குச் செல்வதற்கு எளியோர் முன்னுள்ள ஒரே போக்குவரத்து வாய்ப்பு. எனக்கு இருப்பூர்திகளின்மீது தீரா மயக்கமுண்டு. அக்காலத்தில் தூத்துக்குடியிலிருந்து கொழும் புக்குச் செல்ல பதினாறு மணிகள் ஆயிற்றாம். தனுஷ்கோடியி லிருந்து தலைமன்னார்க்குச் செல்ல வெறும் இரண்டு மணி நேரமே போதுமாம். அதன் பொருட்டே தனுஷ்கோடிவரை இருப்புப்பாதை அமைக்கப்பட்டதாக வரலாறு கூறுகிறது. ஒரே பயணச்சீட்டில் இருப்பூர்தியிலும் கப்பலிலும் செல்லும் படி அமைந்த பயணச்சேவை. சுவையான நூல்.

(வெளியீடு: நியூ செஞ்சுரி புக் ஹவுஸ் (பி) லிட். விலை உரூ. 275.)

2. தமிழ் இலக்கண உணர்வுகள்
 (ஆ. சிவலிங்கனார்)

தமிழ் இலக்கணத்தைக் கட்டிக்காத்து வளர்த்தெடுத்த தில் தமிழ் மடங்களுக்கும் பெருமையுண்டு. தமிழ் ஏடுகள் கல்வி கற்பித்தலின்பொருட்டே தொடர்ந்து படியெடுத்து எழுதப்பட்டன என்கிறார்கள். அந்தத் தேவையிருந்ததால்தான் பழந்தமிழ் நூல்கள் யாவும் தொடர்ந்த பயன்பாட்டில்

பாதுகாக்கப்பட்டன. மயிலம் பொம்மபுர ஆதீனப் புலவரும் சி.பா.சு. தமிழ்க்கல்லூரியின் முன்னைய பேராசானுமாகிய ஆ.சிவலிங்கனார் எழுதிய இந்நூல் என்னைக் கவர்ந்தது. நூலாசிரியரின் மறைவுக்குப் பிறகு வெளிவருகிறது. இலக்கணத்தை உணர்வுடையதாகக் கருதி உரையாடுகிறது இந்நூல். இலக்கணத்தைப் பற்றி வெவ்வேறு தளங்களில் பெரியவர்கள் எவ்வாறு கூறி நிற்கிறார்கள் என்று நான் அறிவது கட்டாயம்.

(வெளியீடு : கபிலன் பதிப்பகம், புதுச்சேரி, விலை உரூ. 120)

3. விஜயமங்கலம்
   (ஆ. முருகராஜ்)

கொங்கு நாட்டின் சமணத் தலைநகரமாகவே விளங்கியது என்று கருதுமளவுக்கு வரலாற்றுச் சிறப்புடையது இவ்வூர். கருநாடகத்திலுள்ள சரவணபெலகுள சிறந்திருந்த போது இவ்வூரும் பெருமையால் பொலிந்தது. மூன்று தமிழ்ச் சங்கங்களுக்குப் பிறகு இவ்வூரில் நான்காம் தமிழ்ச்சங்கம் சிறந்து விளங்கியது என்று கூறுகிறார்கள். அருகிலேயே செங்கப்பள்ளி என்ற ஊரும் இருக்கிறது. அது சங்கப்பள்ளி யாக இருக்கலாம். கொங்கு வேளிர் யாத்த பெருங்கதை அரங்கேற்றப்பட்ட ஊர். நன்னூலார் பவணந்தி முனிவரும் இவ்வூரை அடுத்த ஊரினரே. அருகில்தான் தொல்லியல் களமான கொடுமணலும் இருக்கிறது. இவற்றினைத் தொகுத்து வகுத்துக் கூட்டிப் பெருக்கினால் பெருவரலாறு அடியே படுத்திருப்பதை அறியலாம் என்று கருதுகிறேன்.

(வெளியீடு : தமிழ்நாட்டு அரசுத் தொல்லியல் துறை, விலை உரூ. 89)

4. Select Inscriptions of Tamilnadu

தமிழகமெங்கும் தொல்லியல் துறையினரால் படி யெடுக்கப்பட்ட கல்வெட்டுகள், பொருள்களில் பதியப்பட்ட எழுத்துகள் என அனைத்திலிருந்தும் தேர்ந்தெடுக்கப்பட்ட வற்றின் தொகுப்பு நூல். தலைப்படி தமிழிலும் அதன் மொழி பெயர்ப்பு ஆங்கிலத்திலும் இருக்கின்றன. அக்கால மொழி நடை எப்படி இருந்தது? கல்லில் எவ்வாறு பொறித்திருக் கிறார்கள்? செய்யுள் அல்லாத உரைநடை ஆக்கத்தின் பழைய போக்கு யாது? இன்னும் பல வினாக்களுக்கான விடையாக இந்நூலைப் பார்க்கிறேன். அண்மையில் கீழடியில் கண்டெடுக்கப்பட்ட கறுப்பும் சிவப்புமான பானையைப் போன்றே 2006ஆம் ஆண்டு பதிப்பிக்கப்பட்ட இந்நூலில் ஒரு

படமும் இருக்கிறது. அதில் நெடுங்கிள்ளி என்ற பெயர் பொறிக்கப்பட்டிருக்கிறது. அதியமான் நெடுமான் அஞ்சி என்றுள்ள அவ்வெழுத்துகள் அதியமானின் கண்கள் கண்ட எழுத்துகள்.

(வெளியீடு : தமிழ்நாட்டு அரசுத் தொல்லியல் துறை, விலை உரூ. 92)

5. சுப்ரமண்யராஜு கதைகள்

எழுபது எண்பதுகளின் திரைப்பாடல்களைப் போலவே அக்காலத்தின் சென்னையையும் அம்மக்களையும் எனக்கு மிகவும் பிடிக்கும். சென்னையைப் பற்றிய கனவு அவ்வூரைப் பற்றி எழுதப்பட்ட எழுத்துகளின் வழியாக நெஞ்சத்தில் தேங்கியிருந்தது அப்போது. அந்நினைவுகளைத் தூண்டும் எழுத்துகளைத் தேடித் துழாவிப் படிக்கின்றேன். அவ்வாறு படிக்க வேண்டும் என்று நினைத்தவர்களில் சுப்ரமண்யராஜு ஒருவர். தாம் கூற விரும்பும் கதையைச் செறிவும் எளிமையும் கலந்த நடையில் எழுதுகிறார். சிறிது படித்துவிட்டேன். சிறுகதைத் தொகை நூல்களில் இது சிறப்பான படிப் பின்பத்தைத் தரவல்லது.

(வெளியீடு : கிழக்கு, விலை உரூ. 410)

78

யார்க்கும் தெரியாத அரிய மறைபொருள் ஒன்று இருக்கிறது. அதுதான் எண்ணிக்கைக் கணிப்பு, விலைக் கணிப்பு முதலானவற்றில் இயங்குகிறது. இங்கே கூறுகிறேன். பயன்படுத்திப் பாருங்கள்.

கூட்டத்தின் பெரும்போக்கு/வணிகத்தின் பெரும் போக்கு என்ன ஆகும், எப்படி நிற்கும் என்பதை அறிவதற்குக் கணிதத்திலும் முயன்றிருக்கிறார்கள்.

பல்லாயிரக்கணக்கான மூளைகள் ஒரேயொரு பொருள் மீது ஆராய்ந்து தம் முடிவைப் பதிவு செய்கின்றன என்னும் போது அவ்விளைவு எப்படிப்பட்டதாக இருக்கும்?

அத்தகைய செயல் நடந்து முடிந்தபோது ஓர் ஊசலாட்டமும் உண்டெனில் அதன் மேல் கீழ் எல்லை என்ன?

ஒன்றும் விளங்கவில்லையா?

இப்போது வெளிவந்த தில்லித் தேர்தல் முடிவினை

எடுத்துக்கொள்வோம். அதில் பல்லாயிரக்கணக்கான மூளைகள் தத்தம் முடிவுகளைப் பதிவு செய்திருக்கின்றன.

அதன் விளைவு ஒருவாறு தெரிகிறது என்றாலும் இடங்களின் எண்ணிக்கையை எவ்வாறு முன்னேயே கணிப்பது? அதன் ஊசலாட்டம் எத்திசையில் நகரும்?

ஆம் ஆத்மியினர் ஐம்பது இடங்களைக் கைப்பற்றக் கூடும் என்பது கணிப்பு.

முதல் அறிவிப்பிலேயே ஐம்பது, ஐம்பத்திரண்டு என்று எண்ணிக்கை தெரிந்துவிட்டது.

வாக்கு எண்ணல் நிகழ நிகழ இந்த எண்ணிக்கை கூடவோ குறையவோ நேரும்.

இது கூடினால் அறுபத்து நான்கு இடங்கள்வரைக்கும் போகும். குறைந்தால் நாற்பத்தொன்பதுக்குக் குறையாது என்று காலையில் கணித்தேன்.

இந்த எண்ணிக்கைக்கு மிக அருகில்தான் முடிவு இருக்கும். பெரும்போக்கின் திசை கூடுவதற்கே வாய்ப்பிருப்பதை முதல் முடிவுகள் காட்டிவிட்டன.

ஆம் ஆத்மி கட்சிக்கு அறுபத்து நான்கு இடங்கள் கிடைக்கும் என்ற என் கணிப்பு ஏறத்தாழ நிறைவேறிவிட்டது. அறுபத்து மூன்று இடங்கள் என்று தற்போது முடிவாகி யிருக்கிறது.

எப்படிக் கணித்தேன்? கணிதத்தின்படி ஒன்று இன்னொரு மடங்கு வளர்ந்தால் அதன் முடிவு இரண்டு.

இரண்டு இன்னொரு மடங்கு வளர்ந்தால் அதன் முடிவு நான்கு.

ஆனால், மூன்று இன்னொரு மடங்கு வளர்ந்தால் அது ஆறு இல்லை. ஒன்பது.

நான்கு இன்னொரு மடங்கு வளர்ந்தால் அது எட்டு இல்லை. பதினாறு.

எப்படி? கணிதத்தின்படி வளர்ச்சி என்பது நேர்க் கோடாக இருப்பதைப்போன்ற வளர்ச்சியில்லை.

ஒரேயொரு கோட்டில் மட்டுமே முந்நூற்று அறுபது பாகைக்கு வளர்ச்சி இருக்கிறது. பன்முனையிலும் வளர்வது தான் வளர்ச்சி.

விரல்மட்டுமே வளர்வதில்லை, அது சேர்ந்திருக்கும் உடலின் அனைத்துப் பகுதிகளுமே வளர்கின்றன. அவை அனைத்தையும் வளர்ச்சியாகக் கொள்ள வேண்டும்.

இவ்விடத்தில்தான் வர்க்கமூலம் கனமூலம் முதலான வற்றைக் கருத வேண்டும். அவ்வெண்கள் மிகப்பெரிய திறப்புகள்.

2 X 2 = 4

3 X 3 = 9

4 X 4 = 16

1, 2, 9, 16, 25, 36, 49, 64, 81, 100, 121, 144 என வர்க்க மூல எண்களின்படியே இத்தகைய கூட்டத்தின் முடிவுகள் வழியாக எட்டப்படும் எண்களின் எல்லைகள் அமையும். வளர்ச்சியும் தேய்வும் அமையும்.

எடுத்த எடுப்பில் ஐம்பத்திரண்டு என்ற முன்னிலையைப் பெற்றது ஆம் ஆத்மி.

52 என்னும் அவ்வெண் 49 என்னும் ஏழின் வர்க்க மூலத்திற்கும் 64 என்னும் எட்டின் வர்க்கமூலத்திற்கும் இடையிலுள்ள எண்.

கூடினால் அறுபத்து நான்குவரை போகும் என்று எளிதாகக் கணிக்கலாம். குறைந்தால் நாற்பத்தொன்பதுக்குக் குறையாது. அவ்வளவுதான்.

இனி எந்தக் காலத்திலும் தங்கத்தின் விலை இறங்காது என்பது தெரிந்துவிட்டது. ஆனால், விலை குறைந்தால் வாங்கி வைக்கலாம். என்ன விலைக்கு வாங்குவது?

இப்போது 30500 என்ற விலையில் தங்கம் இருக்கிறது. அது 175 என்ற எண்ணின் வர்க்கமூலத்திற்கு அருகில் இருக்கிறது (175 X 175 = 30625)

தங்கத்தின் விலை தாழ்ந்தால் எங்கே வரும்? நூற்று எழுபத்தைந்துக்கு முன்னுள்ள வர்க்கமூல எண் 169 (13 x 13 = 169)

அப்படியானால் 169இன் வர்க்கம் என்ன? 169 x 169 = 28561

தங்கம் 28500 என்ற விலைக்குத் தாழ்ந்தால் தயங்காமல் வாங்கலாம். இப்போதைய விலை நிலவரத்தின் தாழ்வான

பகுதி இதுதான்.

டாலருக்கு நிகரான உரூபாய் மதிப்பு அறுபத்து நான்கினைத் (8 x 8 = 64) தாண்டி நிலைபெற்றுவிட்டால் இனி அது எண்பத்து ஒன்றுக்குத்தான் (9 x 9 = 81) செல்வதற்கு வாய்ப்பிருக்கிறது.

ஒருவேளை நம் நாடு பெரிய வல்லரசாகிவிட்டது என்று வைத்துக்கொள்வோம். டாலருக்கு நிகரான உரூபாய் மதிப்பு நாற்பத்தொன்பதைத் தொட்டுவிடும். (7 x 7 = 49)

எண்களால் அளவிடப்படும் பலகூட்டு நிலவரங்களின் அலகுகள் இவ்வாறு எட்டுவைத்துச் செல்கின்றன. கான் கொள்கை (Gann theory) என்று இணையத்தில் தேடிப் பிடித்துப் படித்துப் பாருங்கள். மேலும் விளங்கும்.

இம்முறையை நாமும் நம் கணிப்புகளில் பயன்படுத்திக் கொள்ளலாம்.

79

முகநூலில் விருப்பக் குறிகள் குறைந்துவிட்டன என்று பெரும்பதிவர்கள் பலர் கூறுவதைப் பார்க்க முடிகிறது. அக்கூற்று உண்மையும்கூட. முன்பு கூட்டம் குவித்த பெரும் பதிவர்கள் பலர் தற்போது இரட்டை இலக்க விருப்பக்குறி களை அடைவதற்கே தள்ளாடுகிறார்கள். நான் தொடர்ந்து ஆராய்ந்தவரையில் கீழ்க்கண்ட காரணங்களில் ஏதேனும் ஒன்றோ பலவோ இருப்பின் முகநூலில் விருப்பக்குறிகள் சரிகின்றன. இக்குறிப்புகள் நண்பர்கட்கு உதவக்கூடும்.

1. தொடக்கத்தில் பொருட்படுத்துமாறு எழுதத் தொடங்கிய பதிவர் காலப்போக்கில் எழுதுவதற்குப் பொருளில்லாது தடுமாறுகிறார் என்பது மக்களுக்குத் தெரிந்துவிட்டது. இவர் ‘முன்புபோல் எழுதுவதில்லை’ என்று விருப்பக்குறியிட்டோர் அறிந்துகொள்கின்றனர். எதனையும் தொடர்ந்தும் நிலையாயும் செய்ய வேண்டும்.

2. எந்நேரம் பார்த்தாலும் ‘நொய் நொய்’ என்று கண்டதையும் கழிசடையையும் எழுதிக்கொண்டே இருந்தால் விருப்பக்குறிகள் குறையும். பதிவுகளின் வழியே நண்பர்களின் தொடர்ச்சியான எதிர்வினைகளைக் காப்பாற்றிக்கொள்வது குறித்து பதிவர்க்கே அக்கறை இல்லையெனில் யார் அவரை

விரும்புவார்?

3. பெருத்த இடைவெளி விழுந்துவிட்டால் அதுவரை சேர்த்து வைத்திருந்த கூட்டம் காணாமல் போய்விடும். எப்போதும் காலை ஆட்டிக்கொண்டே இருக்க வேண்டும். இல்லையெனில் உடலைத் தூக்கிவிடுவார்கள். தொடர்ச்சி யாய்ச் செயல்படாவிட்டால் "தானாகச் சேர்ந்த கூட்டம்" பதிவர்க்குத் தான்னானே பாடிவிடும்.

4. பிற இணையத் தளங்களில் எழுதும், காணும் இணைப்புகளை மிகுதியாகப் பகிர்ந்தால், கொடுத்தால் ஒருவரும் உவப்பதில்லை. அத்தகைய செயல்பாடுகளை முகநூலே மட்டுப்படுத்துகிறதோ என்று தோன்றுகிறது. பெரிய பதிவரே ஆயினும் அவர் பிற தளங்களில் எழுதுவதன் தொடுப்பினை இங்கே கொடுத்தால் யார்க்கும் ஆர்வமில்லை.

5. நல்ல பதிவர், கவிஞர், எழுத்தாளர், நடுநிலையாளர், சமூகச் செயற்பாட்டாளர், கல்வியாளர், கருத்தாளர் என்ற நிலையிலிருப்பவர் திடீரென்று அரசியல் கட்சி, சாதி, மதம் போன்ற ஒன்றின்மீது ஈவு இரக்கமில்லாமல் தொடர்ந்து முட்டுக்கொடுத்தால் மக்கள் தெறித்து ஓடி விடுகிறார்கள். கட்சி சார்பான பதிவர் என்றால் அந்தக் கட்சியைச் சார்ந்தோர்கூட விருப்பக் குறியிடுவதில்லை. நட்பாளர், பின்தொடர்பாளர் என்று எண்ணிக்கை கூடினாலும் அது அவருடைய பதிவில் விளைச்சலாக மாறாது.

6. இதுநாள்வரை ஒருவருடைய பதிவுகளில் குறுக்கும் நெடுக்கும் ஓடியவர் சிறிது சிறிதாகக் காணாமல் போகின்றார் என்றால் அவர் அவருடைய கடையை முன்னேற்றிக் கொண் டுள்ளார் என்று பொருள். பிறந்தநாள், மணநாள் என வாழ்த்து வேண்டுகின்ற பதிவுகளில் அவர் அடையும் நூற்றுக்கணக்கான எதிர்வினைகள் அவருடைய கனவினை வளர்க்கின்றன.

7. எழுதுவதற்கு ஒன்றுமில்லாமல் அடிக்கடி தம்முடைய படத்தைப் போட்டுக்கொண்டிருந்தால் நண்பர்கள் மிகுந்த அயர்ச்சிக்குள்ளாவார்கள். படங்களைப் போடலாம்தான். ஆனால், செம்பாதிக்கும் மிகுதியாக எழுதுவது இருக்க வேண்டும். நீங்கள் என்ன நினைக்கிறீர்கள், கருதுகிறீர்கள், கூற வருகிறீர்கள்? அதனைத் தெரிந்துகொள்ளவே மற்றவர்கள் விரும்புகிறார்கள். நாளடைவில் படத்துக்கு விழும் விருப்பக்

குறிகள் எழுத்துக்கு விழா. எழுத்து பொருட்படுத்தப்படாமல் போய்விடும்.

8. என்னதான் நல்ல பதிவராக இருப்பினும் நன்கொடை வேண்டல், பண உதவி கோருதல், தம் பொருள்களையோ சேவையையோ வற்புறுத்தி விற்றல், விளம்பரம் பெறுதல் என்று ஒருவர் செயல்பட்டால் அவர் தமக்கான கூட்டத்தை இழப்பார். எப்போதுமே தம்மைத் தருமிடத்தில் வைத்துக் கொள்ளத் தெரிய வேண்டும்.

9. காமம் சார்ந்து வெளிப்படையாக எழுதினால் சிறிய கூட்டமொன்று உடனடியாக ஓடிவரும். பதிவும் அதற்கு வரும் எதிர்வினைகளும் அப்பதிவரை எதனையும் எண்ணவிடாமல் கிளர்ச்சியிலேயே வைத்திருக்கும். அவ்விடத்தில் இளையோர் தவிர்த்த பிறர் அவர்மீது இரக்கம்தான் கொள்வார். மேன் மக்களிடம் ஒருவர் பெயரெடுக்க வேண்டியது கட்டாயம். அது தவறினால் நீண்ட நெடுநாள் அளவில் அப்பதிவர் அடைந்திருக்க வேண்டிய நல்லிடம் பறிபோய்விடும்.

10. நகைச்சுவை, தரமொழி, படைப்பு, பகடி, திரைப் படம், அரசியல் என்று முயன்று எழுதினாலும் உங்கள் பதிவுகளின் வழியே ஒருவர் அடைவதற்கு என்ன இருக்கிறது என்ற கேள்வியே இறுதியானது. அஃதொரு வழிகாட்டலாக இருக்கலாம். கற்பிப்பாக இருக்கலாம். கலையாக இருக்கலாம். புதுப்பார்வையாக இருக்கலாம். மெய்யாய் உணர்த்தும் தன்பாடாக இருக்கலாம். அதனை ஒருவர் பெற்றுவிட்டால் அப்பதிவரை இறுக்கிப் பிடித்துக்கொள்வார். விட்டு நீங்கவே மாட்டார். அங்கே சறுக்குபவர்கள்தாம் இழந்து தவிக் கிறார்கள்.

80

கடையொன்றில் நின்றிருந்தேன். அருகே அரசியல் அடிப்பொடிகள் சிலர் பேசிக்கொண்டிருந்தனர். குடிமயக்கும் குடிகெடுப்பும் தனக்கு நெடுநாட்பட்ட பழக்கம் என்ற தோற்றத்தில் இருந்தவன் கூறினான் :

“ஏப்பா... வெவரம் தெரியுமா... போன வாரம் பஞ்சாயத் துக்குப் போயிருந்தம்ல... வளர்ந்தான் ஒருத்தன் அந்தப் புள்ளக்கி சப்போர்ட்டுப் பண்ணி எச்சுப்பேச்சு பேசுனான்ல... அவன் இன்னிக்கு நால்ரோட்ல லாரில அடிபட்டுட்டானாம்.

நல்லா நொக்கடியாட்டம் இருக்குது. பெரியாஸ்பத்திரிக்கு எடுத்துட்டு போயிருக்காங்களாம். ஒன்னும் உறுதியாச் சொல்றதுக்கில்லையாம்..."

கேட்டுக்கொண்டிருந்த கூட்டத்தார் முகத்தில் இரங்கற் குறிப்பே இல்லை. நம்மிடம் ஒருவன் எதிர்த்துப் பேசிவிட்டு அவன் வாழ்ந்துவிட முடியுமா என்ற எகத்தாளம்தான் தெரிந்தது.

சிறுமுரண்களில்கூட இவர்கள் குடிக்கும் குறுந் தொகைக்கும் அடியாளாகி நல்லுயிர்களைச் சொற்களால் குதறிவிட்டு வருவதில் மன்னர்கள்.

சொல்லப்போனால் இவர்கள் பேச்சுவார்த்தை என்ற பெயரில் ஏற்படுத்திய மன உளைச்சலால்தான் அத்தரப்பில் ஒருவர் மனக்குவியம் இழந்து தடுமாறி இன்று வண்டியில் அடிபட்டிருக்க வேண்டும்.

எல்லா ஊர்களிலும் இத்தகைய பஞ்சாயத்துக் கொடிய வர்கள் உருவாகி நிற்கின்றனர்.

81

வழக்கமாக உண்பொருள்கள் வாங்கும் கடையில் சிலவற்றினை வாங்கிக்கொண்டிருந்தேன்.

கடைக்காரர் என்னிலும் இளையவர், மலையாளத்தார். எம்மிருவர்க்கும் எப்போதும் பெரிதாய்ப் பேச்சிருந்ததில்லை. சில்லறை தேவைப்பட்டால் வாயெடுத்துக் கேட்பார். இது புதுச்சுடல் என்று ஒரு துண்டினைச் சுவைத்துத் தேர்ந்தெடுக்க நீட்டுவார். அவ்வளவுதான்.

இப்போது முறுக்கினை எடை நிறுத்தியவர் அதனைப் பளபளப்பான நெகிழியுறையில் இட்டார். இன்றுவரை அவர் தொடர்ந்து தம் உறைப்பொருளை மாற்றிக்கொள்ளா திருப்பது என் பொறுமையை இழக்கச் செய்தது. கேட்டே விட்டேன்.

"ஏன் தம்பி... காகித உறை இல்லையா? நானும் பார்த்துட்டே இருக்கேன். இந்த மாதிரியே போட்டுக் கொடுக்கறீங்களே... இந்த நெகிழிப்பைகளைத்தான் அரசாங்கம் தடை பண்ணிருச்சுல்ல?"

“இதுதான் சார் இருக்குது... வாங்கினால் வாங்குங்க. வாங்காட்டிப் போங்க...'' என்பதுபோல் எதனையேனும் சொல்வார் என்று எதிர்பார்த்தேன்.

அவரோ என் சொற்களைக் கேட்டதும் உறையிடுவதி லிருந்து நின்றார். அவர் கைகள் நடுங்கத் தொடங்கின. கண்கள் தாழ்ந்து பணிந்தன. என்ன சொல்வது என்று தெரியாமல் உறைந்துவிட்டார். இன்முகம் இருண்டுவிட்டது.

அதனை நான் எதிர்பார்க்கவேயில்லை. இப்போது அவரை இயல்பு நிலைக்குக் கொண்டுவரவேண்டிய பொறுப்பு எனக்கு. மேலும் தொடர்ந்தேன்.

“நீங்க கொடுக்கிற உறைகளை நான் திரும்பப் பயன் படுத்தணும். அப்படிப் பயன்படுத்தப் போறதில்லை. ஒருமுறை பயன்படுத்தியதைக் குப்பையில் எறியறோம். அதுதான் மண்ணுக்குள்ள இறங்க வேண்டிய மழைத் தண்ணியத் தடுக்குது. இது காலாகாலத்துக்கும் இத்துப் போகாது. யோசிச்சுப் பாரு... இந்த யாவாரத்தால உனக்கு ஐம்பது ரூவா கிடைக்கலாம். ஐம்பது ரூவாய்க்கி எவ்வளவு பெரிய குத்தம் செய்யறோம்...! எவ்வளவு கேடு. உன் பொருளைக் கைப்பை யோட வந்து வாங்கறேன். இல்லாட்டி வண்டிப் பெட்டில போட்டுக்கறேன். ஒரு சின்ன மாற்றத்துக்குக்கூட நீ வரமாட் டேன்னா நாளைக்கு இந்த உலகத்தில் என்ன மிச்சமிருக்கும்? நாம் வாழ்ந்தால் போதுமா? நமக்குப் பின்னால் வரும் தலைமுறையினர் வாழவேண்டாமா?'' என்று பெரிதாகப் பேசி விட்டேன்.

எனக்கும் மூச்சு வாங்கியது. மலையாளத்து இளைஞர் வாயடைத்துப் போய்விட்டார். “உடனே மாத்திடறோம் சார்'' என்று உறுதிகொடுத்தார். அவர் அதைச் செய்துவிடுவார் என்றே தோன்றுகிறது.

தாமாக எல்லாம் மாறிவிடும் என்று நாமும் போய்க் கொண்டிருக்கக்கூடாது. நம்மிடமிருந்து வெளிப்படும் சிறிய மறுத்தலும் உரையாடலும்கூட வேண்டிய மாற்றங்களைச் செய்யும் என்று விளங்கியது.

82

மதச்சொற்பொழிவாளர் ஒருவர் நகைச்சுவையாகப் பேசியிருக்கும் காணொளியொன்று பரவலாகப் பார்க்கப்

படுகின்றது. தன்னெள்ளல் தன்மையில் அமைந்த அக்காணொளியைப் பார்த்தால் சிரித்துத் தீராது.

முன்னொருமுறை சென்னையிலிருந்து ஊர் திரும்பிய போது இடைநகர் விரைவிருப்பூர்தியில் எனக்கும் அப்படியொரு நகைநிகழ்வு நேர்ந்தது. நடந்ததைக் கூறுவதால் யாரும் புண்படார், பொறுத்தருள்வார் என்றே துணிந்து கூறுகிறேன்.

பகல்நேர இருப்பூர்தியின் இருக்கை அமைவு நினைவிருக்கலாம். மூவர் மூவராக அமரத்தக்க ஒரு தடுப்பு. அம்மூவர் எதிரிலுள்ள மூவரைப் பார்த்தே அமர்ந்து வரவேண்டும்.

என் முன்பதிவானது காலதர் ஓரத்தில் அமைந்துவிட்டது. மீதமுள்ள ஐந்து இருக்கைகட்கும் முப்பது முதல் நாற்பது அகவை மதிக்கத்தக்கவர்கள் வந்து அமர்ந்தனர்.

அவர்கள் ஐவரும் ஒரே குழுவினர். வந்தமர்ந்ததும் என்னிடம் அன்பாக முகமன் கூறிக்கொண்டார்கள். என்னை ஒட்டி அமர்ந்தவரை எதிரில் அமர்ந்தவர் கேட்டுக் கொண்டார்: “சாரை நெருக்காமல் உட்காரு... கோயம்புத்தூர் போறவரைக்கும் அவருக்கு ஒரு தொந்தரவும் தரக்கூடாது...”

அவர்கள் ஐவரும் மதச்சொற்பொழிவுப் பயிற்சி முடித்துள்ள சமய ஊழியர்கள் என்று தெரிந்துகொண்டேன். உதகையில் நடக்கும் சிறப்பு மாநாட்டிற்குச் சேர்ந்து செல்கிறார்கள்.

வண்டி நகரத் தொடங்கியதும் ஐவரில் குழுத்தலைவர் போல் இருந்தவர் அவர்களிடையே பேசத் தொடங்கினார் “தேவனுடைய சித்தம் இல்லாமல் இந்த வண்டி நகர்ந்திருக்காது” என்ற பொருளில் அவருடைய தொடக்க உரை அமைந்தது.

மீதமிருந்த நால்வரும் அவருடைய அருளுரையை ஆவலோடு கேட்கத் தலைப்பட்டனர். எனக்குத் தூக்கிவாரிப் போட்டது என்று சொல்லலாம். அன்றைக்குப் பார்த்து நான் காதணிபாடி எடுத்துச் செல்லவில்லை. அவர் கூறுவது எல்லாம் கேட்டது.

“என் வாழ்க்கையில் தேவன் எந்தெந்த இடத்திலெல்லாம் எனக்காக முடிவெடுத்தார், வழிகாட்டினார் தெரியுமா?” என்று அவருடைய தன்வரலாற்றைக் கூறலானார்.

ஒவ்வொரு நன்முடிவின்போதும் "தேவனுடைய மகிமைதான் இப்படிச் செய்தது" என்று முடித்தார். வண்டி இப்போது காட்பாடி தாண்டிய வேளையில் தேவனால் நிகழ்ந்த அவருடைய ஐம்பதாவது வாழ்க்கை நிகழ்வினைக் கேட்டுக்கொண்டிருந்தேன்.

இடையில் அவர்கள் தேநீர் பருகியபோதும் மாச்சில் தின்றபோதும் எனக்கும் நீட்டினர். நான் அன்போடு மறுத்து விட்டேன். "தேவன் உங்களை விட்டுவிட்டு எங்களைச் சாப்பிடும்படி செய்தால் என்ன செய்யறது?" என்று சாப்பிட்டனர்.

"தேவன் செய்யாவிடில் இது நமக்கு நடந்திருக்காது. தேவனுடைய கட்டளையால்தான் சூரியன் உதிக்கிறது. அன்னிக்கு மட்டும் தேவன் எனக்கு உதவியிராவிட்டால் இந்நேரம் நான் இருந்திருப்பேனா தெரியாது... தேவன்தான் என்னைக் காப்பாற்றிக் கைதூக்கிவிட்டவர்... எல்லாம் தேவனால்தான்" என்று சொற்பொழிவு தொடர்ந்தது.

வண்டி சேலத்திற்கு வந்தபோது என் செவிகளில் ஆயிரத்து ஐந்நூறாவது தடவையாக தேவன் விழுந்தபடி யிருந்தார். நான் விரும்பினாலும் விரும்பாவிட்டாலும் தேவன் என்ற சொல்லுக்கு நன்கு பழக்கப்பட்டுவிட்டேன். அத்தோடு பயணக்களைப்பும் சேர்ந்துகொள்ள ஒருவகையான தேவ மயக்கத்திற்குச் சென்றுவிட்டேன்.

இருப்பூர்தியானது தேவனின் விருப்பப்படி சேலத்தி லிருந்து கிளம்பி தேவனின் திட்டப்படி ஈரோட்டில் நின்று தேவனின் சித்தப்படி திருப்பூரையும் வந்தடைந்தது. ஐவரிட மும் விடைபெற்றுக்கொண்டு வண்டியை விட்டு இறங்கி னேன்.

நடைமேடையில் நடக்கையில் ஒருவர் இடித்தபடி சென்றார். "தேவனின் விருப்பப்படி இடிக்கிறார்... தேவன் சொல்லாமல் அவர் ஏன் இடிக்கப்போகிறார்?" என்று எனக்கு நானே கூறித் தணிந்தேன். அடுத்த இரண்டு மூன்று நாள்களுக்கு என் மனச்செவியில் தேவனே ஒலித்துக்கொண் டிருந்தார்.

83

எஸ் வங்கியினை இந்தியத் தலைமை வங்கி தனது கட்டுப்பாட்டுக்குள் எடுத்துக்கொண்டிருக்கிறது. அடுத்த அறிவிப்பு வரும்வரை அவ்வங்கியிலிருந்து ஐம்பதாயிரம் வரைக்கும்தான் பணம் எடுக்க முடியும். ஒன்றரை ஆண்டுகட்கு முன்னர்வரை நன்றாகச் செயல்பட்ட தனியார் வங்கியாக அறியப்பட்ட எஸ் வங்கிக்கு நேர்ந்த இந்நிலை இந்திய வங்கித்துறையின் உள்நிலையைத் தெளிவாக்கியிருக்கிறது. பனாரஸ் ஸ்டேட் வங்கி, நெடுங்காடி வங்கி போன்றவற்றில் முற்காலத்தில் மேற்கொள்ளப்பட்ட இத்தகைய கையகப் படுத்தல் நடவடிக்கையால் நொடித்துப்போன நிறுவனங்களை எனக்குத் தெரியும்.

திரும்பப் பெறமுடியாக் கடன்கள், கெடுகடன்கள் (Bad debts) மிகுந்தபடியே சென்றதால் எஸ் வங்கிக்கு இந்நிலை ஏற்பட்டதாகச் சொல்கிறார்கள். அவர்கள் யாரிடம் திரும்பப் பெறமுடியவில்லை? பொதுமக்களிடமா? இல்லை. ஐ எல் & எப் எஸ், வோடபோன், திவான் ஹவுசிங், அனில் அம்பானி போன்றோர் எஸ் வங்கியை இந்நிலைக்கு ஆளாக்கிய மாநிறுவனத்தினர். அவர்கள் கையைத் தூக்கிவிட்டதால் வங்கி மூழ்கும்நிலை உண்டானது.

இதுகாறும் பொதுத்துறை வங்கிகளைச் சூறையாடிய கெடுகடன்கள் இப்போது ஒரு தனியார் துறை வங்கியையும் பதம்பார்த்துவிட்டன. இவை அனைத்திற்குமான தொடக்கப் புள்ளி பணமதிப்பிழப்பு நடவடிக்கையிலிருந்து தொடங்கிய தாகச் சொல்கிறார்கள். பணமதிப்பிழப்பு அறிவிக்கப்பட்ட வுடன் அமைப்பிலிருந்த எல்லாப் பணவளமும் வங்கிகளுக்கு வந்து சேர்ந்தன. திடீரென்று வங்கிகள் யாவும் பணநிறைவால் திக்குமுக்காடிப் போயின.

வங்கிகள் தம்மிடம் வைப்புநிதியாகப் பெற்றுள்ள பணத்தினைக் கடன்கொடுத்து வணிகம் செய்தாக வேண்டும். வைப்புத் தொகையினர்க்கு வழங்க வேண்டிய ஆறு விழுக்காடு வட்டி, வங்கி நடத்தும் செலவு, பணியாளர் ஊதியம் என அனைத்திற்குமான வருமானத்தைக் கடன் தந்து ஈட்டும் வட்டியின் வழியாகத்தான் பெற்றாக வேண்டும். வங்கிகள் யாவும் தம்மிடம் மிகுதியாக வந்தடைந்த வைப்பு நிதியினைப் பெருமளவுக்குக் கடன்தந்து நிலைமையைச் சீராக்க வேண்டிய நெருக்கடியில் சிக்கின.

செப்டம்பர் 2019ஆம் திங்கள் நிலவரப்படி இந்திய வங்கிகள் பெற்றுள்ள வைப்புநிதியளவு ஏறத்தாழ நூற்று நாற்பத்திரண்டு இலட்சம் கோடிகள். அவற்றுள் கடனாக வெளியேறியுள்ள தொகை தொண்ணூற்றாறு இலட்சம் கோடிகள். மீதமுள்ள நாற்பத்தாறு இலட்சம் கோடிகள் வங்கிகளிலேயே இருப்பாக இருப்பவை. வைப்புநிதியில் மூன்றில் இரண்டு பங்குத் தொகையை மட்டும் கடனாகத் தந்து உரிய வருமானம் ஈட்டியாக வேண்டிய கட்டாயம் வங்களுக்கு ஏற்பட்டது.

பணமதிப்பிழப்பு நடவடிக்கையின் பின்னர் நன்முறை யில் தொழில் நடத்துகின்ற நிறுவனங்கள் தமது ஊக்கத்தைக் குறைத்துக்கொண்டன. அவர்கள்தாம் கடனைப் பெற்றுக் கொண்டால் முறையாகத் திருப்பிச் செலுத்துபவர்கள். அவர் களிடம் வங்கிகளின் கடன்தள்ளல் செல்லுபடியாகவில்லை. அதனால் அடுத்த நிலையிலுள்ள நிறுவனங்களைக் கருத வேண்டிய சூழ்நிலைக்கு வங்கிகள் தள்ளப்பட்டன. அவர்கள் கடனைத் திருப்பிச் செலுத்துகின்ற நன்னடத்தையாளர்கள் என்பதற்கு உறுதியுமில்லை. அவர்களுடைய தொழிலும் ஏறுமுகத்தான் இருக்கவில்லை. வேறுவழியின்றி அவர்கட்குத் துணிந்து கடன் தரவேண்டிய நிலைமைக்கு வங்கிகள் தள்ளப் பட்டன.

தம்மிடம் கடன்பெற்ற மாநிறுவனங்கள் நொடித்துப் போகையில் அந்தக் கடனைத் திரும்பப் பெற முடியாது. அதனைத் திரும்பப் பெறும் வழிகள் யாவும் அடைபடு கின்றன.

வங்கிகளுக்கு ஏற்பட்ட இந்நிலைக்கு அவை இந்திரா காந்தி காலத்தில் நாட்டுடைமையாக்கப்பட்ட நடவடிக்கையி லிருந்து காரணத்தைத் தேட வேண்டும். ஒருவேளை அன்று முதல் வங்கிகள் தனியார் மயமாக்கப்பட்டு முறையாய்க் கடன் தந்திருந்தால் இந்நேரம் அவ்வங்கிகளின் சந்தை மதிப்பு விண்முட்டியிருக்கும். அதனை விளங்கிக்கொள்ள வங்கிகளின் சந்தை மதிப்பு என்ன என்று ஒப்பிட்டுப் பார்க்கலாம். நாட்டின் அறுபது விழுக்காடு பொதுத்துறை வங்கிச் சேவையைத் தரும் பாரத ஸ்டேட் வங்கியின் சந்தை மதிப்பு இரண்டு இலட்சத்து ஐம்பத்தேழாயிரம் கோடிகள். ஆனால், கடந்த இருபதாண்டுகளில் தோன்றிய எச்டிஎப்சி வங்கியின் இன்றைய சந்தை மதிப்பு ஆறு இலட்சத்து இருபதாயிரம்

கோடிகள். இருபத்தொரு பொதுத்துறை வங்கிகளின் சந்தை மதிப்பினைக் கூட்டினாலும் அவ்வொரு வங்கியின் மதிப்பினை எட்டிப் பிடிக்க இயலாது. எங்கே நடந்தது இத்தகைய மதிப்பிழப்பு?

பொதுத்துறை வங்கிகளில் துணிந்து கடன் தரும் போக்கு அச்சத்திற்குரியதாக மாறிவிட்டது. பேரளவிலான கடன்களைத் தந்து தம் இறுதிக்காலம் முழுவதும் நடுவண் புலனாய்வுத் துறையினர்க்கு விடையிறுக்க வேண்டி வருமோ என்று வங்கி மேலிடத்தலைகள் அஞ்சுகின்றனராம். அதனால் அவர்களின் செயல்பாடு ஏறத்தாழ முடங்கியிருக்கிறது. அவ்வப்போது அரசின் கெடுபிடிகளால் இனி அந்தப் பழைய பொற்காலம் மீளுமா என்பதே பெரிய கேள்வி.

பொருளாதாரப் போக்குகள் தொடர்ந்து சரிவதால் ஒரு தொழிலைத் தொடங்கி நடத்தி அதற்காகப் பெற்ற கடன் களைத் திருப்பிச் செலுத்தும் போக்கு அருகிவருகிறது. சிறு தொழில்களில் கடனுக்கு நேரான சொத்துகளைக் கையகப் படுத்தி விற்றுக்கொண்டிருப்பது வங்கியின் இலகுவான செயல்பாட்டுக்கு உகந்ததுமன்று. எல்லாத் தேக்கநிலைமை களும் சேர்ந்து நாட்டின் ஒட்டுமொத்த வளர்ச்சி விழுக்காட் டினைச் சரிக்கின்றன. தனியார் வங்கிகளில் இரண்டு அல்லது மூன்று விழுக்காடு வராக்கடன்கள் என்னும்போதே மேலாண்மைக்குழு விரைந்து செயல்பட்டு உரிய நடவடிக்கை எடுக்கிறது. பொதுத்துறை வங்கிகளுக்கு அந்நிலை தெரிய வரும்போது நிலைமை எல்லை மீறிப்போய்விடுகிறது.

இருபத்தொரு பொதுத்துறை வங்கிகளைப் பன்னிரண்டு வங்கிகளாக்கும் நடவடிக்கையால் என்ன நன்மை நேர்ந்து விடும் என்றும் கேட்கிறார்கள். அதனால் சிறிதளவு நன்மை இருக்கலாம். ஒரு நாட்டின் வங்கியமைப்புகள் மிகத்திறம்படச் செயல்பட வேண்டும். அவற்றுக்குரிய கட்டுப்பாடுகளும் கட்டறுதன்மைகளும் தெளிவாக வரையறுக்கப்பட வேண்டும். ஏனென்றால் வங்கிகளே நாட்டினுடைய அளப்பரிய பொருளாதாரத்தின் குருதியோட்டம்.

84

உயிர்களுக்கு, கட்டடங்களுக்கு எப்படி வாழ்நாளானது முன்திட்டமான ஒன்றோ அவ்வாறே நிறுவனங்களுக்கும்

ஆயுள் என்று உண்டு. இன்றைய நாட்கணக்கின்படி மனிதர்களின் சராசரி ஆயுள் எழுபத்திரண்டு ஆண்டுகள். அதற்குள் கொடுமுட்டு, நோயுறல் என்று எதற்கும் ஆளாகாமல் இருக்க வேண்டும். பன்மாடக் கட்டடங்களின் சராசரி ஆயுள் எழுபத்தைந்து முதல் நூறாண்டுகள். இக்கணக்கு மாநிறுவனங்களுக்கும் பொருந்தும். அவை மட்டும் என்றுமுள செந்தமிழாக வாழ்ந்துவிடுமா என்ன? சில நிறுவனங்கள் அவை தொடங்கப்பட்டு ஐம்பதாண்டுகள் நூறாண்டுகள் என்று நிலைத்திருக்கலாம். டாடா குழுமத்தின் சில நிறுவனங்களை அவ்வகைக்கு எடுத்துக்காட்டாகச் சொல்லலாம். அதற்கு அவை என்னென்ன மாற்றங்களுக்கு முகங்கொடுத்தனவோ தெரியாது. தொடங்கப்பட்டபோது ஒரு தொழிலாகவும் பிற்காலத்தில் ஒரு தொழிலாகவும்கூட இருக்கலாம். துணி வணிகத்திற்கென்று தொடங்கப்பட்ட இரிலையன்சு நிறுவனம் இன்று வேறு தொழிலில் கோலோச்சுவதும் அவ்வாறே. சில நிறுவனங்கள் அவை தொடங்கப்பட்ட சில ஆண்டுகளிலேயே மூடுவிழாவும் காணலாம். மோசர்பேர், பிரமிட் சாய்மிரா, வானூர்தி நிறுவனங்கள், வங்கிகள் என அவற்றுக்கும் எண்ணற்ற எடுத்துக்காட்டுகளைக் கூறலாம். மாநிறுவனச் செயல்பாடுகளை ஆராய்கின்றவர்கள் இதற்கு ஒரு முடிவினைக் கண்டறிந்து கூறியிருக்கிறார்கள். ஒரு மாநிறுவனத்தின் சராசரி ஆயுள் ஏறத்தாழ பதினெட்டு ஆண்டுகள். ஒரு நிறுவனத்தின் வீழ்ச்சிக்குப் பல்வேறு காரணங்கள் இருக்கும். தொழிலில் தோற்றுப் போதல், போட்டியிட இயலாமை, புதிய மாற்றங்கள், முதலாளிகளின் குழப்படி, அரசினரின் கொள்கை மாற்றம், காலப்போக்கு என எவ்வளவோ காரணங்கள் இருக்கின்றன. அதனால் நம் கண்முன்னே கொடிகட்டிப் பறக்கின்ற எல்லா மாநிறுவனங்களுக்கும் வேறொரு நாளும் வரும் என்பதில் தெளிவாக இருங்கள். உங்களுடைய சிறு/குறு நிறுவனமாயினும், தனிக்கடையாயினும் இது பொருந்தும்.

85

நேற்றைய பன்னாட்டுப் பொருள்வணிகத்தில் எரிநெய்யின் விலை மின்னலென இருபத்தேழரை டாலரைத் தொட்டுப் பார்த்தது. நான் பொருள் வணிகத்தில் ஈடுபடுவதில்லை என்பதால் அவ்வணிகத்தில் முன்பு ஈடுபட்டுப் பொருளிழந்த நண்பனை அழைத்தேன். உன்னுடைய

கணக்கில் இவ்விலைத் தாழ்வினைக் கருதி எரிநெய்யில் ஒரு நிறையம் (Lot) வாங்கி வைக்கப் பார் என்று கூறினேன். ஒரு நிறையம் போதும், வாழ்க்கை முழுவதும் அதன் வாங்கு நிலையை வைத்துக்கொண்டு உயர்வில் விற்றுப் பிடிப்பது சிறு வருமானத்தைத் தரும். உடனே விலையேறிவிடும் என்று கூறுவதற்கில்லை. எப்படியும் பிற்பாடு விலையேற்றம் இருக்கும். ஓர் உருளை ஐம்பது டாலர்கட்கு விற்பதுதான் நிறைவான விற்பனை விலை என்பது எரிநெய் எடுப்போரின் நிலைப்பாடு.

பங்குச் சந்தையில் நேற்றைய விலையிறக்கத்தில் மிகுதி யாய்த் தாழ்ந்தவை இரிலையன்சும் ஓ.என்.ஜி.சியும். இவ்விரண்டு நிறுவனங்களும் எரிநெய்ப் பிரித்தெடுப்பிலும் அவற்றினை விற்பதிலும் ஈடுபட்டிருக்கின்றன. எரிநெய்ப் பொருள்களின் விலையில் ஏற்பட்டுள்ள இத்தாழ்ச்சி அவர் களின் வணிகத்திலும் தாழ்வினைக் கொண்டுவரும். அதனால் அவர்களுடைய விற்றுமுதல் கடுமையாக வீழ்ச்சியடைய வாய்ப்பிருக்கிறது. அதனை முன்வைத்து அந்நிறுவனங்கள் விலையிறங்கின.

எரிநெய் உருளையின் விலை எழுபதாக இருக்கையில் நல்லெரிநெய், வல்லெரிநெய் (பெட்ரோல், டீசல்) ஆகிய வற்றின் விலைகளும் எழுபதில் இருந்தன. இப்போது உருளை விலை முப்பது டாலருக்கு வந்துவிட்ட பிறகு எரிநெய் நிறுவனங்கள் விலையைக் குறைத்தாக வேண்டும். குறைக்கா திருப்பது கொடுங்கோன்மை. அதனை எதிர்த்து வினவா திருப்பது மக்களின் அறியாமை.

எரிநெய் விலை ஏன் இப்படிக் குறைந்தது? முதற் காரணம் சீனத்திலிருந்து பரவியிருக்கும் கொரோனாக் காய்ச்சல். ஐரோப்பிய அமெரிக்க நாடுகளிலும் நோய்த்தொற் றாளர்கள் கண்டுபிடிக்கப்பட்டிருக்கிறார்கள். ஐரோப்பியத்தில் இறப்புக் கணக்கு தொடங்கிவிட்டது. மாநிலங்கள், மாநகரங் கள் தனிமைப்படுத்தப்பட்டுள்ளன. சுற்றுலா இடங்கள், மக்கள் கூடுமிடங்கள் இழுத்துப் பூட்டப்படுகின்றன. வானூர்திச் சேவைகள் நிறுத்தப்படுகின்றன. இயங்குகின்ற வானூர்தி களிலும் போதிய மக்கள் நிறைந்து செல்லவில்லை. போக்கு வரத்து நன்றாக மட்டுப்பட்டுவிட்டது. வானூர்திகள் நின்றமை யால் எரிநெய்யின் தேவைப்பாடு குறைந்தது.

நாம் ஓட்டுகின்ற வண்டிகளால் எரிநெய்க்குத் தேவைப்

பாடு பெருகவில்லை. நாடுகள்தோறும் நகரங்கள்தோறும் வானூர்திகள் பறப்பதுதான் எரிநெய்க்குத் தேவைப்பாட்டினைப் பெருக்கியிருக்கிறது. இப்போது அவ்வழி நன்கு அடைபடவிருக்கிறது. தேவைப்பாடு குறைந்த நிலையில் எரிநெய் எடுப்பினை மட்டுப்படுத்த வேண்டும். இல்லையேல் விலைக்குறைவினைத் தவிர்க்க இயலாது.

இவ்விடத்தில்தான் இரசியாவும் சவுதி அரேபியாவும் எரிநெய்ச் சந்தையில் மேலாண்மைப் பங்கு வகிப்பதில் மோதிக்கொள்கின்றன. எரிநெய் எடுப்பதனை நான்கு விழுக்காடு அளவுக்கேனும் குறைத்தாலொழிய இந்தத் தேக்க நிலையை எதிர்கொள்ள முடியாது. அதற்கு இரசியா ஒத்துக் கொள்ளவில்லை. கடைசியில் இது விலைப்போரில் முடிந்து விட, விலை வீழ்ச்சி ஏற்பட்டிருக்கிறது.

நாவலந்தேயமான இந்தியாவிற்கு இது மிக நல்ல செய்தி. உலகின் மூன்றாவது அல்லது நான்காவது இடத்தில் நம் எரிநெய் இறக்குமதி இருக்கிறது. எரிநெய் உருளை விலையில் ஒரு டாலர் விலை இறக்கம் என்றால் நமக்குப் பத்தாயிரம் கோடிகள் மீதமாகும். இருபது முப்பது டாலர்களுக்கு மேல் வீழ்ந்திருப்பதால் நமக்கு இரண்டு இலட்சம் கோடியளவுக்கு மீதமேற்படலாம். நாட்டின் வணிகத்தில் ஏற்பட்டுள்ள பணப் பற்றாக்குறையினை எளிதில் தீர்ப்பதற்கு இது ஒரு வாய்ப்பும்கூட.

இப்போக்கு எப்போது முடிவுக்கு வரும்? கொரோனாக் காய்ச்சல் பரவலின் ஏறுமுகம் அடக்கப்பட்ட பிறகுதான் நிலைமை சீரடையும். அதற்குத் தடுப்பு மருந்தோ முறிமருந்தோ கண்டுபிடித்தால்தான் இயல்பு நிலை திரும்பும். அந்நிலையினை அடைவதற்கு இன்னும் நாள்கள் தேவைப்படுகின்றன. அதுவரை யாவும் கட்டுக்குள் இருக்க வேண்டும்.

86

சத்தியம் கணினி நிறுவனத்தின் பங்கு விலை நானூற்று நாற்பதாக இருந்ததையும் பார்த்திருக்கிறேன். அது அப்படியே சூளைச்செங்கல் குவியலாய்ச் சரிந்து எட்டுக்கு வந்ததையும் பார்த்திருக்கிறேன். தெண்டுல்கர் ஆடிய ஒவ்வொரு பந்தினையும் பார்த்து வளர்ந்ததைப்போல இரண்டாயிரத்து எட்டாம் ஆண்டினில் பங்குச் சந்தை உச்சத்திற்குச் சென்றதையும்

பார்த்தேன். அவ்வுயர்ச்சி நில்லாமல் அப்படியே தலைகுப்புற விழுந்ததையும் பார்த்தேன். அப்போது சந்தைக்குப் புதிது. அந்த ஏற்றத்தாழ்வு முன்பின் பழக்கமில்லை. ஆனால், இப்போதைய பங்குச் சந்தை வீழ்ச்சியினைத் தெளிவாகக் கணிக்க முடிகிறது. இது சற்றே மிகையுயர்ச்சி என்று நன்றாகத் தெரிகிறது. எவ்வளவு வேண்டுமானாலும் இறங்கும் என்பதும் தெரிகிறது. ஆனால், இப்படியொரு பாய்ச்சலான வீழ்ச்சியைப் பார்த்ததில்லை. கடந்த சில நாள்களாக முழு நேரமும் சந்தையில் பங்கெடுக்கிறேன். இவ்வளவு வலுவிழப்பினை நான் பார்த்ததேயில்லை. மூச்சு முட்டியது. நெஞ்சு அடைத்தது. ஏராளமான நிறுவனங்கள் பல்லாண்டுகளாக அடையாத விலைத்தாழ்ச்சியினை அடைந்திருக்கின்றன. பொதுத்துறை வங்கிப் பங்குகளின் விலைகள் தரைதட்டியிருக்கின்றன. இன்று சந்தையோடு கட்டிப் புரண்டதன் நினைவாக, ஈட்டிய சிறுதொகைக்கு பஞ்சாப் நேசனல் வங்கிப் பங்குகளை வாங்கினேன்.

87

கொரோனோ நோய்த்தொற்று, இறப்பு, அண்மை நிலவரம் ஆகியனவற்றைத் தெரிந்துகொள்ள கீழே கொடுத்துள்ள இணையப் பக்கத்திற்குச் சென்று பாருங்கள்.

நான் பார்த்து அறிந்தனவற்றைத் தொகுத்துக் கூறுகிறேன்.

1. நோய்த்தொற்று கண்டறியப்பட்டவர்களில் இதுவரை இறந்தோர் தொகை 5617. (இதனை எழுதி முடித்துவிட்டுச் சென்று சரிபார்க்கையில் 5618 என்று ஒன்று கூடியிருக்கிறது).

2. நோய்த்தொற்று ஏற்பட்டவர்களில் இதுவரை 3.4 விழுக்காட்டினர் இறந்திருக்கின்றனர். இது மிகப்பெரிய எண்ணிக்கை. ஏனென்றால், வழக்கமாய் வரும் புதுக்காய்ச்சல்களில் நோய்க்கு ஆளானவர்கள் ஒரு விழுக்காடு அளவுக்கே இறந்திருக்கின்றனர்.

3. நோயாளிகளின் எண்ணிக்கையின்படி முதலிடத்தில் சீனமும் இரண்டாமிடத்தில் இத்தாலியும் மூன்றாமிடத்தில் ஈரானும் இருக்கின்றன. சீனத்தில் இறந்தோர் எண்ணிக்கை 3189. இத்தாலியில் இறந்தோர் எண்ணிக்கை 1266. இரு நாடுகளிலும் இதற்கு நிகரான தொகையினர் கடைசிப்

போராட்டத்தில் இருப்பதாகத் தெரிகிறது.

4. நோய்த்தொற்று கண்டறியப்பட்டவர்களின் எண்ணிக்கையின்படி இந்தியா நாற்பத்து எட்டாம் இடத்தில் இருக்கிறது. இங்கே நோய்த்தொற்று கண்டறியப்பட்ட எண்பத்து நால்வரில் இருவர் இறந்திருக்கின்றனர்.

5. இறந்தவர்களில் அகவை அறுபதுக்கு மேற்பட்டவர்கள் மிகுதி. இறந்தோரில் எண்பது விழுக்காட்டினர் அவர்கள் தாம். முன்பே இதய நோயுடையார், சருக்கரை மிகுந்தவர்கள், மூச்சு இடர்ப்பாடுடையோர், மிகைப்பதற்றம் உள்ளவர்கள் இந்நோயினால் இறந்திருக்கின்றனர்.

6. காய்ச்சல், இருமல், மூச்சு விடுதலில் இடர்ப்பாடு ஆகியன நோயின் முதன்மை அறிகுறிகள்.

7. பிப்ரவரித் திங்களில் நாள்தோறும் இறந்தோர் எண்ணிக்கை நூற்றின் அருகில் இருந்தது, தற்போது சில நாள்களாக முந்நூற்றைத் தாண்டி நானூற்றினில் சென்றுகொண்டிருக்கிறது. நேற்றைக்கு இன்று இறந்தோர் எண்ணிக்கை எட்டு விழுக்காடு அளவுக்குக் கூடுகிறது.

8. நோய்த்தொற்று ஏற்பட்டவர்களில் மூன்றில் இரண்டு பங்கினர் ஆண்கள். மூன்றில் ஒரு பங்கினர் மட்டுமே பெண்கள்.

9. இதுவரை நோய்த்தொற்றிலிருந்து மீண்டவர்கள் எண்ணிக்கை 73731.

10. எந்நடவடிக்கையும் எடுக்கப்படாமல் நிலைமை கையை மீறிப்போனால் என்னாகும் என்றொருபகுதி இருக்கிறது. அதனைப் படிக்கவே முடியவில்லை. நோயின் தாக்கம் பல திங்கள்களுக்கு அல்லது ஆண்டு முழுக்கவும் இருக்கக்கூடும்.

88

நம் வீட்டுக்குக் காலையில் பால்பொட்டலம் போடுபவர் கீரனூர்க்காரர். துரைசாமி என்பது அவர் பெயர். திருப்பூர் காங்கேயம் சென்னிமலை ஆகிய மூன்று ஊர்களுக்கு நடுவில் ஒரத்துப்பாளையம் அணைக்கட்டு அருகில் இருப்பது கீரனூர். அங்கே தோட்டத்தில் பத்திருபது கறவைகளுடனான பண்ணையை அவரும் அவருடைய துணைவியாரும்

கட்டியாள்கின்றனர்.

இருள் பிரிவதற்கு முன்பாக நம் வீட்டு இருப்புக்கதவில் மாட்டியிருக்கும் பையில் பால்பொட்டலம் இருக்கும். கடந்த சில ஆண்டுகளாக அவருடைய தனித்த சேவை சிறப்பாக இருந்தது. தற்போது தம்மால் வீடுதோறும் பால்போடும் சேவையைத் தொடர முடியவில்லை என்றார்.

தேநீரோ குளம்பியோ கறந்த பாலில்தான் குடிக்க வேண்டும். பெருநிறுவனப் பால்மீது எனக்கு நம்பிக்கை இல்லை. துரைசாமி இப்படிச் சொன்னதும் நான் விழித்தேன்.

"என்ன இப்படிச் சொல்லிட்டீங்க? நாங்க பாலுக்கு எங்கீங்க போறது?"

"முடியலீங்ணா. ரண்டு மணிக்கு எந்திரிச்சு கறந்து பொட்டலம் போட்டு எடுத்து வந்தம்னாதான் உங்களுக்கு ஆறுக்குள்ள போட்டு முடிக்க முடியும். தெனத்திக்கும் தூங்காம எந்திரிச்சு சம்சாரத்துக்கு உடம்புக்கு முடியாம போச்சுங். இப்படியே தூக்கங்கெட்டா பெரிய இமுசு வந்திரு முன்னுட்டாரு டாக்டரு. அதனால லைனுக்கு இனி வர முடியாதுங்."

"அப்ப நாங்க என்னதாங் பண்றது?"

"நானும் என்னதாங் பண்றது? வேலைக்கு ஆள் தேடி சலிச்சுப் போய்ட்டேன். ஒருத்தரும் வர்ற கெடையக் காணோம். பண்ணைக்கும் ஆள் வேணும். லைனுக்கும் ஆள் வேணும். ஆள் கிடைச்சா உங்களுக்குப் போடலாம். கிடைக்கலயே. இப்போதைக்குப் பிரிவுல கடை போட்டிருக் கிறேன். இனி நாம கடையை மட்டும்தே பார்க்க முடியும். அங்க வந்து வாங்கிக்குங்க..." என்றவாறு போய்விட்டார். பிறகு நம் தேவைக்கு அருகிலுள்ள கடைப்பால் வாங்கும்படி ஆயிற்று.

இன்று அத்திக்கில் சென்றபோது துரையாரின் கடைக்குப் போனேன். நலக்கேள்விகளுக்குப் பின்னர் உரையாடல் தொடர்ந்தது.

"ஆளாளுக்குத் தொழில் அமையலன்னு எவ்வளவு பாடுபடறாங்க. நீங்க விட்டுட்டீங்களே..."

"என்னங்ணா பண்றது? ஒரு நாளைக்கு எழுவது லிட்டர் பால் ஓடுற லைன்ங்க. ஆள் கிடைக்காம

விடவேண்டியதாப் போச்சு.''

"ஒரு படி நாற்பத்தாறுங்களா? அப்ப ஒரு நாளைக்கு மூவாயிரம் ரூவா யாவாரம். மாசம் ஒரு இலட்சத்துக்கு விற்பனை. அடேங்கப்பா... மாசம் இலட்ச ரூவா யாவாரத்தையா விட்டுப்போட்டீங்க?''

"அந்தத் துன்பத்த ஏன் கேட்கறீங்க? காலைல இரண்டு மணி நேர வேலைதான். அதுக்கு ஒரு ஆள் கிடைக்காமல் விட்டுப்போட்டேன்னா பார்த்துக்குங்க...''

அவர் கூறியது வியப்பாக இருந்தது. இன்று தொழில் தொடங்கி நிலைநிறுத்துவது எவ்வளவு கடினம்! நாடோறும் எழுபது வீடுகளுக்கான பால்விற்பனை வாய்ப்பினைக் கொண்டிருந்தவர் காலையில் பால்போட ஆள்கிட்டாத ஒரே இடர்ப்பாட்டினால் திங்கள்தோறும் உறுதியாக நடக்கின்ற ஒரு இலட்சத்திற்கான விற்பனையை இழக்கிறார். ஒரு தொழிலை மேலும் எடுத்துச்செல்லும் ஒரு படிநிலையை அடையமுடியவில்லை. தம்மைச் சுருக்கிக்கொள்கிறார்.

என் கணிப்பின்படி விடிகாலை இரண்டு மணி நேர வேலைக்கு ஆறாயிரமேனும் திங்களூதியம் கொடுப்பார் என்று நினைக்கிறேன். அதற்கு இங்கே ஆளில்லையா? அப்படியே வந்தாலும் நான்கு நாள்கள் கழித்து வரமாட்டார் களாம். முதல் சம்பளம் வாங்கியதும் சொல்லாமல் கொள்ளாமல் நின்றுவிடுவார்களாம்.

தொழிற்போக்குகளின் இன்றைய நிலை ஆழ்ந்த கவலைக்குரியதுதான். வந்ததற்காகப் பால் ஒரு படி வாங்கிக் கொண்டு திரும்பினேன்.

89

அமேசானில் வாங்கியிருந்த பொருளோடு அழைப்பு மணியை அழுத்தினார் சேர்ப்பனையாளர். அந்தப் பொட்டணம் வானூர்தி வழியாக வந்திருக்குமோ, விமான நிலையங்களைப் பாதுகாப்பில்லாமல் கடந்திருக்குமோ, பெங்களூரு போன்ற தொற்றாடும் பெருநகரத்திலிருந்து அனுப்பப்பட்டிருக்குமோ, வாங்கலாமோ, அதனைக் கையாளும் தம்பிக்கும் தொற்று குறித்து எதுவும் தெரியப் படுத்தப்பட்டிருக்குமோ... ஆயிரம் வினாக்கள் எழுந்தன. நிலைமை சீரடையும்வரை அண்டைமாநிலப் பொருள்கள்,

வானூர்திவழி தருவிக்கப்படுபவை அனைத்தையும் தவிர்க்க லாம் என்று தோன்றுகிறது.

90

செய்தித் தொலைக்காட்சியினர் பெருந்தொற்றுக் காய்ச்சல் குறித்த கலந்துரையாடல் நிகழ்ச்சிகளை நடத்து கின்றனர். சிறப்பு அழைப்பாளர்களாக மருத்துவர்கள் அமர்ந் திருக்கின்றனர். மக்களும் தமது ஐயங்களைக் கேட்டுத் தெளிவுறும்படி ஏற்பாடு.

அழைத்தவர்களில் ஒருவர் வெகுண்ட குரலில் கேட் கிறார். “ஏன் எல்லாரும் கையைக் கழுவு கையைக் கழுவுன்னே சொல்றீங்க? காலையும்தானே கழுவச் சொல்லணும்? காலைக் கழுவாவிட்டால் நோய் பரவாதா? கையையும் காலையும் சேர்த்துத்தானே கழுவச் சொல்லணும்?” என்று ஒரு பிடி பிடிக்கிறார்.

மருத்துவர்கள் ஒருநொடித் திணறலை வெளிக்காட் டாமல் விடை கூறுகின்றனர். “கையைத்தானே முகத்துக்குக் கொண்டு போவீங்க? காலையுமா முகத்தில வைப்பீங்க?”

இன்னொருவர் குரலில் அச்சம் வெளிப்பட்டது. “எனக்குப் பதினைஞ்சு நாளாக இருமல் இருக்கு. எனக்குக் கொரோனா இருக்குமா?” இந்தக் கேள்விக்கு “அஞ்சாதீர்கள்” என்று ஆறுதல்படுத்துகிறார்கள்.

“முகமூடிகள் பலமடங்கு விலையேறிவிட்டன. முக மூடியைத்தான் அணிய வேண்டுமா? நம் கைக்குட்டையைப் பயன்படுத்தினால் போதாதா?” என்கிறார் வேறொருவர். “மருத்துவப் பணியாளர்கள், நோய்த்தொற்று ஆராய்பவர்கள் தற்போதைக்கு அணிகிறார்கள். எல்லாரும் அணியத் தேவையில்லை” என்று கூறப்படுகிறது.

“எனக்கு சுகர் இருக்கிறது? எனக்கு வந்துடுமா?” என்கிறார் பெரியம்மா ஒருவர்.

இப்படி மக்களுடைய ஐயங்களும் அச்சங்களும் பல் திறத்தவையாக இருக்கின்றன. அவர்களுக்குத் தெளிவூட்டுவதே பெரிய வேலைதான்.

91

நகரினை ஒரு சுற்று வந்தேன். பெரும்பாலான கடைகளைக் காலை முதற்றே மூடச் சொல்லிவிட்டார்களாம். தேநீரகங்கள் சில திறந்திருந்தன. சந்து பொந்துகளில் திறந்திருந்த மளிகைக் கடைகளில் நல்ல கூட்டம்தான்.

இரு மருங்கிலுமுள்ள கடைகள் மூடப்பட்ட நிலையில் சாலைகளில் வழக்கம்போல் எல்லா வண்டிகளும் நிறைந்து சென்றன. இந்தக் காட்சி சற்றே புதிராக இருந்தது. எல்லாரும் ஈருருளியராக இருப்பதால் போவதும் வருவதும் கட்டுப்பாடின்றி நடக்கிறது.

மாநகராட்சி வளாகம் பரபரப்பாகத்தான் இருந்தது. உள்ளே புதிய சீருந்துகள் பல நின்றன.

வழக்கம்போல் பேருந்துகள் இயங்கின. நகரப்பேருந்துகளில் நின்று செல்லுமளவுக்குக் கூட்டமில்லை. இரட்டை இருக்கைக்கு ஒருவர் என்ற கணக்கில் அமர்ந்திருந்தனர். அவர்களுடைய முகங்கள் களைப்புற்றிருந்தன. ஓட்டுநரைவிட நடத்துநர்தான் தன் பணிநாளில் நூற்றுக்கணக்கானவர்களோடு நெருங்குகிறார். அவர்க்கு நல்ல முகக்காப்பு தரலாம்.

பாமர மட்டத்தில் இருப்போர்க்கு இஃது என்ன, ஏன் என்னும் தெளிவு வந்திருக்க வாய்ப்பில்லை. அவர்கள் வாழ்நாளில் பார்த்திராத நகர் முடக்கம், நாட்டு முடக்கம். விளக்கிக் கூறினால் அது மிகையச்சமாகத்தான் ஏறி நிற்கும்.

பெரும்பான்மையான மக்கள் இம்முடக்கத்திற்கு எவ்வகையிலும் முன்னேற்பாட்டோடு இருக்கவில்லை என்பது தெரிகிறது. இன்னும் பத்து நாள்கள் கழிகையில் நம் கருத்துகள் வெவ்வேறாக இருக்கலாம். தற்போதைக்கு வேறு வழியுமில்லை.

92

துரத்தும் வாழ்க்கைச் சூழலில் சேர்ந்தாற்போல் நான்கு நாள்கள் 'அக்கடா' என்று வீட்டில் இருக்க முடிகிறதா என்று ஏங்கியவர்கள் பலர். அவர்கள் இவ்வாய்ப்பினை அழகாகப் பற்றிக்கொள்ளலாம்.

"எந்நேரமும் துறுதுறுன்னு சுத்திக்கிட்டே இருக்கானே/ளே. எப்பவாவது வீடு அடங்கி இருக்கிறானா/ளா...?" என்று

பாட்டு வாங்கியவர்கள் பலர். அவர்கள் இக்காலத்தில் தங்களை மெய்ப்பித்துக்கொள்ளலாம்.

சிலர்க்கு வீட்டில் எது எங்கே இருக்கிறதென்றே தெரியாது. கடைசியாக ஒட்டடை அடித்தது நினைவிருக்காது. தொலைந்ததாய் நினைத்துக்கொண்டிருந்தது எங்கேனும் ஓர் இடுங்கில் கிடக்கும். அவர்கள் வீட்டினை ஆராய்ந்து அமைக்கலாம்.

என்னதான் உலகம் பெரிது என்றாலும் நாடோறும் பலப்பல கூரைகளின் நிழல் கண்டாலும் ஒருவர்க்கு இறுதி நம்பிக்கையும் இருப்பிடமும் ஆவது வீடுதான்.

வீட்டோடு இருந்து நமக்கும் நம்மைச் சார்ந்தோர்க்கும் நற்குமுகாயத்திற்கும் நாட்டிற்கும் நலம் சேர்ப்போம்.

93

பந்திப்பூர்க் காட்டுப் பகுதியில் பேர்கிரில்சும் இரஜினிகாந்தும் அலைகின்ற நிகழ்ச்சியைப் பார்த்தேன். நன்கு ஏற்பாடு செய்யப்பட்ட தொலைக்காட்சிப் படப்பிடிப்பு.

பேர்கிரில்சு வழக்கமாக உலாத்துகின்ற பெரும்பரப்பான பகுதிகள் இதனில் இல்லை. கூடிய விரைவில் பசுமையிழந்து பாலையாகிவிடுமோ என்னும்படியான காய்ந்த காட்டுப்பகுதி.

காட்டுக்குள் நடந்து போதல், பழைய இருப்புப் பாலத்தைத் தொற்றிக் கடத்தல், பள்ளத்திற்குள் இறங்கி நீரெடுத்துக்கொண்டு ஏறுதல், சீறுந்தில் ஓர் உலா, வண்டிச் சக்கரம் மாற்றுதல், புலி தண்ணீர் குடிக்கும் குட்டையைக் கடத்தல் என்று திட்டமிட்டு எடுத்திருக்கிறார்கள்.

இரஜினி தமிழில் பேசுவதை விளங்கிக்கொண்டு பேர்கிரில்சு ஆங்கிலத்தில் பேசுகிறார். சீருந்தில் அமர்ந்தபடி இருவரும் தத்தம் வாழ்க்கையைக் குறித்துப் பேசியபடி வருவதுதான் நிகழ்ச்சியின் நயமான பகுதி. நான் விளங்கிக் கொண்ட வடிவில் தருகிறேன்.

“இரஜினி. உங்க குழந்தைங்க என்ன பண்றாங்க?”

“அவங்களுக்கெல்லாம் முப்பத்தேழு முப்பத்தெட்டு ஆயிடுச்சு. எனக்குப் பேரக் குழந்தைங்க இருக்காங்க.”

“அப்படியா? எத்தனை படங்கள் பண்ணிட்டீங்க?”

"நான் நூத்து அறுபத்து நாலு... இல்லை, நூத்து அறுபத்து அஞ்சு படங்கள் நடிச்சாச்சு. திரையுலகிற்கு வந்து நாற்பத்து மூன்றாண்டுகள் ஆயிடுச்சு."

"ஆவ்... கடின உழைப்புத்தான்... நான் உங்க படங்களைப் பார்த்திருக்கேன்"

"அப்படியா? என் படங்களைப் பார்த்திருக்கிறீங்களா?"

"எல்லாம் பார்க்கல. சிலவற்றைப் பார்த்திருக்கிறேன். நீங்க படத்தில் பேசுவது ஒரு தினுசாத்தான் இருக்கு."

"நீங்க எப்படி இந்தப் புழு பூச்சியெல்லாம் சாப்பிட றீங்க?"

"வேற வழி? உடம்புக்குச் சத்து கிடைக்கணுமே. இதனாலயே என் வீட்டுக்கு யாரும் சாப்பிட வர்றதில்லை..."

"ஓ... இந்த நிகழ்ச்சிக்கு எப்படி வந்தீங்க?"

"நான் பிரிட்டிஷ் போர்ப்படைல இருந்தேன். வானத்தி லிருந்து மிதகுடை (parachute) விரித்து இறங்குறது, மலையேறு வது, பேரிடர்க் காலத்தைக் கையாள்வது முதலான பயிற்சி களில் ஈடுபட்டேன். பிறகு மூன்றாண்டுகள் கழித்து வெளியே வந்துட்டேன். அங்கிருக்கையில் படைமறவர் சிலர் சேர்ந்து எவரெஸ்ட் முடியேறினோம். அந்த பாடுகளைப் பத்தி ஒரு புத்தகம் எழுதினேன். அதைத் தொலைக்காட்சியில் இருக் கின்ற யாரோ படிச்சிட்டு இப்படி ஒரு நிகழ்ச்சி பண்றீங் களான்னு கேட்டாங்க... வந்துட்டேன்"

"உங்க வாழ்க்கையை எப்படிப் பார்க்கறீங்க?"

"எனக்கு நடந்தது எல்லாம் இறையருள்னு சொல் லணும். எல்லாமே அருநிகழ்வுகள்தாம். இதோ இந்தத் தொலைக்காட்சி நிகழ்ச்சில கலந்துக்குவேன்னு நான் நினைச்சே பார்த்த தில்லை. இப்போ நடக்குது. எல்லாமே இறைவிருப்பம்தான்."

அப்படியே பேசிக்கொண்டு வருகையில் வண்டிச் சக்கரம் காற்றிழந்துவிடுகிறது. சக்கரம் மாற்ற இறங்குகிறார்கள். "இரஜினி... அந்த இருக்கைக்கு அடியில 'உயர்த்தி' இருக்கும். எடுங்க" என்கிறார் பேர்கிரில்சு. "இதையெல்லாம் நான் வாழ்க்கையில் செஞ்சதே இல்லை" என்றபடி உதவுகிறார் இரஜினிகாந்த்.

94

இயக்குநர் பாலுமகேந்திரா கோவையிலுள்ள ஆரிய வைத்தியசாலையில் மருத்துவத்திற்காகப் பல நாள்கள் தங்கினார். இரண்டாயிரத்து ஏழாம் ஆண்டு என்று நினைவு.

அவ்வமயம் எனக்கு அழைப்பு விடுத்திருந்தார். "வரும்போது உங்ககிட்ட இருக்கிற உலகப்படக் குறுந்தட்டுகளையெல்லாம் கொண்டு வாங்க..." என்றார். நானும் எடுத்துச் சென்றேன். ஏறத்தாழ ஒரு திங்கள் காலத்திற்கு அவர் தங்க வேண்டியிருந்தது. அவ்வமயம் பல படங்களைக் காண்பதற்குத் திட்டமிட்டிருந்தார்.

குறுந்தகடுகளோடு சென்று அவரைக் கண்டேன். பல இடங்களில் பார்த்திருப்பினும் பேசியிருப்பினும் அதுவே நாங்கள் தனியாய் நேர்கண்டு பேசிய நாள்.

அடுத்ததாய்த் தாம் எடுக்கவிருக்கின்ற திரைப்படத்தின் திரைக்கதையைச் சொன்னார். கதையைச் சொல்லும்போது ஒவ்வொன்றிற்கும் அவர் நடித்துக் காட்டிய பாங்கினை மறக்க முடியாது.

ஏறத்தாழ இருபது காட்சிகள்வரைக்குமான திரைக் கதையை அவர் எழுதி அச்செடுத்தும் வைத்திருந்தார். மீதத்தினை நான் எழுதித் தரவேண்டும். "உங்கள் பார்வையில் இந்தத் திரைக்கதையை எப்படிக் கொண்டுசெல்லலாம் என்று நாற்பது காட்சிகள்வரை எழுதித் தாருங்கள். கதையை எப்படி வேண்டுமானாலும் கொண்டுபோகலாம்" என்றார்.

மருத்துவம் முடிந்து கிளம்புகையில் நான் எழுதி முடித்துத் தந்தால் போதும். அவர் தந்த திரைக்கதைப் படியினை எடுத்துக்கொண்டு வந்துவிட்டேன்.

அடுத்த பத்து நாள்களில் நாற்பது காட்சிகளுக்கான குறிப்பினை எழுதிவிட்டேன். மருத்துவம் முடிந்து கிளம்பும் இறுதிநாளில் மீண்டும் சென்று அவரைப் பார்த்தேன்.

நான் எழுதி வைத்திருந்த காட்சிகளைச் சொன்னேன். மிகவும் பாராட்டினார். அவருடைய திரைக்கதைப் படியோடு சேர்த்து முழுமை செய்து தரும்படி கேட்டுக்கொண்டு விடை பெற்றார்.

நான் சிறிது சிறிதாக எழுதிக்கொண்டிருந்தேன். பிறகு ஏனோ அத்திரைப்பட முயற்சி ஈடேறவில்லை. ஆனால்,

எனக்கு மிகச்சிறந்த பயிற்சியாக அமைந்தது. அவருடனான இருநாள் உரையாடலில் எனக்கு எண்ணற்ற திறப்புகள் கிடைத்தன.

நேற்று வீட்டுப் புத்தக அடுக்குகளைச் சீர்திருத்திய போது பாலுமகேந்திரா கொடுத்துச் சென்ற திரைக்கதைப் படி கிடைத்தது. என்னிடமுள்ள அவருடைய விலைமதிப் பில்லா நினைவுப்பொருள்.

95

"இப்படியே அடைந்து கிடந்தால் என்னாவது" என்ற வாறு முகக்காப்பு அணிந்தவனாய் வீட்டிற்கு அருகிலுள்ள மளிகைக்கடைவரை சென்றேன். ஓரிருவர் தமக்கு வேண்டிய காய்கறிகளையும் பருப்புகளையும் வாங்கினர். வெளியே வரைந்து வைத்துள்ள வட்டத்திற்குள் நிற்குமாறு கடைக்காரர் ஏற்பாடு செய்திருந்தார். நான் பால் வாங்கிக்கொண்டேன். அங்கிருந்த எல்லாரும் முகமணிந்திருந்தோம்; சிறுவிரை வோடும். முகத்தில் எதுவும் அணியாத வடநாட்டு இளைஞன் ஒருவன் அங்கே வந்தான். ஏதேனும் உணவுப்பொருள் வாங்கு வானாக இருக்கும் என்றுதான் எண்ணினேன். கடைக்காரர் அவனிடம் என்ன வேண்டுமென்று கைக்குறிப்பால் கேட்டார். "கேண்டில்ஜி கேண்டில்" என்றான். அடுத்தமுறை நம்மையும் சேர்த்து இருநூறு காதம் நடக்க வைக்கத்தான் போகிறான் என்று நினைத்தபடி ஓடிவந்துவிட்டேன்.

96

அதிர்வுகளோடு பல்வழியில் ஒலிக்கும் ஒலிப்பான் களுடைய ஒலியமைப்பு/காதணிபாடி இருக்கிறதா?

"நெஞ்சுக்குள்ளே இன்னாருன்னு சொன்னா புரியுமா?" என்று ஒரு பாடலை ஒலிக்கவிடுங்கள்.

வானுயர்ந்த மலையின் அடிவாரத்துப் புல்தரையில் கால்வைப்பதுபோல் பாடல் தொடங்கும்.

முதலில் பாலு தம் நெஞ்சத்திலிருந்து தொடக்க வரிகளைப் பாடுவார்.

பிறகு ஒரு புல்லாங்குழலிசை வந்து சிற்றோடைபோல் ஒலித்தடங்கும்.

அதன் பிறகு தாளக்கருவிகள் அடிநெஞ்சைப்போட்டு மிதிப்பதுபோல் வயலின் தூவலோடு பின்னியெடுக்கும்.

இடையே ஒரு பூங்குருவி குறுக்கே பறப்பதுபோன்ற குழலிசை. தாளமில்லாத அமைதியில் மெல்லத் தூவும்.

அடுத்து சரணத்தை ஜானகியம்மா தொடங்குவார். "ஏக்கப்பட்டு பட்டு நான் இளைத்தேனே."

பின்னணியில் தோல்கருவிகள் கொட்டி முழங்க இசை வரிகள் மலைத்தருக்களைத் தழுவும் முகில்களாய்த் தீண்டி நகரும்.

சரணத்தின் கடைசி வரிகளில் தாளங்கள் மேலும் அதிர்வுகள் கூடிப் புரண்டு உருளும்.

"உண்ணாமல் உறங்காமல் உன்னால் தவிக்கும் சிந்தாமணியின் நெஞ்சுக்குள்ளே இன்னாருன்னு சொன்னால் புரியுமா?"

பிறகு இரண்டாம் இடையிசை தோன்றும்போது நாம் அம்மலையின் இடுப்பில் ஒரு பூம்பாறையில் அமர்ந்திருப்போம்.

மீண்டும் அதே புல்லாங்குழல் ஒரு மணிக்குருவியாய்க் குறுக்கிடும்.

இரண்டு வெட்டுவிட்ட கொட்டுகளோடு தோல்கருவிகள் அதிர வயலின்கள் முழங்க ஓர் இசைப்பெருக்கம். நமக்கு யாரோ கண்ணேறு கழித்துவிட்டதுபோல் நினைவின்றிக் கிடப்போம்.

அடுத்து இரண்டாம் சரணம். 'காஞ்சிப் பட்டு ஒன்னு நான் கொடுத்தேனே."

முதலில் சொன்ன இசைச்செதுக்கங்கள் துளி பிசகாமல் தம்மை நிகழ்த்துகின்றன. சரணம் முடித்து பல்லவியை ஆழ்ந்து பாடி அமர்கின்றார்கள் பாடகர்கள்.

நாம் மலையின் முடிக்கு வந்துவிட்டோம்.

பாட்டு முடிகிறது. நமக்குள் பேரமைதி நிலவுகிறது.

ஆயிரம் கொஞ்சல்களோடு பால் புகட்டிவிடப்பட்ட குழந்தையைப்போல் நாம் அவ்விடத்தில் தித்திப்பால் திணறி நிற்கின்றோம்.

97

அமெரிக்கா எவ்வளவு பெரிய தேயம்! எவ்வளவு பெரிய பொருளாதாரம்! படைவளமென்ன, அதன் கட்டமைப்பு என்ன! நூறடுக்குக் கட்டடங்கள் பன்னூறாய் பெருகி நிற்கும் அத்தேயத்தின் மாநகரங்கள், மணித்துளிக்கொரு வானூர்தி கிளம்பும் வானூர்தி நிலையங்கள்! நடத்திய போர்கள் எத்தனை? நாட்டிய வெற்றிக்கொடிகள் எத்தனை?

கடைசியில் என்னாயிற்று? ஒரு வேப்பமுத்தின் அளவிலுள்ள மாத்திரையைப் பெறும் முயற்சிக்கு அந்நாட்டின் தலைவர் விடைகூறும்படியாயிற்று. பிற நாடுகட்குச் செல்ல வேண்டிய மருத்துப் பெட்டகங்களை வேறு வழியின்றித் தன்நாட்டுக்குக் கவரும்படியாயிற்று.

இத்தனைக்கும் அந்நாடு உலகின் பல நாடுகளோடும் இணக்கமான அரசியல் உறவைப் பேணியதுதான். பெரியாள் மனநிலையிலிருந்து இறங்கவில்லை என்றபோதும் போக்குவரத்து, தூதரக உறவுகள், கல்வி, வேலைவாய்ப்பு, வணிகம் என நல்லுறவில்தான் இருந்தது.

எங்கே கோட்டை விட்டது? தற்சார்புப் பொருளாதாரம் என்பதை மறந்து உலகளாவிய பொருளாதாரத்தில் நம்பிக்கை வைத்தது. விக்கலுக்கு வேண்டிய தண்ணீரைத் தன் பக்கத்தில் வைத்துக்கொள்ள மறந்தது.

உலகில் எல்லா வளங்களும் வெவ்வேறிடங்களில் மலிந்து கிடக்கின்றனதாம். ஆனால், நமக்கு வேண்டியது நமக்கு அருகிலேயே கிடைப்பதற்கும் வழி இருக்க வேண்டும்.

தொலைவிலுள்ள அணையிலிருந்து நமக்குக் குடிநீர் வருவது நம்பற்குரியது இல்லை. நம் காலடியிலேயே நிலத்தடி நீர்வளம் இருக்க வேண்டும். அருகிலுள்ள குளம், கிணறு, ஏரிகள் நிறைந்து இருக்க வேண்டும். அருகிலுள்ளவை எல்லாம் காய்ந்து கிடக்கையில் தொலைவிலுள்ள அணைக் கட்டினை நம் தேவைக்கு நம்பியிருக்கக் கூடாது. நம்மிடத்தில் ஒன்றை ஆக்கிக்கொள்ளாமல் இறக்குமதியை ஒருபோதும் நம்பக்கூடாது.

அமெரிக்கா தனது தொழிற்சாலை முனையங்களாக உலக நாடுகளைப் பயன்படுத்தத் தொடங்கியது. உயிர்ப் பொருள், உணவுப்பொருள், மருந்துப்பொருள் என்ற வேறுபாடுகளை மறந்தது. வாழைப்பழம் முதற்கொண்டு இறக்குமதி

செய்தது. இப்போது ஓர் இடர்ப்பாட்டுக்கு முகங்கொடுக்க முடியாத பேரிடரில் சிக்கிக்கொண்டது.

இக்காரணத்தால்தான் வரலாறெங்கிலும் போர் நடந்தது. ஆற்றங்கரையில் விளைச்சல் மிகுதி என்றால் ஒருவன் படைதிரட்டி வந்தான். ஆற்றில் தண்ணீர் வரவில்லை என்றால் ஒருவன் படைதிரட்டிச் சென்றான். நடுகிழக்கு நாடுகளின் எண்ணெய் வளத்தை ஒட்டித்தானே அங்கே எப்போதும் போர்ப்பதற்றம் சூழ்ந்திருக்கிறது!

ஒருவேளை இத்தகைய பேரிடரில் உடனே வேண்டப் படும் பொருள்களுக்கு அவை தோற்றுவிக்கப்படும் நாட்டி லும் பற்றாக்குறை என்றால் என்ன நடந்திருக்கும்? மிரட்டல் கள், அரசியல் நிலைகுலைவுகள், போர்வாய்ப்புகள் என்று இந்தக் கொள்ளை நோயைத் தாண்டிய கொடுமைகள் தொடங்கியிருக்கலாம்.

எல்லாவற்றிலிருந்தும் விடுபட்டவுடன் இனி உலக நாடுகள் வணிகப் பேரவாக்கொண்டு அலையாமல், பிறநாட்டு வளங்களை முந்திச் சுரண்டுவதை விடுத்து மருத்துவம், தற்சார்பு, தன்னிறைவு, நலவாழ்வுக்கென்று தத்தம் கொள்கை களை வகுத்துக்கொண்டு நடைபோடுவது நல்லது.

98

அம்பலம் இணையத்தில் எழுத்தாளர் சுஜாதா காரிநாள்தோறும் காலை மணி பத்து முதல் பன்னிரண்டு வரைக்கும் பொதுவுரையாடல் நிகழ்த்தினார். ஒருநாள்கூடத் தவறவிடாமல் அவ்வுரையாடலில் நான் பங்கேற்றுள்ளேன். என் ஆர்வங்களை எல்லாம் அவரிடம் கேள்வியாக மாற்றவோ கூறவோ தயங்கியதில்லை. அவரும் புன்னகை வரவைக்கும் விடைகளைக் கூறுவார். அவ்வமயம் அவரோடு நிகழ்த்திய உரையாடலில் நினைவில் உள்ளவை இவை:-

**

நான்: கிரிக்கெட் விளையாட்டில் பயன்படுத்தப்படும் எல்லா ஆங்கிலச் சொற்களுக்கும் நல்ல தமிழ்ச்சொற்களை ஆக்க முடியும்

சுஜாதா: கிரிக்கெட்?

**

நான்: காதல்/காமம் சார்ந்த கவிதைகளின் தொகுப்பு ஒன்றை எழுதிக்கொண்டிருக்கிறேன். நல்ல தலைப்பு கிடைக்கவில்லை.

சுஜாதா: காதல் வெள்ளம் என்று வைக்கலாம்.

**

நான்: இதுவரை தாங்கள் எழுதிய சிறுகதைகளின் எண்ணிக்கை?

சுஜாதா: சுமார் முந்நூறு.

நான்; நாற்பதாண்டு எழுத்து வாழ்க்கையில் முந்நூறு சிறுகதைகள் என்றால் ஆண்டுக்கு எட்டு என்ற கணக்கு வருகிறது.

சுஜாதா: அவ்வளவா?

**

நான்: இலக்கியத் தரமான நாவல்கள் இப்போது வருவதாகக் கருதுகிறீர்களா?

சுஜாதா: இது மாச நாவல்களின் காலம்.

**

நான்: தங்களின் மிகச்சிறந்த சிறுகதைகளில் ஒன்று என்று "பார்வை" என்ற கதையைக் கூறுவேன்.

சுஜாதா: ஆம். அது நல்ல சிறுகதை.

**

நான்: மணிரத்தினத்தின் புதிய பட அறிவிப்பாகத் தினத்தந்தியில் 'ஆயுத எழுத்து' என்று வந்திருக்கிறது. அது ஃ என்ற எழுத்தினைக் குறியீடாகக் குறிப்பிடும் தலைப்பு என்றால் ஆயுத எழுத்து என்பது தவறு. ஆய்த எழுத்து என்றே இருக்க வேண்டும்.

சுஜாதா: அப்படியா? பார்க்கிறேன்.

**

நான்: கமல்ஹாசன் ஏன் இவ்வளவு சர்ச்சைகளில் அடிபடுகிறார்?

சுஜாதா: அவர் கமல்ஹாசன் என்பதால். மற்றவர்களை யாரும் கவனிப்பதில்லை.

**

நான்: அந்நியன் திரைப்படத்திற்கு ஐடிபிஐ வங்கி கடன் வழங்கி இருப்பதாக இன்றைய எகனாமிக் டைம்சில் செய்தி வந்திருக்கிறது. திரைப்படத்திற்கு வங்கிக் கடன் என்பதனை எப்படிப் பார்க்கிறீர்கள்?

சுஜாதா: இது எனக்குப் புதிய செய்தி. வங்கிக் கடன் பெற வேண்டுமானால் பழைய கணக்கு வழக்குகள் உட்பட எல்லாம் சரியாக இருக்க வேண்டும். நல்ல நிறுவனமாகச் செயல்பட வேண்டும். திரைப்படத் தொழிலில் மெட்ராஸ் டாக்கீஸ் போன்ற சில நிறுவனங்களே அப்படி இருக்கின்றன.

**

நான்: தொலைக்காட்சிகளில் கவிராத்திரி போன்ற நிகழ்ச்சிகளை விடிய விடிய நடத்தலாமில்லையா?

சுஜாதா: நடத்தலாம்தான். ஆனால், மற்றவர்கள் தூங்க வேண்டுமே.

**

நான்: உடல்நலமில்லை என்று கேள்விப்பட்டேன். நடைப்பயிற்சி செய்யுங்கள்.

சுஜாதா: குளிரில் நடைப்பயிற்சி செய்யப்போய்த்தான் உடல் நலமில்லை.

99

நடைவேளையின்போது நடிகையார் வடிவுக்கரசியின் நேர்காணல் தொடரைச் செவிமடுத்தேன். அவருடைய பெயரே நான்காம் வேற்றுமைத் தொடராக (வடிவுக்கு அரசி) அமைந்தது தமிழ்ச்சிறப்பு. சிலர்க்குத்தான் அவ்வாறு அமையும். அவருடைய பெயரை மாற்றாமல் பாரதிராஜா அறிமுகப்படுத்தி இருக்கிறார். திரையுலக வாழ்க்கைப் பாடுகளைப் போகிற போக்கில் சொல்லிச் செல்கிறார். கலைஞர்களை வெளியூர்கட்கு அழைத்துச் செல்லும் படக் குழுவினர் அவர்களைத் திருப்பி அனுப்பும்போது நடை மேடைச் சீட்டினை எடுத்துக்கொடுத்து இருப்பூர்தியில் ஏற்றி விடுவதும் உண்டாம். அதைக் கேட்டதும் கலை இயக்குநர் ஜேகே கூறிய ஒன்று நினைவுக்கு வந்தது. அவரையும் வெளியூர்ப் படப்பிடிப்புகட்குக் குழுவினர் அழைப்பார்களாம். திரும்பி வருவதற்கான உறுதிப்பட்ட பயணச்சீட்டு எடுத்துத்

தந்தால்தான் வெளியூர் வருவதற்கு இசைவாராம். கலைஞர்களை நேர்காண்பவர்கள் "சிவாஜியோடு/இரஜினியோடு/கமலோடு/அஜித்தோடு நான்" என்ற தலைப்பிற்குள்ளாக அமையும்படி வினாக்களில் இழுக்கிறார்கள். அவர்களுடைய பார்வையிலிருந்து அனைவரையும் சொல்ல வைக்க வேண்டும். காலம் மாறி நெடுங்காலம் ஆகிவிட்டது.

100

நகரத்தின் மிகப்பெரிய தொழிற்பேட்டை அமைந்துள்ள பகுதிக்குக் காலையில் சென்றேன்.

முந்நூற்றுக்கும் மேற்பட்ட தொழிற்கூடங்கள் இருக்குமிடம் அது. அப்பெரிய வளாகத்தைச் சுற்றிலுமுள்ள வீடுகளில் தங்கியிருப்பவர்கள் தொழிலாளர்கள். அவர்களில் பெரும்பான்மையோர் வடமாநிலத்தவர்கள்.

ஞாயிறன்று அப்பகுதிக்குச் சென்றால் வடமாநிலச் சந்தைபோல் இருக்கும். வடமாநிலப் பெண்களை மிகவும் வெளிப்படையாகவே சீண்டும் வடமாநிலச் சில்லுண்டிகளையும் பார்க்கலாம். “அவனுங்களால நம்ம பெண்களுக்கும் தொந்தரவுதானுங்க. ஆனால், பெரிசா எதுவும் ஆனதில்லை” என்று சொல்லியிருக்கிறார்கள்.

கடந்த இரண்டு திங்கள்களாக மூடப்பட்டிருந்த அப்பகுதியில் தங்கியிருந்த வடமாநிலத்தவர்கள் படாதபாடு பட்டுவிட்டார்கள். எப்படியாவது ஊருக்குத் திரும்பினால் போதும் என்ற மனநிலைக்கு வந்துவிட்டார்கள்.

தற்போது சிற்சில தொழிலகங்களும் செயல்படத் தொடங்கியுள்ள நிலையில் அவர்கள் அனைவர்க்கும் வேலை கிடைக்க வாய்ப்பில்லை. அவர்களும் மேலும் தொடரும் மனநிலையில் இல்லை.

இந்நிலையில் ஊர் திரும்புவதற்குரிய போக்குவரத்தினை அரசு ஏற்பாடு செய்துள்ளதால் அவர்கள் எல்லாரும் மூட்டை முடிச்சுகளோடு கிளம்பிவிட்டார்கள்.

“ஒரு காம்பவுண்டுல முப்பது வீடுங்ணா... அந்த முப்பது வீடும் இன்னிக்குக் காலைல காலியாயிடுச்சு” என்றார் நண்பர்.

ஊரின் பெரிய பேருந்து நிறுவனத்தின் பல வண்டிகள் “திருப்பூர் மாநகராட்சி கோவிட்-19 ஒப்பந்தப் பேருந்து” என்ற

தாளொட்டலோடு வந்து நிற்கின்றன.

ஊர் கிளம்ப உள்ளோரின் பெயர்கள் பட்டியல் படுவதைக் காண முடிந்தது. காவலர்கள் காவலுக்கு நிற்கின்றார்கள். வென்றவர்கள் முன்னம் முழங்கால் இட்டபடி அமர்ந்திருக்கும் தோற்ற படையினர்போல் பல வரிசைகளில் வடமாநிலத்து இளைஞர்கள் அமர்ந்திருந்தனர். அவர்கள்தாம் இரண்டு திங்கள்களுக்கு முன்வரை அத்தெருக்களில் சிரிப்பும் களிப்புமாய், நொயநொயக்கும் இந்திப் பாட்டுக் கைப்பேசி யோடு எந்நேரமும் திரிந்தவர்கள். இப்போது ஊர் திரும்பிக் கொண்டிருக்கிறார்கள்.

இவ்வேற்பாடுகளை முதலிலேயே செய்திருக்கலாம்.

இனி அவர்கள் திரும்பி வருவார்களா என்று கேட்டேன். நிலைமை சீரடைந்த பிறகு வரலாம். வராமலும் போகலாம். அவ்விடை தெரிவதற்குக் காலம் தேவைப்படும்.

101

மகிழுந்து பல நாள்களாக அப்படியே நிற்பதால் என்னாயிற்றோ என்று ஒரு கவலை. மின்கலம் புதிதுதான் என்றாலும் நீண்ட இடைவெளியாயிற்றே. எரிபொறி பற்ற மறுக்கலாம். நானும் வண்டியின் மூடாக்கினை அகற்றச் சோம்பற்பட்டு அருகில் செல்வதைத் தள்ளிப்போட்டுக் கொண்டே இருந்தேன். இன்று மகளை அழைத்து "வண்டியைக் கிளப்பி பத்து மணித்துளிகள் ஓடவிடு" என்று கூறினேன். அரைமணி நேரம் கழித்து வந்த மகள் "உடனே ஸ்டார்ட் ஆயிடுச்சுப்பா. ஒரு ரவுண்டு ஓட்டிப் பார்த்துட்டு வந்து நிறுத்திட்டேன்" என்றாள். எல்லாவற்றையும் நாமே பார்த்துக்கொள்ளும் மனப்பழக்கத்தை மாற்ற வேண்டும். பொறுப்புகளைப் பிரித்துக் கொடுத்துவிடலாம்.

102

அடித்தட்டிலிருந்து வருகின்ற படித்த தலைமுறை யினர்க்கு வேலைதான் ஒரே பற்றுதல். வேலை இழந்தால் வாழ்க்கையே போய்விட்டதைப்போல் ஆகிவிடும்.

நான் பன்னிரண்டாம் வகுப்பு உயிரியல் தேர்வு எழுதி முடித்த மறுநாள் வேலைக்குச் சென்றுவிட்டேன். அந்த முதல்

ஐந்தாண்டுகள்தாம் என்னை எல்லாமுமாக ஆக்கிக்கொண்ட காலம். நான் வேலைக்குச் சென்றதும் ஏறத்தாழ ஐந்தரை ஆண்டுகள்தாம்.

அக்காலத்தில் எனக்கு இரண்டு முறை வேலை போயிற்று. முதன்முறை வேலை போனபோது நான் பெற்ற திங்களூதியம் இரண்டாயிரம். தொண்ணூற்று நான்காம் ஆண்டில் அது நல்ல தொகை. ஐம்பது உரூபாய்க்கு எரிநெய் நிரப்பினால் நாள்மறந்து வண்டியோட்டலாம். ஒரு வாய்த் தகராறு முற்றி நானாகச் செய்துகொண்ட வெளிநடப்புத்தான் என் முதல் வேலையிழப்பு. நான் செய்த பணிகளுக்கு மாற்றாள் கிடைக்காமல் மீண்டும் சேர்த்துக்கொள்ளப்பட்டேன்.

ஓராண்டு இடைவெளியில் இரண்டாவது முறையாக வும் வெளியேற நேர்ந்தது. அப்போது என் சம்பளம் இரண்டா யிரத்து ஐந்நூறு. அவ்வமயம் வேலை, வெளியுலகம், தனித்தியங்கல், தொழில் எல்லாம் தெரிந்திருந்தது.

இம்முறை எனக்கு மிகுந்த மன உளைச்சல் ஏற்பட்டது. இவ்வளவு பாடுபட்டும் உரிய காரணமின்றி வெளியேற்றப் பட்டதைத் தாங்கவே முடியவில்லை. எதிர்காலம் இருட்டாய்த் தெரிந்தது.

வெளியே வந்த கையோடு வீட்டுக்குப் போகவில்லை. கையில் ஆயிரம் உரூபாய் இருந்தது. நகரத்தின் நடுச்சாலையில் இருக்கும் ஒரு விடுதியில் ஒற்றையறை எடுத்துப் படுத்து விட்டேன். தூங்கோ தூங்கென்று தூங்கினேன். பழையவற்றை எல்லாம் எண்ணி அழு அழு என்று அழுதேன். மீண்டும் தூங்கினேன்.

அப்போதைய விடுதியறைகளுக்குத் தொலைக்காட்சிப் பெட்டிகள் வரவில்லை. மூன்று நாள்களாக என் அறை திறக்கப்படாதது கண்டு விடுதி மேலாளரே வந்து கதவைத் தட்டினார். நான் நல்லபடியாகத்தான் இருக்கிறேன் என்று உறுதிப்படுத்திக்கொண்டு போய்விட்டார்.

மூன்றாவது நாள்தான் சாப்பிடுவதற்குக் கீழே சென்றேன். அன்னபூரணாவில் சிற்றுண்டி. அங்கே எழுத் தாளர் இரா. முருகனை அந்த உணவு விடுதியில் பார்த்தேன். முன்பே அவரைக் கணையாழிக் கூட்டத்தில் பார்த்திருந்ததால் இருவர்க்கும் முகப்பழக்கம் உண்டு. முகமன் கூறியவாறு சில சொற்களைப் பேசிக்கொண்டோம். அங்குள்ள வங்கிக்

கிளையொன்றினைக் கணினிமயப்படுத்த வந்திருப்பதாகத் தெரிவித்தார்.

மீண்டும் சென்று விடுதியறையில் படுத்துக்கொண்டேன்.

இப்போது நான் செய்ய வேண்டியது என்ன என்று ஆழ்ந்து சிந்தித்தேன். ஒரு வேலை, சில ஆயிரங்களின் வருமானம் - அவற்றை அடைவதும் பெறுவதும் அவ்வளவு கடினமா? இழப்பது இவ்வளவு கொடுமையானதா? நான் அவ்வளவுதானா? என்னால் இந்தச் சிறுமையைத் தாங்க முடியவில்லை. எண்ணங்கள் அலைபாய்ந்தன. பலவற்றையும் சீர்தூக்கிப் பார்த்தேன்.

வேலை என்பது என்ன? நம்முடைய திறன்களை, ஆற்றலை, செய்திறனை வெளிப்படுத்தும் வாய்ப்பு. அது ஓர் ஆக்கம். ஆள்மட்டுமே நிகழ்த்தும் வினைக்கு நானும் ஓர் ஆள். அந்த வேலைக்கு எங்கே யாரிடம் அத்தகைய ஆள் தேவையோ அங்கே போகிறேன். நாள்தோறும் வேலை செய்கிறேன். இது நன்றாக இருக்கிறது. எல்லாரும் மதிக்கிறார்கள். நான் வேலைக்குப் போகிறேன் என்பது பெருமை.

சரி. எதற்காக வேலைக்குப் போகிறாய்? உள்ளாடை நிறுவனங்களின் கற்றைத் தாள்களோடு போராடுவது உனக்குப் பிடித்திருக்கிறதா? அது என்ன பெரிய தவமா? அந்தப் பணிகளுக்காக அரசுசார் நிறுவனங்களில் கால்கடுக்க நிற்பது விருப்பமா? பலரோடு பேசுவதும் ஓடுவதும் பரபரப்பாக இருப்பதும் பிடித்திருக்கின்றனவா? அவற்றுக்காகத்தான் வேலைக்குப் போகிறேனா? இல்லை இல்லை இல்லை.

சம்பளம் இரண்டாயிரத்து ஐந்நூறு கிடைக்கிறது. அதற்காக வேலைக்குப் போகிறேன்.

இப்போது ஏன் வருத்தப்படுகிறாய்? ஏன் உயிரே போனதுபோல் துவண்டு கிடக்கிறாய்? வேலையின் மேற் சொன்ன இயல்புகள் யாவற்றையும் இழந்ததற்காக வருத்தமா? உன்னுடைய அன்றாடம் வெற்றிடமாகிப் போனதால் ஏற்பட்ட இழப்பா? இல்லை இல்லை இல்லை.

திங்கள்தோறும் இரண்டாயிரத்து ஐந்நூறு வருமானம் கிடைத்தது. அதனை இழந்தேன். கையில் எந்நேரமும் காசு இருந்தது. குடும்பம் பயனுற்றது. நான் விரும்பியவாறு செலவு செய்து மகிழ்ந்தேன். இப்போது அது முடிவுக்கு வந்து

விட்டது.

அப்படியானால் உன்னுடைய கவலை வேலை போனதைப் பற்றியில்லை. அந்தத் தாள்களோடு போராடுவதி லிருந்து விலகி இருக்க விரும்புகிறாய். நண்பர்கள் பழக்க வழக்கங்கள் யாவும் பணிசார்ந்த புன்னகைகள் என்று விளங்கிக்கொண்டுள்ளாய். உன்னுடைய உண்மையான கவலை வருமானம் போனதைப் பற்றியதுதானே? வேலை செய்வதால் கிடைக்கும் திங்களூதியமான இரண்டாயிரத்து ஐந்நூறு கிடைக்கும் வாய்ப்பு பறிபோனதைப் பற்றியது தானே? ஆம் ஆம் ஆம்.

உன்னுடைய இன்றைய துன்பத்தின் மதிப்பு வெறும் இரண்டாயிரத்து ஐந்நூறு / மாதம். சரியா? ஆமாம். மிகச்சரி. திங்கள்தோறும் இரண்டாயிரத்து ஐந்நூறு கிடைத்தால் போதும். இந்தத் துன்பத்திலிருந்து உடனே வெளியே வந்து விடுவேன். எனக்கு விருப்பமான கவிதை எழுதுவேன். தமிழில் திளைப்பேன்.

அவ்வளவுதான். உன்னுடைய துன்பத்தின் பெயர் இரண்டாயிரத்து ஐந்நூறு உரூபாய். அந்தத் தொகையை ஈடாகப் பெறத்தான் வேலை வேலை என்று ஓடினாய். கிடைத்த வேலையை அவ்வளவு ஈடுபாட்டோடு செய்தாய். கண்ட கண்ட இடத்திற்கெல்லாம் போய்நின்று தலையைச் சொறிந்தாய். சிரந்தாழ்ந்தாய்.

திங்கள்தோறும் இரண்டாயிரத்து ஐந்நூறு கிடைக்க வேண்டுமானால் என்ன செய்ய வேண்டும்? சுற்றிலும் பார்த்தேன். திட்டமான திங்கள் வருமானத்தை உருவாக்க எல்லாரும் என்ன செய்கிறார்கள்? அதற்குள்ள உடனடி வாய்ப்பு என்ன? அப்போதுதான் தனியார் நிறுவனங்கள் முப்பத்தாறு விழுக்காடு வட்டி தருகின்ற விளம்பரங்களில் கொடிகட்டிப் பறந்தன. அந்த அகவையிலேயே அவற்றைப் புறந்தள்ளினேன். வங்கிகள் என்ன வட்டி தருகின்றன என்று பார்த்தேன்.

நாட்டின் அத்தனை வங்கிகளின் கிளைகளும் பரபரப் பாகச் செயல்படும் ஊரில் இருக்கிறேன். ஒவ்வொரு வங்கிக் கிளையிலும் மேலாளர்வரைக்கும் பழக்கவழக்கம் வேறு. அப்போது வைப்பு நிதிக்குப் பன்னிரண்டு விழுக்காடு வட்டியை வங்கிகள் வழங்கின. பெடெரல் வங்கியானது

ஒருபடி மேலே போய் பதினான்கு விழுக்காடு வட்டி என்ற சிறப்பு அறிவிப்பினை வெளியிட்டிருந்தது.

உன்னுடைய துன்பத்தின் பெயர் இரண்டாயிரத்து ஐந்நூறு / திங்கள். அதாவது முப்பதாயிரம் / ஆண்டு.

ஆண்டுக்கு முப்பதாயிரம் வருமானம் வரவேண்டும்.

பெடரல் வங்கியில் ஒரு இலட்சத்திற்கு ஆண்டிற்குப் பதினான்காயிரம் வட்டி தருகிறார்கள். மாதம் இரண்டாயிரத்து ஐந்நூறு அல்லது ஆண்டுக்கு முப்பதாயிரம் வருமானம் வர என்ன செய்ய வேண்டும்? இரண்டு இலட்சத்துப் பதினைந்தாயிரத்தை எப்படியாவது ஈட்டிக் கொண்டுபோய் பெடரல் வங்கியில் போட்டுவிட்டால் போதும். திங்கள்தோறும் இரண்டாயிரத்து ஐந்நூறு வருமானம் வந்துவிடும். உன் துன்பம் தீர்ந்துவிடும்.

எனக்கு இப்பொழுது எல்லாம் விளங்கியது. பணம் என்பது பணத்தை உருவாக்கும். பணத்தை உருவாக்குவதற்குத் தான் பணத்தை ஈட்டும் செயலில் ஈடுபடவேண்டும். பணம் பணம் பணம். அது என்னால் முடியும்.

"ஏன்பா... ஒரு ஜி.எஸ்.பி. போட்டுக் கொடுக்கிறாயா? ஐந்நூறு ரூவா தரேன்" என்று கேட்டவர்களிடம் முடியாது என்று திரும்பி வந்திருக்கிறேன். இனி அந்த வாய்ப்புகளை ஏற்கவேண்டும். ஏற்றுமதியாளர்களிடம் நாமே கேட்டுப் பெறவேண்டும்.

அவ்வப்போது அந்த ஜி.எஸ்.பி. படிவத்திற்குத் தட்டுப்பாடு ஏற்பட்டுவிடும். கோயம்புத்தூரிலும் சென்னையிலும் அது எங்கெங்கே கிடைக்கும் என்று எனக்குத் தெரியும். ஜி.ஆர். படிவம் என்று வங்கிகள் வழங்கும் படிவம் ஒன்றுண்டு. அது கிடைக்காமல் தட்டுப்பாடு ஏற்பட்டபோது நான் பாட்டுக்கு இருப்பூர்தியில் ஏறிவிட்டேன். நேரடியாக நான் வந்து நின்ற இடம் சென்னையிலுள்ள "ரிசர்வ் வங்கி". அந்தப் படிவத்திற்குரிய துறைக்கு மாடியேறிச் சென்று ஓர் அலுவலரிடம் என்னை அறிமுகப்படுத்திக்கொண்டேன். "என்னது... ஜி.ஆர். பார்ம் கிடைக்கலன்னு திருப்பூர்ல இருந்து இங்க வந்தியா?" என்று அவர் பதறிப் போய்விட்டார். பெருங் கற்றையைத் தூக்கிக் கொடுத்தார். இவையெல்லாம் நம்மிடம் இருந்தால் எங்கே போகின்ற வேலையானாலும் நம்மை நோக்கித் தானாக வரும்.

எனக்கு நம்பிக்கை பிறந்தது. நாள்தோறும் ஓரிரண்டு ஆயிரங்களை ஈட்டிவிட முடியும். மூன்று திங்கள்களில் ஒரு இலட்சத்தைப் பார்த்துவிடலாம். எப்படிக் காலந்தாழ்ந்தாலும் ஓராண்டுக்குள் இரண்டு இலட்சத்துப் பதினைந்தாயிரத்தைப் பெடரல் வங்கியில் வைப்பு நிதியாக்கிவிடலாம்.

அப்போது கண்ணதாசன் பதிப்பகம் வெளியிட்டிருந்த "நீங்கள் நினைத்தால் இலட்சாதிபதி ஆகலாம்" என்ற நூலைப் படித்திருந்தேன். சிறிய நூல்தான். அது கற்றுக்கொடுத்த வழிமுறைகளைப் பின்பற்றினேன். பத்து உரூபாய் என்றாலும் செலவழிக்க அஞ்சுவேன். ஈட்டுகின்ற பணத்தையெல்லாம் என் சிறுசேமிப்புக் கணக்கில் செலுத்திக்கொண்டே வந்தேன். ஐம்பது, நூறு என்றுகூடச் செலுத்தியிருக்கிறேன். தினமும் செலுத்துவது தவறாது.

அடுத்த ஓராண்டில் என் சிறுசேமிப்புக் கணக்கில் இரண்டு இலட்சத்துப் பதினைந்தாயிரம் சேர்ந்திருந்தது. அந்தத் தொகையை வைப்புநிதியாக மாற்றினேன். என் துன்பத்தின் காரணமான இரண்டாயிரத்து ஐந்நூறு முற்றாக என் வாழ்க்கையை விட்டு வெளியேறியது.

அப்போது நான் நாள்தோறும் பல நிறுவனங்களின் பணிகளை எடுத்துச் செய்வோனாக மாறியிருந்தேன். வேலைக்குச் செல்வது என்ற உலகிலிருந்து வெகு தொலைவு விலகி வந்துவிட்டேன்.

இன்றைக்குப் பணியிழந்து தவிப்போர் ஒவ்வொருவர்க்கும் என் வாழ்க்கைக் குறிப்பானது ஒரு திறப்பினை ஏற்படுத்தட்டும் என்று இங்கே கூறினேன்.

103

முகநூல் கதைப்பகுதியில் தற்படம் வைத்தேன். உதட்டுச் சாயம் பூசியிருக்கிறீர்களா என்று கேட்டார்கள். அது இயற்கையிலேயே அப்படித்தான் என்று கூறியாயிற்று. முகப்பொடி தூக்கல் என்றார்கள். தோற்றமளிப்பதில் துரைமுருகனைப் போல என்று ஒருவாறு ஒப்பேற்றினேன். இன்றைக்குக் "கண்ணுக்கு மை வைத்திருக்கிறீர்களா?" என்று கேட்கிறார்கள். இனி நான் கதைப்படமே வைப்பதாக இல்லை.

104

அமேசான் பிரைம் தளத்தினைத் தற்போதுதான் நுழைவுக்கட்டணம் செலுத்தி எட்டிப் பார்த்தேன். பார்க்க வேண்டிய ஆர்வத்தைத் தூண்டும் திரைப்படங்கள், தொடர்கள், நிகழ்ச்சிகள் எவையெவை என்று துழாவினேன். மீறிப் போனால் ஐம்பது வாய்ப்புகள் அங்கே இருக்கின்றன. பெரும் பான்மையானவை பிறமொழிக் குப்பைகள். எல்லாவற்றிலும் அப்படத்தின் முதன்மையாளர்கள் முகப்புப் படம் வைத்தது போல் தோன்றினார்கள். எதனைக் கண்டாலும் அது ஆர்வத்தை ஈர்க்கவில்லை. சிலவற்றைச் சொடுக்கி முதற்சில மணித்துளிகளைப் பார்த்தேன். மெல்லத் தொடங்கி மெல்ல நகர்கிறது. எப்படிப் பார்த்தாலும் ஏதோ ஒன்று குறைகிறது. ஒன்று என்ன... நன்றாகவே குறைகிறது. பெருமையாக இருக்கும் என்பதற்காக இவற்றைப் பற்றி உயர்வாகக் கூறிக் கொண்டிருந்தார்களா? இதுதான் வந்து திரைப்படத் தொழிலைக் கவிழ்க்கப் போகிறதா? சிரிப்பாக இருக்கிறது. அரங்கிலமர்ந்து வெள்ளித்திரையில் காணும் காட்சியின்பத்தின் மூக்கு நுனியைக்கூடத் தொடமுடியாது. காலப்போக்கில் திரைப்படங்களுக்கு இன்னொரு வெளியீட்டு வாய்ப்பாக இருக்கும். அவ்வளவுதான். திரைத்துறை நண்பர்கள் நல்ல படங்களை ஊக்கத்தோடு எடுத்துக் காட்டுங்கள். நம்பிக்கை இழக்க ஒன்றுமேயில்லை.

105

தொண்ணூறுகளில் இலக்கியக் கூட்டங்கள் கோவையில் நடந்தாலும் சரி, திருப்பூரில் நடந்தாலும் சரி, கோவை ஞானியை அங்கே பார்க்க முடியும். அது சிறிய கூட்டமோ பெரிய கூட்டமோ, அழைப்போ அறிவிப்போ இருப்பின் ஓர் உதவியாளரோடு தவறாது வந்துவிடுவார். சுபமங்களா இதழ் கோவையில் நடத்திய இலக்கியத் திருவிழாவில்தான் நான் அவரை முதன்முதலாகப் பார்த்தேன். அத்திருவிழாவில் திரும்பிய திக்கமெங்கும் சிற்றிலக்கியப் பெருமக்கள் அமர்ந்திருந்தனர்.

தொண்ணூற்று நான்கு அல்லது தொண்ணூற்று ஐந்தாம் ஆண்டு என நினைக்கிறேன். மோகமுள் நெடுங் கதையைத் திரைப்படமாக எடுத்திருந்தனர். அப்படத்தின்

சிறப்புக் காட்சி ஒன்றுக்குத் திருப்பூரின் பெரிய திரையரங் கான எஸ்.ஏ.பி.யில் ஏற்பாடு செய்யப்பட்டிருந்தது. அவ்வேற் பாட்டை முன்னின்று எடுத்துச் செய்தவர் அப்போது நகரில் திரைப்படச் சங்கம் அமைத்து ஊக்கமாகச் செயல்பட்ட திரு. வி.டி.. சுப்பிரமணியன்.

அப்போது இப்பகுதி கோவை மாவட்டத்திற்குள்தான் இருந்தது. அந்தச் சிறப்புக் காட்சிக்கு மாவட்டத்தின் அனைத்துப் பகுதிகளிலிருந்தும் கலை இலக்கியப் பெருமக்கள் வந்துவிட்டனர். அந்தச் சிறப்புக் காட்சியின் இடைவேளையில் தான் ஞானியிடம் என்னை அறிமுகப்படுத்திக்கொண்டேன். அவ்வமயம் அவர் நடத்தி வந்த "நிகழ்" இதழுக்கு என்னுடைய கவிதைகளையும் அனுப்பியிருந்தேன். பூவிதழ்களை அடுக்கிய மென்மையோடு விளங்கிய அவருடைய உள்ளங்கைகள் என் கைகளைப் பற்றிக் கொண்டன.

"அடடே... நீங்கதானா அது? சுஜாதா உங்கமேல ரொம்பப் பிரியத்தோட இருக்காரே... கவிதையெல்லாம் அருமையா இருக்கு. நிறைய எழுதுங்க... இந்தப் படம் இருக் கட்டுங்க... நாவலைப் படிச்சீங்களா...?" என்று அவருடைய வினவல் அமைந்தது.

அதன் பிறகு பலப்பல கூட்டங்களில் ஞானியைப் பார்த்திருக்கிறேன். கோவையில் ஏதேனும் விழா நடக்கும். பெயருக்குத்தான் விழாவே தவிர, எல்லாரும் ஞானியைச் சூழ்ந்து அமர்ந்துகொள்வோம். அவர் பேசிக்கொண்டே இருப்பார். நாம் கேட்க வேண்டியதுதான். தாமே பேசிக் கொண்டிருப்பதைப்போல உணர்வாரோ என்னவோ "என்னங்க... அறிவன்? நீங்க என்ன நினைக்கறீங்க?" என்று அங்கிருக்கும் ஒருவரைக் கேட்பார். அவர் வந்திருக்கிறார் என்பதைத் தெரியப்படுத்தாமலே நுணுக்கமாய் உணர்வார்.

கோவையில் என்னுடைய கவிதைத் தொகுப்புக்கு நடந்த அறிமுகக் கூட்டமொன்றில் அவர்தான் தலைமையேற்றார். "அவரே நிறையப் பேச வேண்டும்" என்று நான் கேட்டுக் கொண்டபோது மறுத்துவிட்டார். "நான் பேசறது இருக்கட் டும். இன்றைக்கு உங்க விழா. நீங்க பேசறதைக் கேட்பதுதான் எங்களுக்கு வேண்டும்" என்று என்னைப் பேசவிட்டார்.

ஒரு கட்டத்தில் இலக்கியத்தில் வெளிப்படும் சிலரின் சிறுமைகளைக் கடுமையாக நேர்ப்பேச்சில் கடிந்து கூறத் தொடங்கினார். அந்தக் கடுமையை நேரில் கேட்கையில்

அச்சமாகவே இருக்கும். அவரைப் பொறுத்தவரையில் அவர் நினைப்பதை எந்தத் தயக்கமும் இல்லாமல் கூறுவார். மருத்துவர் ஜீவானந்தம் ஏற்பாடு செய்திருந்த 'சுற்றுச்சூழல் விழிப்புணர்வு' தொடர்பான கூடுகைக்காக உதகையில் பார்சன் பள்ளத்தாக்குப் பகுதியில் மூன்று நாள்கள் தங்கியிருந்தோம். இரவு முழுக்க ஞானி, நம்மாழ்வார் என்று வட்டங்கட்டிப் பேசினார்கள். "இந்தத் திராட்சைப் பழம் இருக்கே... திராட்சைப் பழம். அதை நான் சாப்பிடறத விட்டு ஆறு வருசமாச்சி..." என்று நம்மாழ்வார் அங்கே கூறியது இன்னும் காதுகளில் ஒலிக்கிறது.

பொதுவுடைமை, நவீன இலக்கியம் என்று அடர்த்தியாக இயங்கிய ஞானி தமது இறுதிக் காலத்தில் தமிழ்மீதான அக்கறை, வளர்ச்சிப் பணி என்று திரும்பியதைத்தான் இப்போது பேச வேண்டும். இலக்கியத்திற்கும் பொதுவுடைமைக்கும் பல சிற்றிதழ்களை நடத்தியவர் "தமிழ் நேயம்" என்ற இதழைத்தான் பிற்காலத்தில் வெளிக்கொணர்ந்தார்.

இலக்கியத்தில் இருந்தோர்கூட அவருடைய மூச்சு 'தமிழ் தமிழ்' என்று மாறியது கண்டு சிறிது நெளிந்தனர். அவருடைய கல்வியும் சிந்தனைச் செறிவும் இறுதியில் மொழிக்குப் பாடுபடல் என்ற இடத்தில் கொண்டுவந்து நிறுத்தியதைத் தமிழக மக்கள் மனங்கொள்ளட்டும். தமிழ் மெய்யியல் குறித்து அவர் எழுதியவற்றைத் திரும்பிப் பார்க்கட்டும்.

கோயம்புத்தூர் இருப்பூர்தி நிலையத்தருகே நடந்த இலக்கியக் கூட்டமொன்றில் ஞானியைக் கடைசியாகப் பார்த்தேன். கூட்டம் முடிந்த பின்னர் "இப்பல்லாம் என்னால் முன்ன மாதிரி வரமுடியாது. கூப்பிட்டீங்கன்னா உங்களுக்குத் தான் சிரமம்" என்று நண்பர்களிடம் நகைத்துப் பேசினார். "உங்களுக்குப் பேருந்துக்கு நேரமாயிருக்குமே..." என்று என்னிடம் நினைவூட்டினார்.

மதிப்பான பெருவாழ்வினை வாழ்ந்து விடைபெற்றிருக்கும் கோவை ஞானி என்றும் நினைவில் வாழ்வார்.

106

"எனக்குப் பிடித்த பத்து" என்று பட்டியலிடுமாறு நண்பர் சொக்கன் அழைப்பு விடுத்திருக்கிறார். பட்டியலிடும்

போதுதான் அதன் கடினம் தெரிகிறது. இந்தப் பிடிமானம் இன்றைய நிலவரம் என்பதும் உண்மை. இருந்தாலும் ஒருவாறு அடுக்குகிறேன்.

1. அஃறிணைகள்

அவற்றில் வீட்டு வளர்ப்புகள் யாவும் மிகவும் பிடித்தமானவை. நஞ்சுள்ள உயிர்களோடு மட்டும் விலக்கம்).

2. தமிழ் இலக்கண நூல்கள்

இவ்வகையில் ஒரு நூலையும் விட்டு வைக்கக்கூடாது என்று தேடிச் சேர்க்கிறேன். அவற்றைத் தொடர்ந்து கற்பதன் வழியே கூடும் ஆர்வத்திற்கு வரம்பில்லை.

3. கவிதைகள்

எங்கே சென்றாலும் தாய்வீட்டு மண்டபமாய்க் குளிர்ச்சி தருபவை கவிதைகள். கவிதைகளை எண்ணாத மனநிலையில் நான் எப்போதுமில்லை.

4. பயணங்கள்

ஆண்டுதோறும் பல பயணங்களை மேற்கொண்ட நிலையில் இவ்வாண்டு எதற்கும் வழியின்றிப் போனது. பயணங்களால்தான் பண்பட்டேன். இம்முடக்க நாள்களைப் பொறுத்துக்கொள்ள முடியவில்லை. பயணத்தின் சிலிர்ப் பினை வேறெதனாலும் ஈடுகட்ட இயலாது

5. வண்டியோட்டுதல்

மிதிவண்டியைக் குரங்குமிதி போட்ட சிறுவத்திலிருந்து தோன்றிய விருப்பம் என்று கருதுகிறேன். எவ்வண்டியாயினும் அதனை இரவு பகல் நில்லாமல் ஓட்டுவேன். பயண விருப்பின் ஒரு கிளைப்பாக இருக்கலாம்.

6. வீடும் அலுவலகமும்

நிலத்தோடு மனத்திற்கு வேர்கொள்ளும் தன்மையுண்டு. எவ்விடத்தில் நெடுநேரம் வாழ்கிறோமோ அவ்விடத்தை எங்கே சென்றாலும் நினைவால் தூக்கிச் செல்கிறோம்.

7. இணையம்

கடந்த பத்தாண்டுகளாக நாம் மிகுதியாய் நேரம் செலவழித்தது இணையத்தில்தான். நம் பொழுதுபோக்கு முதல் செயற்களம் வரை யாவும் இணையத்தால் ஆகிவிட்டது.

8. ஆறுகள் முதலான நீர்நிலைகள்

ஆறுகள் என்னை எப்போதும் ஈர்க்கின்றன. என்னை விட்டால் நாள் முழுக்க நீரில் நீந்திக்கொண்டிருப்பேன்.

9. அன்பு

இவ்வுலகிற்கு என்னால் எதையேனும் தர முடியுமானால் அது அன்பாக இருக்கட்டும். இவ்வுலகிலிருந்து எதையேனும் எடுத்துக்கொள்ள வேண்டும் என்றாலும் அன்பையே தேர்ந்தெடுப்பேன்.

10. இதர பிற.

இளையராஜாவின் பாடல்கள், கண்ணதாசன் பாடல் கள், குறிப்பிட்ட பத்து இயக்குநர்களின் படங்கள், இருப்பூர்திச் செல்கை, நல்ல தேநீர், எலுமிச்சைச் சுவை, முழுநிலா, மலையேற்றம், உதகை, வால்பாறை, சென்னை, கோயம்புத்தூர், கொடுமுடி தொடங்கிச் செல்லும் அகன்ற காவிரிக் கரை, தலைக்காட்டுக் காவிரி, ஆந்திர கருநாடக மகாராட்டிரத்தின் ஆளரவமற்ற அத்துவான நிலங்கள், பழங்கோவில்கள், வெள்ளைச் சட்டை, மல்லிகை முல்லை, புளியஞ்சோறு, புத்தகக் கண்காட்சிகள் என எண்ணற்றவை இருக்கின்றன.

107

புத்தகங்களின் பயன்பாடுகளைப் பற்றி மார்க் ட்வைன் என்ற எழுத்தாளர் நகைச்சுவையாய் நிறையவே கூறியிருக் கிறார். மேசையின் ஆடும் கால்களின் அடிக்குக் கொடுத்து நிலை நிறுத்த, தலையணையாய்ப் பயன்படுத்த, அடிக்கடி வந்து இடையூறு செய்யும் பக்கத்து வீட்டுப் பூனையை நோக்கி எறிய... என அவை விரியும். இன்றிருந்தால் இன்னொன்றையும் சேர்த்திருப்பார். திடீரென்று ஏற்பாடாகும் இணையவழி அருகுக் கூட்டங்களில் பங்கெடுக்கும்போது கைப்பேசியை நிலையாய்ச் சாய்த்து வைக்க புத்தகங்களைத் தவிர வேறு நற்பொருள் இல்லை. எவ்வளவு உயரத்துக்கு வேண்டுமானாலும் அடுக்கிக்கொள்ளலாம்.

108

கூட்டடச் சிறுவேலைக்கு வந்த பெரியவர் பக்கத்து வீட்டில் விளக்குமாறு வாங்கியிருக்கிறார். அந்த வீட்டுக்கு வெளித்திறப்புள்ள மதிற்கதவு அமைக்கப்பட்டிருக்கிறது. வேலை முடிந்து விளக்குமாற்றினைத் திருப்பித் தரச் சென்றவர் வெளித்திறப்பு புரியாமல் மதிற்கதவினை உட்புற மாக முழுவலுவோடு தள்ளுகிறார். அரையடிக்குத் திறந்தது போல் இடைவெளி கொடுக்க கெட்டிக்காரத்தனமாய்த் தம்மை நுழைத்துக்கொண்டார். நுழைவு அவரை இறுக்கி விட்டது. எப்படியோ போராடித் தம்மை நகர்த்தி நகர்த்தி நுழைந்தார். விளக்குமாற்றினைத் தந்துவிட்டுத் திரும்பிய போது அந்தக் கதவு வெளித்திறப்பாய் அகன்று திறந்திருக் கிறது. அதையே பார்த்தபடியிருக்கிறார் அவர்.

109

நடிகர் இராமராஜன் மலையாளத் தொலைக்காட்சிக்கு ஏழெட்டாண்டுகட்கு முந்தி வழங்கிய நேர்காணல் ஒன்று கிடைத்தது. நேர்காணல்களில் அடிக்கடி அவர் தோன்றியவ ரல்லர். அதனால் என்ன சொல்கிறார் என்று பார்த்தேன். தம்மைப் பற்றிய களிநயமான செய்திகள் சிலவற்றைச் சொன் னார். அச்செய்திகள் வியப்பளித்தன. அவர் கூறியவற்றை நினைவிலிருந்து எழுதுகிறேன்.

1. நான் நடிக்க வருவதற்கு முன்பே ஐந்து படங்களை இயக்கியிருக்கிறேன். மருதாணி, மண்ணுக்கேத்த பொண்ணு, சோலைப் புஷ்பங்கள், மறக்கமாட்டேன், ஹலோ யார்... (மறந்துவிட்டேன்).

2. அதற்குப் பிறகுதான் வேந்தம்பட்டி அழகப்பன் இயக்கத்தில் 'நம்ம ஊரு நல்ல ஊரு' என்ற படத்தில் முழுமை யான நாயகனாக அறிமுகப்படுத்தப்பட்டேன். படம் நன்கு ஓடியது.

3. இரண்டாவது படம் 'எங்க ஊரு பாட்டுக்காரன்'. அந்தப் படமும் வெற்றி. இவ்விரண்டு படங்களின் வெற்றியும் என்னைத் தொடர்ந்து நடிக்கும்படி ஆக்கியது.

4. தொடர்ந்து நாற்பத்தைந்து படங்கள் நான் நடித்து வெளியாயின. எல்லாப் படங்களிலும் நானே முழுமையான

நாயகன். சிறு வேடங்கள், இரண்டாம் நாயக வேடம் என நான் இவ்வரிசையினிடையே நடித்ததே இல்லை.

5. கரகாட்டக்காரன் எனக்குப் பதினெட்டாவது படம். மதுரையில் ஐந்நூறு நாள்கள் ஓடியது. மக்கள் வெவ்வேறு ஊர்களிலிருந்து வண்டி கட்டிக்கொண்டு படம் பார்க்க வந்தார்கள்.

6. அதன் பிறகு தங்கமான ராசா என்னும் படம் வெளியானது. அப்படம் இரஜினி, கமல் ஆகியோர் படங்களுக்கு இணையான பொருள்வரவைக் குவித்தது.

7. 1988இல் எட்டுப் படம், 1989இல் எட்டுப் படம், 1990இல் நான்கு படம் - மொத்தம் இருபது படங்கள். இந்த இருபது படங்களும் நூறு நாள்கள், நூற்றிருபது நாள்கள் என ஓடிய படங்கள். தொடர்ந்து ஒரு நாயகனின் இருபது படங்கள் இவ்வாறு ஓடியது இனி என்றைக்கும் நினைத்துப் பார்க்க முடியாத ஒன்று.

8. கரகாட்டக்காரன் வெற்றிக்குப் பிறகு பெரிய பெரிய நிறுவனங்கள் தமக்குப் படம் செய்து தரும்படி அழைத்தார்கள். எழுபது இலட்சம், எண்பது இலட்சம் சம்பளம் தர முன்வந்தார்கள். நான் ஒப்புக்கொள்ளவில்லை. நான் நடிக்க ஒப்புக்கொண்ட நாற்பத்தைந்து படங்களும் சிறுபட முதலாளிகளுடையவை. நம்மால் அவர்கள் பத்து இலட்சம் சம்பாதிக்கட்டுமே என்றுதான் நினைத்தேன்.

9. நாயகனாக நான், இளையராஜா இசை, கவுண்டமணி செந்தில் நகைச்சுவை - இம்மூன்றும் இருந்தால் போதும். படம் ஓடியது.

10. ஒரு படம் நிறுத்தப்படுகிறது, கைவிடப்படுகிறது என்ற நிலை வந்தபோது இடைவெளி விழுந்தது. அதன் பிறகு மீண்டு வருவதற்கு நேரம்தான் கூடிவரவேண்டும்.

110

எஸ்.பி.பாலசுப்பிரமணியத்தை திரைப்புகழால் சிறப்படைந்த நற்பாடகர் என்றே நினைத்திருந்தேன். அவர் பாடல்கட்குப் பெருவிருப்பினன் என்றாலும் அதற்கு மேற்செல்ல எனக்கு ஒரு வியப்பும் இருக்கவில்லை. ஆனால், நேர்காணல் ஒன்றில் அவர் கூறிய நிகழ்வொன்றைக் கேட்ட

பிறகு அவர்மீது தோன்றிய அன்பிற்கு அளவில்லாமல் போனது. மேன்மக்கள் மேன்மக்களே என்ற பெருமிதம் பொங்கியது. அந்நிகழ்வு இதுதான்.

தொடர் இசைக்கச்சேரி செய்வதற்காகப் புகழ்பெற்ற பாடகர்கள் அடங்கிய இசைக்குழுவொன்று வெளிநாட்டுப் பயணம் மேற்கொண்டது. அந்நாடு அமெரிக்கா என்று நினைக்கிறேன். அக்குழுவில் எஸ்.பி.பாலசுப்பிரமணியமும் ஜேசுதாசும் இருக்கின்றார்கள். குறிப்பிட்ட நாளில் கச்சேரி முடித்து அந்நகரின் விடுதியில் தங்கியிருக்கிறார்கள்.

பொதுவாக, வெளிநாட்டுப் பயணத்தில் விடுதிக்கே உணவு வந்துவிடும். அவ்வாறு வரும் உணவு அவ்வூரினுடைய தாகவே இருக்கும். நம்மூர் அரிசி உணவுப் பழக்கத்தோடு தொடர்புடையவர்க்கு அவ்வுணவுகள் பசிதீர்த்ததுபோல் தெரிவித்தாலும் அவ்வுணர்ச்சி தொடராது. உடனே பசிக்கும். வெளிநாட்டு உணவுகள் எல்லார்க்கும் பிடிக்கும் என்றும் சொல்ல முடியாது. பாடகர் ஜேசுதாஸ் தங்கியிருந்த அறைக் கும் உணவு வந்திருந்தது. அது அவர்க்குப் பிடிக்கவில்லை. பசியுடனே படுத்துவிட்டாராம்.

எஸ். பி. பாலசுப்பிரமணியம் இத்தகைய வெளிநாட்டுப் பாடுகளைப் பலமுறை பட்டுவிட்டதால் தாமே சமைத் துண்ணத் தொடங்கியிருந்தார். தம்முடைய வெளிநாட்டுப் பொருள்மூட்டையில் எப்போதும் மின் அவிப்பான் (Cooker) எடுத்துச் சென்றுவிடுவாராம். கையிருப்பாக அரிசிச் சிறுபை. தொட்டுக்கொள்ள பருப்புப்பொடியும் நெய்யும். வேறு சில சோற்றுப்பொடிகள். இதனால் வெளிநாட்டுப் பயணத்தில் வயிற்றுக்கேடு, ஒவ்வாமை முதலான இடர்ப்பாடுகளைத் தவிர்த்துவிடுவாராம். பாடுவதே தொழில் என்பதால் உடல் நிலை எப்போதும் நன்றாக இருக்க வேண்டுமே. உணவால் கெடுதற்கில்லை என்பதால் தன்னைப் பேணும் முறைக்கு மாறியிருந்தார் எஸ்.பி.பி.

தற்செயலாக ஜேசுதாஸ் தங்கியிருந்த அறைக்குச் சென்ற வர் அவர் உணவுண்ணாமல் இருப்பதைப் பார்த்திருக்கிறார். "சாப்பிட்டீர்களா?" என்று எஸ்.பி.பி. கேட்க ஜேசுதாஸ் தயக்கத்தோடு "இல்லை" என்றிருக்கிறார். எஸ்.பி.பி. பதறிப் போய்விட்டாராம்.

உடனே அவரைத் தம்மறைக்கு அழைத்து வந்து

அவிப்பானில் சோறு பொங்கியிருக்கிறார். பருப்புப்பொடியும் நெய்யும் தொட்டுக்கொண்டு சுடுசோறு தின்றிருக்கிறார் ஜேசுதாஸ். சோறு தின்ற பிறகுதான் ஜேசுதாசின் களைப்பே நீங்கிற்றாம். அந்தப் பயணம் முழுவதும் ஜேசுதாசுக்கு சுடு சோறும் பருப்புப்பொடியும் நெய்யுமாய் ஆக்கி அளித்தாராம்.

தம்மோடு வந்திருக்கும் கலைஞர் பசியால் துன்புறு கிறார் என்றதும் தாமே சமைத்துப் பரிமாறிய அவ்வுணர்ச்சி தாய்மையே அல்லாமல் வேறென்ன? அவ்வளவு பக்குவப் பட்ட ஒருவர் பெருங்கலைஞராய் விளங்குவதிலும் வியப்பென்ன? அன்று முதல் என் மதிப்புக்குரியவராய் ஆனார் எஸ்.பி.பாலசுப்பிரமணியம். அவர் பாடிய பாடல்கள் முன்னிலும் அழகாய்த் தோன்றின. மனத்தை நெகிழ்த்தின. அவர் வாழ்க!

III

ஊரடங்கு காலத்தினை ஆளாளுக்கு ஒருவாறு பயன்படுத்திக்கொண்டார்கள். தனியாள் பயன்பாடு ஒருவகை. பொதுத்துறையான இருப்பூர்தித் துறை வேறு வகையில் பயன்படுத்தியிருக்கிறது. மனமுவந்து பாராட்டலாம்.

இருப்பூர்தித் தடங்களின் குறுக்கே மாநில அரசுகளின் சார்பாக எழுப்பப்படும் பாலங்கள் பல. அவற்றில் இருப் பூர்தித் துறை நிலத்திற்குள் அமைவனவற்றை இருப்பூர்தித் துறையே கட்டித் தரும். அத்துறைக்கே உரிய மேன்மையான தரநிலைப்பாடுகளின் அடிப்படையில் அக்கட்டுமானம் இருக்கும். இருப்பூர்திகளை மட்டுப்படுத்தி பாதுகாப்பினை உறுதிப்படுத்திக்கொண்டு கட்டப்பட வேண்டிய சிக்கலான வேலை.

கடந்த ஐந்து திங்கள்களின் ஊரடக்கத்தினைக் கருத்தில் கொண்டு அவ்வாறு இருப்பூர்தித் தடங்களின் குறுக்கே அமைய வேண்டிய பல பாலங்களை அவர்கள் கட்டி முடித்திருக்கிறார்கள். வண்டிகளின் தொல்லை இல்லாமல் கட்டுமானப் பணியிலும் தொய்வில்லாமல் சிறப்பாகச் செய்து முடிப்பதற்குக் கிடைத்த நல்ல வாய்ப்பினை அருமையாகப் பயன்படுத்திக்கொண்டார்கள்.

இருப்பூர்தித் துறை தன் பணியைச் செவ்வனே முடித்து விட்டது. மீதமுள்ள பகுதியை மாநில அரசுதான் கட்டி

முடித்து பாலத்தை இணைக்க வேண்டும். நோய்த்தொற்றுப் பரபரப்புகள் முடிந்த பிறகுதான் திரும்பிப் பார்ப்பார்கள் என்று நினைக்கிறேன்.

112

திரைப்படக் கதாசிரியர் கலைஞானத்தின் தம்வாழ்வுரையை நடையின்போது கேட்கிறேன். தம் கதைகூறு திறத்தினால் அருமையான நயப்பாடுகளோடு சொல்கிறார். டூரிங் டாக்கீஸ் காணொளிக்காலில் காணக் கிடைக்கிறது. பலவகையான உணர்ச்சிகட்கு ஆட்பட்ட பெருவாழ்வினை வாழ்ந்திருக்கிறார் அவர்.

ஒரு நகைச்சுவையான நிகழ்வினைக் கூறுகிறார்.

அக்காலத்தில் படக்கூடங்கள் உள்ள நிறுவனங்களுக்குத் திரைப்பட ஆர்வமுள்ள ஊர்ப்புறத்தினர் கடிதம் எழுதுவார்களாம். பெரும்பாலும் நடிப்பதற்கு வாய்ப்பினைக் கோரும் வகையில் அக்கடிதங்கள் இருக்கும். கலைஞானமும் கடிதம் எழுதியுள்ளார்.

"ஐயா... நான் நல்ல உடல்வாகு உடையவன். எனக்குப் பரந்த நெற்றி. கூர்மையான பார்வையுடைய கண்கள். ஒழுங்கான பல்வரிசை. அகன்ற மார்பு. சராசரிக்கும் மேம்பட்ட உயரம். நல்ல பலசாலி. எனக்குத் தங்கள் நிறுவனத்தில் எடுக்கப்படும் படத்தில் நடிக்க ஒரு வாய்ப்பினைத் தாருங்கள்" என்பதுபோல் அக்கடிதத்தில் வேண்டுகோள் வைத்து அனுப்பினாராம்.

அக்கடிதத்திற்கு மறுமொழியாய்ப் படக்கூட நிறுவனத்தினர் அனுப்பிய கடிதம் வந்ததாம்.

தலைகொள்ளாத ஆர்வத்தோடு பிரித்துப் பார்த்தால் அதிலிருந்த செய்தி :

"அன்புடையீர். தங்கள் கடிதம் கண்டோம். தங்களுடைய அங்க விவரங்களைத் தெரிவித்திருந்தீர்கள். நீங்கள் உடனே சென்று இராணுவத்தில் சேர்ந்துகொள்ளவும்."

113

1. இம்மாதத்திற்கான நடைக்கணக்கு ஆறு இலட்சம்

காலடிகள். (பத்து மணிக்குமேல் முக்கால் மணிநேரம் நடந்து இருபதாயிரத்தை நிறைவு செய்வேன். அப்போது படக்கணக்கு நேராகும்). முப்பத்து மூன்றாயிரம் கலோரிகள். நூற்றிரண்டு மணிகள். முந்நூற்றுத் தொண்ணூறு கிலோமீட்டர்கள்.

2. மூட்டு வலிக்கிறதா என்று கேட்டார்கள். பள்ளிக் காலத்தில் போகவும் வரவும் பதினாறு கிலோமீட்டர்கள் நடை. அதன் பிறகு மிதிவண்டி கிடைத்ததும் அதே தொலைவு. பணிக்காலத்திலும் ஓராண்டு மிதிவண்டி. அதனால் மூட்டு ஓரளவு கால் உழைப்பிற்குத் தகவமைந்திருக்கிறது என்று கருதுகிறேன்.

3. உடம்பு குறைந்திருக்கிறதா? சுற்றளவு எட்டு அங்குலத் திற்கு மேல் குறைந்திருக்கிறது. அளவு பற்றாதிருந்த சட்டை களை அணிகிறேன்.

4. எடை குறைந்திருக்கிறதா? நன்றாகவே குறைந்திருக் கிறது. பன்னிரண்டு கிலோ வரைக்குமான குறைவு. இப்போது கூடல் குறைவு இரண்டு கிலோவில் ஊசலாட்டம் இருக்கிறது.

5. முதன்மையான பயன் என்ன? நன்கு உறக்கம் வருகிறது. வழக்கமான உறக்கம் இல்லை. ஆழ்ந்து அயர்ந்து உறங்குதல் என்றால் அதுதான். பெரிதாய் ஒரு கட்டுரை எழுதி விட்டால் அந்நாளில் உறக்கமே வராது. மனத்தை அந்தப் பொருளிலிருந்து பிரித்து உறங்கச் செய்யவே முடியாது. இப்போது அவ்விடையூறு இல்லை.

6. அடுத்த பயன் என்ன? உடலின் சிறு தொந்தரவுகள் நீங்கின. காலைக்கடன் மிக இயல்பாக நூறு விழுக்காடு கழிவதை உணர முடிகிறது. சோர்வு ஏற்படுவதே இல்லை. எவ்வளவு தொலைவு வண்டியில் சென்று வந்தாலும் அலுக்க வில்லை.

7. உடற்பயிலகம் செல்லக்கூடாதா? செல்லலாம்தான். விருப்பம்தான். ஆனால், அங்கே பலர் தொட்ட கருவிகளோடு பயில வேண்டும். மூச்சுக்கலப்பு கட்டாயம். இன்னும் சிறிது காலம் ஆகட்டும்.

8. நடக்கையில் பொழுதுபோக்கு என்ன? வானத்தை நூற்றுக்கணக்கான தடவை பார்க்கிறேன். மரங்களில் தொடர்ந்து வந்தமரும் பல பறவைகளை அடையாளம் கூறுவேன். காதணிபாடியில் காணொளிகளைக் கேட்கிறேன். தொலைவழைப்பில் நீண்ட நேரம் பேசவேண்டியவர்களோடு

பேசுகிறேன்.

9. இடையில் ஏதேனும் எடுத்துக்கொள்வதுண்டா? ஒரு முகவை தண்ணீர் குடிக்கிறேன். நடு நேரத்தில் ஒரு தேநீரும் உண்டு. ஒருநாள் மிகவும் சோர்ந்துவிட்டது. உடனே கீழே வந்து இனிப்பினைத் தின்றேன்.

10. இடையூறு என்று எதுவுமில்லையா? ஒன்று இருக் கிறது. இதிலிருந்து எப்படி வெளியேறுவது என்று தெரிய வில்லை.

114

பத்தாண்டுகட்கு மேற்பட்ட முகநூல் பயன்பாட்டில் அதனைக் கையாள்வோர் பற்றிய தெளிவான வரையறைக்கு வந்திருக்கிறேன். இணையப் பயன்பாட்டுக்குத் தம்மை ஆட்படுத்திக்கொண்டோரில் தொண்ணூற்றைந்து விழுக்காட் டினர் முகநூலுக்கும் வந்திருப்பர். அவர்களை ஐந்து வகையினராகப் பிரிக்கலாம்.

1. புகழர் - மக்களால் அறியப்பட்டவர்களில் இவர்கள் மிகவும் உயர்நிலையர்கள். ஆங்கிலத்தில் 'செலிபிரிடிஸ்' என்று அழைக்கப்படும் புகழ்மக்கள். துறைசார்ந்து மேல்மட்டத்தில் இருக்கக்கூடியவர்கள். இவர்களே இவ்வழியில் மிகுந்த மக்களைச் சென்றடைகின்றார்கள். அரவிந்த கெசரிவால் அரசியலில் எதிர்வரிசையில் நின்று போராடியபோது அவர் இட்ட நிலைக்கூற்று ஒன்றிற்கு ஐந்து மணித்துளிகளில் ஐம்பதாயிரம் விருப்பங்கள் விழுந்தன. அப்போதுதான் முக நூலின் ஆற்றலை உணர்ந்தேன். இவர்களுடைய இடுகைகள் பெரும்பாலும் தத்தம் கருத்துகளைக் கூறுவனவாகவும் இருக்கலாம். 'உள்ளேன் ஐயா' வகைமையாகவும் இருக்கலாம். அரசியல், திரைப்படம், தொலைக்காட்சி, விளையாட்டு எனப் பலதரப்பட்ட தலைமக்கள் இவ்வகையினர். இவர்கள் இடும் பதிவுகளை வெட்டியும் ஒட்டியும் பேசுவதற்கு அடிக்கடி வாய்ப்பு கிடைக்கும்.

2. ஆளுமையர் - புகழர்களுக்கு அடுத்த நிலையில் துறை சார்ந்த ஆளுமையராக அறியப்பட்டிருப்பவர்கள் இவர்கள். எழுத்திலிருந்து சோதிடம்வரைக்குமான பெரும்பான்மை யான ஆளுமையரை முகநூலில் காணலாம். முற்காலத்தில் ஆளுமையாய் அறியப்பட்டவர்கள் அதற்குத் தக்கவாறு

முகநூலில் தம்மை வெளிப்படுத்த இயலாமல் போனதும் உண்டு. புதியவர்கள் பலரும் மலர்ந்ததும் உண்டு - நல்ல எடுத்துக்காட்டு சோதிடர் பாலாஜிஹாசன். ஆளுமையர்கள் அவர்தம் துறைசார்ந்து இங்கே தொடர்ந்து இயங்குகிறார்கள். அவர்கள் எடுத்துக்கொண்ட பொருளில் அளப்பரியன வற்றைச் செய்து முடித்துள்ளார்கள். அவர்கட்கென்று பெருங் கூட்டம் திரண்டிருக்கிறது. அடுத்து என்ன சொல்வாரோ என்று வாய்ச்சொற்களை எதிர்பார்த்திருக்கிறது. அதனை முன்வைத்து நல்ல வழக்குரையாடல் நடக்கிறது. பெரும் பாலும் நாள்தோறும் இடுகை இருக்கும். முகநூலின் அருமையான பங்களிப்பாளர்கள் இவர்களே.

3. பதிவர் - இவர்கள் தாமுணர்ந்தனவற்றையும் உற்றன வற்றையும் தொடர்ந்து பதிவுகளாக இட்டுக்கொண்டிருப்பார் கள். பதிவிடுவோரில் இவர்களே பெருந்தொகையினர். இவர்களுடைய பதிவுகள் பொதுமனப்போக்கின் சான்றுகள். சிறுவரிகள், படங்கள், பகிர்வுகள் என்று ஊக்கமாகச் செயல் படுவார்கள். ஆளுமையரின் பதிவுகளில் வழக்காடுபவர்களும் இவர்களே. ஒரு வழக்கின் இருதரப்பினர்க்கும் விருப்பக்குறி யிடுவோரும் இவர்களே. இவர்கள் இயல்பான மனநிலையில் இயங்கும் பொதுமக்கள். இவ்வகையில் பல உட்பிரிவுகள் உள்ளன - முத்துப் பதிவரிலிருந்து மொக்கைப் பதிவர்வரைக் கும் இவர்களை இனம் பிரிக்கலாம்.

4. பயனர் - இவர்களே முகநூலில் பல இலட்சக்கணக் கான கணக்குகளின் உடைமையாளர்கள். முகநூலை ஒரு செய்தித்தாளாகப் பார்ப்பவர்கள். பலப்பல குழுக்களில் பலநூற்றுக்கணக்கான விருப்பக்குறிகளை இட்டவர்கள். குடும்பங்கள், நிறுவனங்களின் தொகுப்பான மக்கள். தமக்குப் பிடித்த அல்லது தாம் படித்த பதிவுகளில் பெரும்பாலும் விருப்பக்குறியிடுவார்கள். வாழ்த்துவார்கள், இரங்குவார்கள். அறியார் பதிவுகளில் அரிதாகக் கருத்திடுவார்கள். இவர் களுடைய காலக்கோட்டில் பதிவுகளைவிடவும் பகிர்வுகள் மிகுந்திருக்கும். தம்மை வெளிப்படுத்திக்கொள்வதில் பெரிதும் ஆர்வமற்றவர்கள். முகநூலின் எண்பது விழுக்காட்டினர் இவர்களே.

5. எள்ளியர் - இணையத்தினால் உருவான நகைச்சுவைக் கூட்டம் இது. 'ட்ரோல்லர்ஸ்' என்று ஆங்கிலத்தில் சொல் வார்களே. இவர்கட்கு எல்லாமே எள்ளல்தான். இணையம்

வழங்கும் வானளாவிய வாய்ப்பில் நன்றாக வெளிப்பட்டு ஓர் ஆளுமையாகக்கூட ஆகியிருக்கலாம். அத்தகைய தொடர் செயல்பாடுகளில் ஆர்வமற்றவர். என்ன நடக்குமோ தெரியாது, திடீரென்று இணைய எள்ளியாக மாறிவிடுவார். அரசியல் தலைவரின் பதிவிற்சென்று மூன்றாம் தரமான சொற்களால் கருத்திடுவார். இவர்கட்கு நோக்கமென்று எதுவும் இல்லை. இவர்கள் உண்மைக் கணக்கினராகவும் இருக்கலாம். முகமூடியராகவும் இருக்கலாம். சிறிது ஏமாறி னால் யாரும் எள்ளியாகிவிடக்கூடிய பேரிடர்ப்பாடு இணையத்தில் உண்டு. இணையத்தினைப் பொழுதுபோக்குப் பூங்காவாக மாற்றி இங்கு வருவோரைக் களிப்புறச் செய்தனர். முகஞ்சுழிக்கவும் வைத்தனர்.

முகநூலில் நீங்கள் யாராக இருக்கிறீர்கள், இருக்க வேண்டும் என்று முடிவெடுத்துக்கொள்ளுங்கள்!

115

வீட்டிற்குப் பத்துச் சட்டிப் பைஞ்சுதைக் கலவை தீருமட்டுமான சிறுதிருத்தக் கட்டுமானப் பணி. கொத்தனார் ஒருவரை வரச்சொல்லியிருந்தேன்.

அவர் செய்யவேண்டிய வேலைக்கு வேண்டிய பொருள் களை வாங்கிக் கொடுத்துவிட்டேன். இப்படி இப்படிச் செய்ய வேண்டும் என்று என் தேவைப்பாட்டையும் சொல்லியா யிற்று.

அவரை ஒருநாள் இருநாள் வேலைக்கு எப்போதும் அழைப்பதுண்டு. வேண்டிய பொருளை வாங்கிக்கொடுத்து விட்டால் போதும். அவர் வேலையை முடித்து வைப்பார். நாம் மாலையில் வந்தால் போதும்.

ஆனால், பாருங்கள். மாலையானதும் ஒரு மணிநேரம் முன்னதாகவே கிளம்பப் பார்ப்பார். அதற்காகவே ஏதேனும் ஒரு சாக்கு போக்கினைக் கண்டுபிடிப்பார். அவர் இயல்பு தெரியும் என்பதால் நானும் கண்டுகொள்வதில்லை.

இன்றும் மாலை நான்கானது. எப்படியும் நம்மை எதிர்பார்ப்பார் என்று கிளம்பிச் சென்றேன்.

வீட்டை அடைய அடைய என் கைப்பேசி சட்டைப் பைக்குள் ஒலித்தது.

நான் திருப்பத்தில் திரும்பி வீட்டை நோக்கி வருவதை அவரும் பார்த்துவிட்டார். கிளம்புவதற்கு அணியமாக நிற்கிறார்.

அழைப்பு அவருடையதுதான் என்று எனக்கும் தெரிகிறது. வண்டியோட்டியபடி வருகிறேன்.

என்னைக் குறிவைத்தவாறு தொலைக்காட்சியின் தொலைச்சொடுக்கியை இயக்குவதுபோல் தம் பொத்தான் கைப்பேசியைக் காட்டினார்.

"நான் வருவதுதான் தெரிகிறதே, அழைப்பை அணைக்க வேண்டியதுதானே?" என்று எனக்குள் சிறுவெகுள்வு.

வந்து வண்டியை நிறுத்தியும் கைப்பேசியின் ஒலிப்பு அடங்கவில்லை. "ஒருவேளை வேறு யாரேனும் அழைக்கிறார்களோ?" என்ற ஐயம் தோன்ற கைப்பேசியை எடுத்துப் பார்த்தேன். அவருடைய அழைப்புத்தான் அது. வெளிப்படுத்த முடியாத முகக்குறிப்போடு அவரை ஏறிட்டேன்.

'நாந்தானுங்க கூப்பிட்டேன்" என்று சிரித்தார்.

"நானும் அப்படித்தான் நினைச்சேன். அதான் வந்துட்டேனே."

"ஆமாங்க"

"என்ன ஆமாங்க? நான் வர்றதைத்தான் பார்த்தாச்சே. அழைப்பை அணைக்க வேண்டியதுதானே? வண்டில வரவர எடுத்துப் பேச முடியாதுல்ல?"

"போனைப் போட்ட மிற்பாடு நீங்க வர்றதைப் பார்த்தனுங்க... ஆனா ஒன்னும் பண்ண முடியாதுங்க"

"அதான் ஏன்?"

"என் போனுல பச்சை பட்டன் மட்டுந்தான் வேலை செய்யும்ங்க... சிவப்பு பட்டன் வேலை செய்யாதுங்க... நான் யாரைக் கூப்பிட்டாலு... செரி, மித்தவிங்க என்னக் கூப்பிட்டாலு... செரி, அவங்களாத்தான் கட்டு பண்ணிக்கோணும்ங்க. இல்லாட்டி அப்பிடியேத்தான் இருக்கும்ங்க..."

என் கடுப்பு சிரிப்பாக மாறியது. காசினை வாங்கிக் கொண்டு கிளம்பினார் அவர்.

116

தமிழகத்தின் முதன்மையான ஐந்து ஆறுகளில் ஒன்று வைகை.

காவிரி தென்பெண்ணை பாலாறு 'தமிழ் கண்டதோர் வையை' பொருநை நதி - என்கின்றார் பாரதியார். பிற ஆறுகளைப் பெயராகக் கூறிச் சென்றவர் வைகை ஆற்றினை வெறுமனே கூற முடியவில்லை. "தமிழ் கண்டதோர் வையை" என்கிறார். வைகைக்கு மட்டும்தான் தமிழ்ச் சங்கத்தை ஊட்டி வளர்த்த தாய்ப்பெருமை உண்டு.

எப்போதும் நீர் வளத்திற்குக் குறைவில்லாத ஆறாக இருந்தது வைகை. நீரோடும் காலத்தில் நீரள்ளிக் குடிக்கலாம். நீரோட்டம் இல்லாத காலத்தில் அதன் படுகையில் கைவைத்து அழுத்தினால் மணலடி நீர் பொங்கி வந்து குடிக்கக் குழிந்து நிற்கும். அதன் ஊற்று நீர் உலகூட்டும். வைகைப் படுகையில் ஆவினம் நடந்து சென்றால் அதன் குளம்படிக் குழியில் நீர் நிற்கும்.

அப்படி இருந்த வைகைப் படுகை இன்று ஏன் இப்படி இருக்கிறது?

படுகையெங்கும் காப்புக் காடுபோல் சீமைக்கருவேல முட்செடிகள் செழித்து வளர்ந்துள்ளன.

நீர் ஈர்ப்புக்குப் பெயர்பெற்ற இக்களைகள் வைகையின் படுகை வளத்தைக் காய வைத்துவிடாதா? சுற்றுப்புறத்து நிலத்தடி நீர்வளம் குன்றாதா?

வெள்ளக்காலங்களில் இம்முட்செடிகள் நீர்ப்பாய் வினைத் தடுத்துக் கெடுக்காதா?

நீரோட்டத்தில் சீமைக்கருவேலங்காய்கள் அடித்துச் செல்லப்படும். ஆற்றுப் படுகையெங்கும் பிற்பாடு முளை விட்டுப் பெருகிவிடுமே.

சீமைக்கருவேலங்கள் நல்லனவோ கெட்டனவோ, ஆற்றுப் படுகைக்குள் அவை முளைத்துப் பெருகுவதை எவ்வாறு பார்த்துக்கொண்டிருக்க முடியும்?

தமிழகத்தின் எல்லாப் படுகைகளும் காய்ந்து கிடந்தாலும் முட்காடு அண்டாமல் அடையாளம் தெரியும்படி இருக்கின்றன. வைகைக்கு மட்டும்தான் இந்நிலை என்று நினைக்கிறேன்.

விரைவில் நல்லது நடக்கட்டும்.

117

"அடுத்து ஈரோடு வருதுங்களா?"

"ஆமாங்க. காவிரிப் பாலம் தாண்டியதும் ஈரோடுதான்."

சென்னையிலிருந்து இருப்பூர்தியில் என் எதிரிருக்கையில் அமர்ந்து வரும் பெரியம்மாவுக்கு அகவை ஐம்பத்தைந்து இருக்கலாம். வேலைக்குச் செல்கின்ற மகன், படிக்கின்ற மகள் என மூவருடன் பயணம். அம்மையின் கணவர் உடன்வரவில்லை.

"ஈரோட்ல இருந்து கொடுமுடி பக்கங்களா?" என்று வினவினார்.

"பக்கம்தாங்க. நாற்பது கிலோமீட்டர் இருக்கும்."

"காலையிலன்னா நேரத்துல பஸ்சு கிடைக்குமா?"

"நிறைய பஸ் போகுங்க. கரூர் போற வண்டில ஏறினாலும் கொடுமுடி வழியாகத்தான் போகும். அதுல ஏறியும் போகலாம். அடுத்தடுத்து வண்டி கிடைக்கும்."

"இப்ப ஈரோட்ல தங்கிட்டு நேரத்துல எழுந்திருச்சி கொடுமுடி போகணும். இவனுக்குப் பரிகாரம் பண்ணச் சொல்லியிருக்காங்க. அதுக்குத்தான் போறோம்."

சொல்லும்போது துன்பச் சிறுகோடு ஒன்று அவர் முகத்தில் ஓடியதைக் கண்டேன்.

"அப்படிங்களா? கோவில் திறந்திருக்குமா, விடறாங்களான்னு எதற்கும் சரி பார்த்துக்குங்க."

"எல்லாம் கேட்டுட்டோம். அங்கிருக்கவங்க கிட்டயே பேசிட்டோம். கோவில் இருக்காம். வரச்சொல்லிட்டாங்க."

"அப்ப சரி. நல்லபடியாப் பரிகாரம் பண்ணிருங்க."

"ஆமாங்க. அப்பத்தான் எங்க பிரச்சினை எல்லாம் தீரும்." என்றவாறு பையிலிருந்து ஒரு பாத்திரத்தை எடுத்தார். அதனைத் திறந்து பிள்ளைகளுக்கு முறுக்குகளை நீட்டினார். என்னிடமும் கொடுத்தார். மறுத்தும் விடவில்லை. ஒன்றை வாங்கிக்கொண்டேன்.

"கொடுமுடி ஆத்துல தண்ணி போகுதாங்க?" என்று

கேட்டார்.

"போகுதுங்கம்மா. குளிக்கலாம். கோவிலுக்கு எதிர்த் தாப்புலயே படித்துறை ஒன்னு இருக்கும். அங்க தண்ணி நல்லா வந்தால் குளிங்க. இல்லைன்னா ஆலமரக்காடு அப்படின்னு கோவிலுக்கு வடக்கே ஓரிடம் இருக்கும். அங்கே காவிரி குளம்போலத் தேங்கி நிற்கும். பயமில்லாமக் குளிக்க லாம். அதுல போய்க் குளிங்க. நல்லா முழுகிக் குளிங்க. அதுதான் பரிகாரம்."

"அப்படிங்களா? சரிங்க" என்றவர் அமைதியானார்.

ஈரோடு நெருங்கிவிட்டது. இறங்குவதற்கு எழுந்தார்கள். அம்மையிடம் இறுதியாக ஒன்றைச் சொன்னேன்.

"கொடுமுடிக்குப் போறதைப் பத்திக் கவலைப்படாதீங்க. அந்தக் கொடுமுடி ஆண்டவர் பேரு வெச்சிருக்கிற ஒருத்தர் கிட்டத்தான் இதையே கேட்டிருக்கீங்க. என்பேரு மகுடேசு வரன். அதனால இதையே ஒரு நல்ல அறிகுறியா எடுத்துக் குங்க. உங்க வேண்டுதல் நிறைவேறும். நினைச்சது நடக்கும். போய்ட்டு வாங்க." என்றேன்.

அம்மாவின் முகத்தில் நிறைவு மலரொன்று பூத்தது.

118

சில ஆண்டுகட்கு முன்புவரை திரைத்துறையிலிருந்து யாராவது ஒருவர் தம்மை அறிமுகப்படுத்திக்கொண்டு தொடர்பில் வருவார்கள். தாம் செல்வராகவனின் உதவியாளர் என்றபடி வரும் ஒருவர் என் அலுவலகத்தில் மணிக்கணக்கில் உரையாடிச் செல்வார். தாம் பாலாஜி சக்திவேலின் இணை இயக்குநர் என்று ஒருவர் தொடர்ந்து பேசிக்கொண்டிருந்தார். ஓர் ஆவணப் படத்திற்காக நான் உரையாற்ற வேண்டும் என்று வேண்டிய இளைஞர் என்னை அரை மணி நேரம் பேசச் செய்து படமெடுத்துச் சென்றார். அமீரிடம் பணியாற்றிய தாகச் சொல்லிக்கொண்டு ஒருவர் வந்தார். தாம் திருப்பூரைப் பற்றிய கதை எழுதுவதற்காக இவ்வூரிலேயே தங்கி அறிவதாக வும் என் உதவி அடிக்கடி தேவைப்படும் என்றும் கூறி உலவினார். 'அண்ணன் பெப்சிக்குத் தலைவர் ஆகிவிட்டதால் நம் படத்திற்கு எந்த இடைஞ்சலும் வராது' என்று அவர் கண்கள் மின்னின. நாளடைவில் அவர்கள் என்ன ஆனார்கள் என்றே தெரியவில்லை. அதற்குப் பிறகு அவர்கள் என்னைத்

தொடர்புகொள்ளவும் இல்லை. வேறு துறையில் ஆளானது போலவும் தெரியவில்லை. என்னுடைய மதிப்பான நேரத்தினை வீணடித்தவர்கள் அவர்கள் என்ற ஆற்றாமை உண்டு. "புதியவர்களாயிற்றே" என்ற அக்கறையில் நானும் செவிசாய்த்தேன். அண்மைக் காலமாக எவரும் வந்து இடையூறு செய்வதில்லை. அவர்கள் அப்படியே காணாமல் போய்விட்டார்கள். அத்தகைய வேண்டுகோள்களோடு யார் நாடினாலும் "வேலை இருக்கிறது" என்று தவிர்த்துவிடு கிறேன்.

119

எங்கே சென்றாலும் பூக்களைப் படம்பிடிக்கத் தொடங்கி விடுகிறேன். ஆள் நடமாட்டம் இல்லாத புற்காடுகளில் பெயரே தெரியாத எண்ணற்ற பூக்கள் பூத்திருக்கின்றன. ஒவ்வொரு பூவும் ஒரு பழைமையை நினைவூட்டுகிறது. யாரோ சொன்னார்கள் என்று அண்மைக் காலமாய்த் துத்திப் பூவினை எங்கே கண்டாலும் பறித்துத் தின்கிறேன். இந்த மஞ்சள் பூவினைப் பறித்து அடித்தண்டில் உறிஞ்சினால் காற்றுளி அளவில் தேன் கிடைக்கும். சப்பியதும் தீர்ந்துவிடும் சிற்றினிப்பு. அந்த நீலப்பூவைப் பறித்து மூக்குத்தியாய், தோடாய் அணியச்சொல்லிப் பரிசாகக் கொடுத்ததுண்டு. ஆவிரையைப் பற்றிச் சொல்லவே வேண்டியதில்லை. பூ என்பது ஒரு நாளின் பரிசு. கண்களின் விருந்து. காதலுற்றுக் கிடக்க வேண்டிய காரணம். மீதமுள்ள இயற்கைப் பேராற்றல்.

120

ஊரடங்கு தொடங்கியவுடன் நடக்கத் தொடங்கியது. இன்றோடு முழுமையாய் ஒன்பது திங்கள்களை நிறைவு செய்கிறேன்.

மார்ச்சு பாதிக்கு மேல் ஏப்ரல் பாதிவரைக்கும் நடையைப் பழக்கினேன். ஏப்ரல் பாதிக்குமேல் ஒருநாள்கூட இடைவெட்டு இல்லாமல் தொடர்ச்சியாக நடந்திருக்கிறேன். தொடர்ச்சியாக முந்நூறு நாள்கள். என் உடற்பேணல் வரலாற்றில் இஃது ஓர் அருஞ்செயல்.

திங்கள் இறுதி நாளில் நடையைப் பற்றிய என் பதிவுவழி நூற்றுக்கணக்கானோர் நடக்கத் தொடங்கினர்

என்பதே இதன் நல்விளைவு.

2020ஆம் ஆண்டின் மொத்தக் கணக்கினை இவ்வாறு தொகுக்கிறேன்.

நடந்த நாள்கள் ஏறத்தாழ முந்நூறு நாள்கள். கடைசி ஐந்து திங்கள்களில் அன்றாடம் இருபதாயிரம் காலடிகள் தொடர்ச்சியான நடை. ஏப்ரல் பதினைந்து தொடங்கி இன்றுவரை ஒருநாள்கூட இடைநிறுத்தம் இல்லை. வெளியூர் சென்ற போதிலும் இரவு பத்து மணிக்கு வந்து பன்னிரண்டுக்குள் இலக்கினை நடந்து முடித்தேன். தொலைக்காட்சி நிகழ்ச்சிக்காகச் சென்ற ஒரேயொருநாள் போதிய இலக்கினை எட்ட முடியவில்லை.

நடந்த தொலைவு : 3220 கிமீ.

எரித்த கலோரிகள் : ஏறக்குறைய இரண்டரை இலட்சம்.

நடந்த காலடிகள் : ஏறத்தாழ நாற்பத்தைந்து இலட்சம்.

நடந்த காலம் : ஏறத்தாழ எண்ணூறு மணிகள்.

இருபதாயிரம் காலடிகள் நடக்க திங்கள்தோறும் நூற்று ஐந்து மணி நேரம் தேவைப்படும். இவ்வாண்டில் முப்பத்தைந்து நாள்கள் நடையிலேயே கழித்திருக்கிறேன்.

என்ன பயன்? எடைக்குறைவு பன்னிரண்டு கிகி வரைக்கும் இருந்தது. முப்பத்தெட்டு அங்குலக் காலுடையை அணிய முடிகிறது. தற்போதைய எடையை இன்னும் பார்க்கவில்லை. நாற்பதுகளின் அகவையில் இருக்கும் நான் முப்பதுகளின் அகவைக்கே உரிய உடல் திறத்திற்குத் திரும்பியமை தான் இதன் முதற்பயன்.

இவ்வாண்டு முதற்று வேலைகள் கூடலாம். அதனால் நடை நேரத்தைச் சுருக்கி உடற்பயிலகம் செல்லவும் திட்டம். தொற்றச்சம் முற்றாக இல்லையெனில் அதனை நிறைவேற்றலாம்.

உடல்நலமே நாம் எப்பாடுபட்டேனும் ஈட்ட வேண்டிய, காக்கவேண்டிய, நம் சுற்றத்தார் நட்பார்க்குப் பரிசாகத் தரவேண்டிய உயர்பொருள்.

121

இன்னோர் ஆண்டுக் கணக்கு தொடங்குகிறது. நாளை

மற்றுமொரு நாளே என்று மறைஞானம் பேசிக்கொண்டு காலத்தைக் கழிப்போர்க்கு நாம் சொல்வதற்கு ஒன்றுமில்லை. ஆனால், நாளின் அருமை கருதியும் காலத்தின் மதிப்பறிந்தும் வாழ்வோரோடு உரையாற்ற ஆயிரம் இருக்கின்றன.

புற வாழ்க்கையையும் அக வாழ்க்கையையும் புரட்டிப் போட்ட ஆண்டு முடிந்துவிட்டது என்ற நம்பிக்கையிலிருந்து இவ்வாண்டைத் தொடங்குவோம். ஆண்டுதோறும் முதல் நாளில் பலரும் பின்பற்றத் தக்க மதிப்பான அறிவுரைகளை அல்லெனில் பரிந்துரைகளைத் தொடர்ந்து கூறியிருக்கிறேன். அவற்றை எனக்கு நானே சொல்லிக்கொள்ளும் நோக்கத்தோடு தான் இங்கே பகிர்கிறேன். அவ்வறிவுரைகளைப் பற்றி நின்று ஆக்க வழியில் யார் வேண்டுமாயினும் நடைபோட முடியும். அவற்றை இறுகப் பற்றிக்கொண்டதில் நானும் சிறப்பான விளைவுகளைக் கண்டேன்.

கடந்த ஆண்டில் சிறிதும் பெரிதுமாய் இருநூறு கட்டுரைகள் எழுதியிருப்பேன் என்று நினைக்கிறேன். எண்ணிக்கை பார்க்கவில்லை. ‘மாச்செருநன்’ என்ற பெயரில் வெளிவரவிருக்கின்ற அருமையான கவிதைத் தொகுப்பின் கவிதைகள் எழுதப்பட்டன. உடல்நலப்பேணலில் வெகுநேரம் செலவிடப்பட்டது.

வேறொன்றையும் கூறவேண்டும். ஆண்டு முழுவதும் பொருளியல் சார்ந்த பல நூல்களைப் படித்தேன். பொருளியல் போக்குகள், நிதிச் சந்தைகள் பற்றிய பல்லாயிரக்கணக்கான காணொளிகளைப் பார்த்தேன். முழுக்க முழுக்க நிதியியல், பொருளியல் துறைசார்ந்த மாணக்கனாக என் முடக்க நேரங் களைப் பயன்படுத்தினேன். அவற்றைக் குறித்த எவ்வொன்றை யும் முகநூலில் பகிர்ந்துகொள்ளவில்லை. நேரம் வாய்த்தால் கூறலாம்.

இவ்வாண்டும் ஆக்கவழிப் பரிந்துரைகள் என்று கீழ்க் காண்பனவற்றைக் கூறுகிறேன். எப்படியாவது தொடர்ந்து பின்பற்றிப் பாருங்கள். நல்விளைவுகளைக் காண்பீர்கள்.

1. வைகறைத் துயிலெழு - என்பதுதான் முதல் அறிவுரை. அதற்காக நான்கு மணிகே எழச் சொல்லவில்லை. ஐந்தரைக்குள் எழுந்தாலே போதும். காலையில் எழுந்தவர்க்கு அந்நாள் இரண்டு நாள்களைப்போல் பயன்தரும். காலையில் எழுந்தவர் வெற்றி பெறுகின்றார். உறங்குகின்றவர் வெற்றிக்கு

அருகிலேயே செல்லமாட்டார்.

2. தேவைக்கு மேலான தூக்கத்தைத் முயன்று தவிர்த்து விடுக. செயலாற்றல் குன்றிய பிறகு அல்லது முதுமையில் நன்கு தூங்கிக் கொள்ளலாம். நாள்தோறும் ஆறு முதல் எட்டு மணிநேரத் தூக்கம் போதும். வினை முடித்ததற்குப் பரிசாகத் தூக்கத்தைக் கருதுங்கள்.

3. எத்துறையில் சிறந்து விளங்க விரும்புகிறீர்களோ அத்துறை சார்ந்த அறிவினை அன்றாடம் பெற்றுக்கொண்டே இருங்கள். அத்துறையைப் பற்றிய நாள்தோறும் பத்திருபது பக்கங்களேனும் படியுங்கள். இன்றைக்கு எல்லாவற்றுக்கும் காணொளிகள் கிடைக்கின்றன. அவற்றைப் பயன்படுத்துங்கள். சிறிது சிறிதாக அறிவினைச் சேர்த்தபடி நகர்க.

4. எடுத்துக்காட்டாக, சிறந்த புனைவு எழுத்தாளராக விரும்பினால் நாள்தோறும் மூன்று சிறுகதைகளையேனும் படியுங்கள். ஆண்டின் இறுதியில் ஆயிரம் சிறுகதைகளைப் படித்து முடித்திருப்பீர்கள். நம்புங்கள், தமிழின் தலைசிறந்த சிறுகதைகள் என்று ஆயிரம் கதைகளைக் கூறலாம். அவ்வளவு தான். நாம் விளங்கவிருக்கும் துறையில் அடைய வேண்டிய அறிவின் பரப்பு அவ்வளவு அருகிலும் அடையத்தக்கதாகவும் இருக்கின்றது.

5. உடலுக்கென்று நாளின் பத்து விழுக்காட்டு நேரத்தை ஒதுக்குங்கள். எப்படியும் இரண்டே கால் மணிநேரம் ஒதுக்க வேண்டும். அவ்வளவு இல்லையென்றாலும் ஒன்றரை மணிநேரம் கட்டாயம். அந்நேரத்தில் சிறுநடை, ஓகப்பயிற்சி, பகலவன் வணக்கமுறை என எதையேனும் செய்யுங்கள்.

6. நீங்கள் என்னதான் உங்களைச் செப்பம் செய்தாலும் சுற்றிலும் உள்ளவர்கள் எப்படி உங்களை நடத்துகிறார்களோ அதற்கேற்ற விளைவுகளுக்கு ஆட்படுகிறீர்கள். அதனால் நீங்கள் உடனே செய்ய வேண்டியது - எதிர்மறை மனிதர்களை உங்கள் வாழ்க்கையிலிருந்து வெளியேற்றுங்கள். அல்லது அவர்களுடனான அண்மையை முற்றாகத் துண்டித்துக் கொள்ளுங்கள். மக்களில் பதர்களே மிகுதி. இவர்கள் தாமும் அடையாமல் மற்றவரையும் எள்ளுவதை நோக்கமாகக் கொண்டவர்கள். உங்கள் நன்னோக்கங்களுக்கு எதிர்மறையாய் ஒற்றைச் சொல், ஒற்றைப் பார்வை, ஒற்றை மனநிலை உள்ள எவரோடும் தொடர்புகொள்ளாதீர்.

7. உங்களைப் பாழ்படுத்தும் பழக்க வழக்கங்கள் எதுவாயினும் அதனை இன்றோடு விட்டொழியுங்கள். நான் வாழ்க்கையில் மது, புகையைத் தொட்டதில்லை. இவ்விரண்டு பழக்கங்களையும் உடைய பலரை நான் திருத்தியிருக்கிறேன். உங்கள் நண்பர்களும் அப்படித் திருத்தும்படியாய் இருந்தால் அவர்களைப் பேணுங்கள். நீங்கள் சிவனே என்று கிடந்தாலும் "இப்பகலில் மதுவருந்தலாம் வா" என்று அவர்கள் அழைத்தாலோ தூண்டினாலோ உங்களுக்கு மீட்சியேயில்லை. வேண்டாப் பழக்கங்களிலிருந்து வெளியேற முதல்வழி அத்தகைய தூண்டுகோள்களைத் துடைத்தெறிவதே.

8. பொருளாதார வழியில் உங்களை மிகவும் ஒழுங்குபடுத்துங்கள். கடன் எதுவும் இருப்பின் அதனை அடைக்கும் வழிகளை ஏற்படுத்துங்கள். முதல் வேலையாக எல்லாக் கடன்களுக்கும் முற்றுப்புள்ளி வையுங்கள். பொருள் நலத்தின் வழியாகப் படிப்படியாக அடையவேண்டிய முன்னேற்றங்கள் அனைத்திற்கும் முட்டுக்கட்டையாவது கடன்தான். கடன் வாங்காதீர், கடன் கொடுக்காதீர். வருவாயினை முழுமையாகக் கண்காணிக்க வேண்டும். அது செல்லும் வழியை அதனை விடவும் உற்றுப்பார்த்துக்கொள்ள வேண்டும்.

9. மதிப்புக்குரிய உறவுகள் நட்புகளைப் பேணுங்கள். யாரையும் பகைத்துக்கொள்ள வேண்டியதில்லை. வேண்டா என்றால் அவர்களிடமிருந்து புன்னகையோடு வெளியேறப் பழகுங்கள். அவர்கள் எப்போதும் நம் வாழ்க்கையில் தொடர்ந்து இடம்பெற வேண்டும். எப்போது வேண்டுமானாலும் அவர்களிடம் நீங்கள் உறுத்தல் இல்லாமல் பேசும்படியான நிலையில் நில்லுங்கள்.

10. நினைத்ததற்கு மாறாக எது நடந்தாலும் நிலைகுலையாதீர். எதனையும் ஏற்றுக்கொள்ளும் பண்பட்ட மனத்தோடு இருங்கள். உங்கள் கையை மீறி நடக்கும் ஒன்றினை மெதுவாக மாற்றப் பாருங்கள். முரட்டுத்தனத்தோடு மோதும் போக்கு வேண்டா.

இவற்றைப் பின்பற்றிப் பாருங்கள். நல்ல விளைவினைக் காண்பீர்கள்.

122

“**நா**ளைக்கு நீயா நானாவுல டிவில வர்றீங்கபோல. புரமோ பார்த்தோம்”

“ஆமாங்க”

“கண்ணதாசனைப் பத்தியா? “

“ஆமாங்க”

“செம. கண்ணதாசனைப் பத்தி எதாச்சும் சொல்லுங்களேன்”

“வேணாம் விடுங்க. நிகழ்ச்சியைப் பார்த்துக்குங்க”

“ஐயோ... கண்ணதாசனைப் பத்தி எவ்வளவு சொன்னாலும் கேட்டுக்கிட்டே இருக்கலாம். நீங்க சொல்லுங்களேன்.”

“கண்ணதாசன் இருக்காரே...”

“எங்கப்பாவுக்குக் கண்ணதாசன்னா ரொம்பப் பிடிக்கும்”

“நல்லதுங்க. கண்ணதாசனுடைய பாடல்ல என்ன சிறப்புன்னா...”

“அப்பல்லாம் கண்ணதாசன் பாட்டு கேட்காத வீடே இருக்காதுல்ல...”

“ஆமாங்க. கண்ணதாசனை இப்ப எப்படிப் பார்க்கணும்னா...”

“அந்தக் காலத்துப் பெரியவங்களுக்குக் கண்ணதாசன் பாட்டு டானிக் மாதிரிதான்.”

“உண்மைதாங்க. கண்ணதாசனுக்கும் மத்தவங்களுக்கும் என்ன வேறுபாடுன்னு பார்த்தீங்கன்னா.....”

”இந்தக் காலத்துப் பசங்களுக்குக் கண்ணதாசனெல்லாம் தெரியுமான்னு தெரியல”

“இருக்கலாங்க. கண்ணதாசனை எடுத்துக்கிட்டீங்கன்னா...”

“ஆனா பாருங்க... இன்னிக்கு வர்ற பாட்டுகளைக் கேட்கும்போதுதான் கண்ணதாசனோட அருமை தெரியுது”

“சரியாச் சொன்னீங்க... அவரோட ஒவ்வொரு பாடல்லயும்...”

“கண்ணதாசனை எல்லாம் எந்தக் காலத்தலயும் மறக்க முடியாது”

“… … … …”

“சரி சரி. ரொம்ப நேரமா நீங்க கண்ணதாசனைப் பத்தி என்னவோ சொல்ல வந்தீங்களே. சொல்லுங்க”

“நிகழ்ச்சியைப் பாருங்க. அப்புறம் பேசலாம். வணக்கம்.”

123

வேட்டி கட்டுவதில் ஆண்கள் வகைவகையாய் இருக்கிறார்கள். நானறிந்த பெரியவர் ஒருவர். ஊர்ப்புறத்தவர். எப்போதும் முழங்கால் வரைக்குமான பட்டாபட்டிக் காலுடையோடுதான் காணப்படுவார். வேட்டி கட்டுவது அவர்க்கு விருப்பமில்லாச் செயல். மடித்துக் கட்டப்படாத வேட்டியால் உடம்புக்குக் கட்டு போட்டதுபோல் உணர்வார். பெரும்பாலும் பட்டாபட்டியும் துண்டுமாய் உலா வருவார். அவருடைய நெடுநாள் தோற்றமே அதுதான் என்பதால் அத்திருக்கோலம் கண்டு யார்க்கும் வேற்றுணர்ச்சி இல்லை. ஆனால், அவரால் தவிர்க்கவே முடியாமல் வேட்டி கட்ட வேண்டிய சூழ்நிலைகள் ஏற்பட்டுவிடும். அந்நாளில் அவர் தவித்துப் போய்விடுவார். திருமணம், வேறு நிகழ்ச்சிகள் போன்றவற்றுக்கு வேட்டி கட்டிச் செல்ல நேரிடும். வேட்டியும் சொக்காயுமாய்ப் பேருந்தில் ஏறிச்செல்வார். நிகழ்ச்சியை முடித்துக்கொண்டு மாலைப் பேருந்தில் வந்திறங்குவார். இறங்கியவுடன் ஒரு நொடியும் காலந்தாழ்த்தமாட்டார். இறக்கிவிட்ட பேருந்து கிளம்புவதற்குள் வேட்டியை அவிழ்த்துத் தம் தலையில் சுற்றிக்கொண்டு பழைய பட்டாபட்டித் தோற்றத்திற்கு வந்துவிடுவார். புகையைப் பற்றவைத்துக்கொண்டு அவர் வீடு நோக்கிச் செல்வதைக் காண வேடிக்கையாக இருக்கும்.

124

தொண்ணூறுகளில் இந்திய அணி வெற்றி பெற்றால் ‘காதல் கடிதாசி கொடுத்த அந்நியன் அம்பியைப்போல்’ செம்மாந்து திரிவோம். ஆட்டத்தைப் பற்றிய பெருமிதம் தொற்றிக்கொள்ளும். ஆட்டம் நடக்கையில் எங்கே போனா

லும் அது குறித்த நிகழ்நிலை (update) பெறலாம். பணி நடக்கும் பல இடங்களில் ஒலியில்லாமல் தொலைக்காட்சி நேரலை ஓடும். எப்படியோ அதிலிருந்து மீண்டாயிற்று. இந்திய அணி வெற்றி பெற்றதுகூட இங்கே பிறர் கூறக் கேட்டுத்தான் தெரிய வருகிறது. மாற்றம் ஒன்றே மாறாதது!

125

தொடர்ந்து கவிதை எழுதிக்கொண்டே இருப்பது ஒருவகையான மனநிலை. அதனை விட்டு விலகினால் மீண்டும் கூட்டுவதற்குப் பெருமுயற்சி தேவைப்படும். அல்லால் கடுமையான உள்ளெழுச்சி தோன்ற வேண்டும். அப்போது தான் பழைய வெறியாட்டு மனநிலை வாய்க்கும்.

தொடர்ந்து கட்டில்லாமல் எழுதிக்கொண்டே போவது கவிதையின் அடிப்படைப் பண்பான மொழியடர்த்தியை அழிக்கும். "கொஞ்சம் வசன நடையில் எழுதறேன்... இருந்தாலும் புலவன்னு ஒத்துக்கிட்டிருக்காங்க..." என்று புலம்பும் திருவிளையாடல் தருமியை நினைத்துக்கொள்வது பலவகையில் நல்லது. ஆயிரக்கணக்கானோர் கூறிய அதே வழியில் மற்றொரு சொற்றொடரை ஆக்கிக்கொண்டிருக்கிறோம்.

எப்போதும் தன் மனத்தைக் குடைந்து குடைந்து கொட்டிக்கொண்டே இருப்பதும் கவிதையாகாது. அது அங்கொன்றும் இங்கொன்றுமாய்ச் செய்யப்பட வேண்டிய கூற்றுமுறை. நம் படைப்பின் போதாமையைக் காணும் கண்கள் நமக்கு எப்போது வாய்க்கும்?

கவிதையின் மீதான எரிச்சல் எப்போது தோன்றும்? கவிதையைப் படிக்கும் மனநிலையில் இல்லாத ஒருவர்முன் கவிதை தென்படுமானால் எரிச்சல்தான் வரும். நாம் வேறு கவலையில் இருக்கும்போது ஒருவர் பாடிக்கொண்டே நின்றால் ஏற்படும் எரிச்சல்.

அதே நேரத்தில் படிப்பவர் நெஞ்சத்தில் எவ்வகையான தொடர்பினையும் ஏற்படுத்த முடியாத முரட்டு உளறல்களையும் வறட்டு வாக்கியங்களையும் எழுதுவோரை ஈவு இரக்கமில்லாமல் முன்வைப்பதில் உள்ள கயமை யாருக்கும் தெரியாததுமன்று.

இங்கே கவிதையைப் பற்றிய தரமொழிகள் உருப்படி யாக உருவாகவில்லை. அது ஒருநாள் விளையாட்டும் இல்லை.

வாழ்க்கை முழுவதையும் கவிதைத் தேடலுக்குப் பிணை வைத்தால்தான் பொருட்படுத்தத்தக்க தரமொழியாளர் ஆக முடியும். அவரவர் சுவைப்பு வழியாகப் பெறப்பட்ட ஒரு கருத்திற்கு அவரளவை மீறிய பொருட்பாடும் இல்லை.

பிற்காலத்தில் மொழிநுண்மைகள் ஏற்றப்பட்ட செயலிகள் வரலாம். புதுக்கூற்றுகள், வளக்கருத்துகள், நற்சொற்றொடர்கள், பதச்சேர்க்கைகள், கூறியது கூறல்கள், குழப்படிகள், குழறுபடிகள், படியெடுக்கப்பட்டவை என அனைத்தையும் அது பட்டியலிட்டு நிரல்படுத்தும். ஒரு நொடியில் அது நிகழும். அப்போதுதான் சங்க இலக்கியங்களும், பக்தி இலக்கியங்களும், வள்ளலாரும் பாரதியாரும் மற்றோரும் மேல்வரிசையில் இருப்பது தெரியவரும்.

நம் காலத்திற்குள்ளேயே அது நடக்கும். அதுவரைக்கும் நாம் குறுக்கும் நெடுக்குமாக ஓடிக்கொண்டிருக்கலாம்.

126

இந்திய வரலாற்றில் விடுதலைப் போராட்டக் காலத்தை எடுத்துக்கொள்க.

எங்கேயிருந்து அந்தப் போராட்டம் கொழுந்துவிட்டு எரியத் தொடங்குகிறது? எந்நிகழ்ச்சிகள் அதற்கு எரியூட்டின? இரண்டு நிகழ்ச்சிகள் எரியும் நெருப்பில் எண்ணெய் ஊற்றின என்று கூறலாம்.

ஒன்று வங்காள மாநிலத்தின் பிரிவினை.

இன்னொன்று ஜாலியன் வாலாபாக் படுகொலை.

முதலாவது வங்காள மாநிலத்தோடு தொடர்புடையது. இரண்டாவது பஞ்சாப் மாநிலத்தோடு தொடர்புடையது.

இந்திய விடுதலைப் போராட்டம் இந்தியாவின் மற்ற மாநிலங்களுக்கு ஒருவகையான போராட்டம் என்றால் பஞ்சாப்புக்கும் வங்காளத்திற்கும் பன்மடங்கு வேறான போராட்டம் என்பதை நினைவிற்கொள்க.

காந்தியடிகள் தலைமையேற்ற பிறகு விடுதலைப் போராட்டத்தில் தமிழகத்தின் பங்கு என்று எடுத்துக்கொண்டால் ஒரு பட்டியலைத்தான் தர முடியும். தனித்தனித் தொண்டர்களைத்தாம் காட்ட முடியும்.

பஞ்சாப்பிலும் வங்காளத்திலும் நிலைமை முற்றிலும் வேறு. நூற்றுக்கணக்கானவர்கள், ஆயிரக்கணக்கானவர்கள் விடுதலைப் போரில் ஈடுபட்டனர்.

இலாலா இலஜபதிராய், பகத்சிங் முதற்று சுபாஷ் சந்திரபோஸ் வரைக்குமான பல தலைவர்கள் பஞ்சாப்பையும் வங்கத்தையும் சேர்ந்தவர்கள்.

போராட்டத்தின் நடுக்களமாக விளங்கியவை பஞ்சாப்பும் வங்கமும். விடுதலைக்குப் பிறகு நாடு இரண்டாகப் பிரிக்கப்பட்ட போது பஞ்சாப் மாநிலமும் வங்காள மாநிலமும் இரண்டு நாட்டுக்குமாகப் பிரித்துத் தரப்பட்டன.

தற்போது இந்தியாவிடமுள்ளது வங்காளத்தின் மேற்குப் பகுதியான மேற்கு வங்காளமும் இலாகூருக்குக் கிழக்கிலுள்ள பஞ்சாப்பும். PAKISTAN என்ற பெயரில் இருக்கும் P என்ற எழுத்து பஞ்சாப்பைக் குறிப்பதுதான். (பஞ்சாப், சிந்து, காசுமீரம், பலுசிஸ்தான், வடமேற்கு எல்லைப்புற மாகாணம்)

ஆங்கிலேயர் ஆட்சியில் பஞ்சாப்பின் தலைநகரம் இலாகூர். தமிழர்க்கு மதுரை, தஞ்சையைப்போல் பஞ்சாபியர்க்கு இலாகூர். அது இன்னொரு நாட்டுக்குப் போயிற்று.

நாட்டுப் பிரிவினையில் மாநிலப் பிரிவினையும் திணிக்கப்பட்ட மக்கள் அவர்கள். விடுதலைப் போரில் ஊக்கமாக ஈடுபட்ட சீக்கியர்களும் வங்காளிகளும் அப்போரின் விளைவினாலும் கடுமையாகத் துன்புற்றவர்கள். அவர்களை எளிதாய் மதிப்பிடலாகாது.

பஞ்சாப் வேளாண்மையர் போராட்டத்தில் ஈடுபட்டிருக்கும் இந்நேரத்தில் வழமையான அணுகுமுறைகளால் எப்பயனும் இல்லை. அவர்களின் கோரிக்கைகளை நிறைவேற்றித் தருவதுதான் நல்வழி.

127

வெற்றி என்பது தற்செயல் விளைவாக இருக்கவே கூடாது.

"ஏதோ பண்ணினேன். இப்ப பரவால்ல. நல்லபடியாக முடிஞ்சுது" என்று ஆறுதல் படுவதாக இருத்தல் ஆகாது.

"நூலிழையில் தப்பித்தேன். இல்லாட்டி இந்நேரம் கதை முடிஞ்சிருக்கும்" என்று சொல்லும்படி இருப்பது வெற்றியின்

இலக்கணத்திற்குப் பொருந்தாது.

வெற்றி என்பது திட்டமிட்டுக் குறிவைத்து அயராது முயன்றதன் தவிர்க்கவியலாத விளைவாக இருக்க வேண்டும்.

அத்தகைய வெற்றிகளைப் பெற்றுப் பழகுங்கள். தோல்விகள் உங்களை நெருங்க அஞ்சும்.

128

கேம்ஸ்டாப் நிறுவனத்தின் பங்குகளை விற்றுவாங்கு முறையில் நிலைப்பாடு எடுத்திருந்த முதலீட்டகங்களை முதன் முறையாகச் சிறுமுதலீட்டாளர்கள் வென்றிருக்கிறார்கள். பங்குச் சந்தையின் விலையசைவுகள் சிறுமுதலீட்டாளர்களால் ஏற்படுவது அரிது. பெரும்பாலும் இல்லையென்றே சொல்ல லாம். அன்றைய விலையில் ஒரு விழுக்காடு உயரவேண்டு மானால் பெருமுதலீட்டு நிறுவனங்கள் கணினியில் நுழைவுவிசையைத் தட்ட வேண்டும். அவர்களின் போக்கிற்கு ஏற்ப சிறுமுதலீட்டாளர்களும் செல்ல வேண்டும் என்பதே அரிச்சுவடி. அமெரிக்காவின் கேம்ஸ்டாப், ஏ.எம்.சி ஆகிய நிறுவனப் பங்குகளின் விலைகள் இணையக் குழுக்களின் உரையாடல் கருத்துகளின் வழியே விண்ணளவுக்கு உயர்த்தப் பட்டுள்ளன.

இரண்டு டாலராக இருந்த அந்நிறுவனத்தின் பங்கு விலை நானூற்று எண்பது டாலர் வரைக்கும் சில திங்கள் களுக்குள்ளாக உயர்ந்திருக்கிறது. விற்றுநிலை எடுத்திருந்த முதலீட்டகங்கள் அளப்பரிய இழப்பைக் கண்டிருப்பதாகச் செய்தி. “ரெட்டிட்” என்கின்ற தளத்தின் r/wsb (Reddit / WallStreetBet) என்பது இழையின் பெயராம்) உரையாடல் களைப் படித்துப் பார்த்தேன். “உலகம் என்பது இணையத் திற்கு முன்பிருந்தது வேறு, எல்லார்க்கும் இணையம் வந்து விட்ட இப்போது வேறு” என்று முழங்குகிறார்கள். நெடுங் கால ஏய்ப்பு முறைகளைப் புரட்டிப் போடுவோம் என்கிறார்கள்.

பங்கு வணிகத்தில் ஒப்புக்கொள்ளப்பட்ட வணிக முறைகள் யாவும் முற்றிலும் ஒன்றுக்கொன்று முட்டுக் கொடுக்கப்பட்ட முறைகளே. பத்து உருபாய் வைத்திருந்தால் நூறு உருபாய்க்கு வணிகம் செய்யும் முறை. எடுத்துக்காட்டாக ஒரு கோடி வைத்துக்கொண்டு ஒரு நிறுவனத்தின் பத்திருபது

கோடி மதிப்பின்மேல் நிலைப்பாடு எடுப்பது. அதனை வீழ்த்துவது. இப்படித்தான் பொதுத்துறை நிறுவனங்கள் தொடர்ந்து மதிப்பிழக்கச் செய்யப்படுகின்றன. தனியார் நிறுவனங்கள் விலையேற்றத்தால் கொதிக்கின்றன. இரிலையன்சும் எண்ணெய்யைப் பிரித்தெடுக்கிறது. ஓ.என்.ஜி.சி.யும் எண்ணெய்யைப் பிரித்தெடுக்கிறது. இரிலையன்சு இரண்டு மடங்கு உயர்கிறது. அரசு நிறுவனமான ஓ.என்.ஜி.சி. பாதிக்கும் கீழே சரிகிறது. (இரண்டின் வணிக முறைகளும் வேறு என்றாலும் இரு நிறுவனத்தின் பெருவணிகம் எண்ணெய்யே).

அமெரிக்காவில் இதற்கே கதறுகிறார்கள். கண்காணிப்பு அமைப்புகள் இந்த விலையுயர்வைக் கட்டுப்படுத்த வேண்டும் என்கிறார்கள். நிலைமை எல்லை மீறிவிட்டது. இந்தியாவில் இப்படியெல்லாம் கூக்குரல் எழுந்ததே இல்லை. எச்.டி.ஐ.எல் என்ற நிறுவனம் இரண்டாயிரத்து எட்டில் ஆயிரத்து நூற்றுக்கு விற்றது இப்போது இரண்டு உரூபாய் வரைக்கும் இறங்கிவிட்டது. டி.எல்.எப். நிறுவனத்தை எடுத்துக்கொண்டால் ஆயிரத்து இருநூறு விலையிலிருந்தது எழுபதுவரைக்கும் இறக்கம்தான். ஏறத்தாழ எல்லா நிறுவனங்களுமே எண்பது தொண்ணூறு விழுக்காடு வரைக்கும் தொடர்ந்து இறங்கியுள்ளன. ஐ.எப்.சி.ஐ. நிறுவனத்தை நூற்றுக்கு வாங்கியோர் நிலை என்ன? இன்றுவரை அதன் விலை ஒற்றை இலக்கத்தைத் தாண்டவில்லை. கடந்த பத்து ஆண்டுகளாக விலையேறியவை வங்கிகள், கடன் நிறுவனங்கள், வண்டி நிறுவனங்கள் போன்றவையே. இவற்றில் வங்கிகளும் கடன் நிறுவனங்களும் பிணிநுண்ணிக் காலத்தில் பழைய விலைக்கு வந்தன. இரண்டாயிரத்து எட்டில் நான் தவறவிட்ட பரோடா வங்கிப் பங்குகள் பழைய விலைக்கே திரும்பின. யெஸ் வங்கிப் பங்குகள் ஏழு உரூபாய்க்கு வந்தன. செயில், டாடா ஸ்டீல், என்டிபிசி, பெல் நிறுவனங்களை வாங்கியிருந்தால் இன்றுவரை அசல் கண்ணுக்குத் தெரிய வாய்ப்பில்லை. இந்நிறுவனங்களுக்கு என்ன குறை?

அமெரிக்காவில் நடந்ததைப்போல நம் நாட்டில் நிகழ்ந்திருக்கின்றனவா? ஒன்றா இரண்டா... எண்ணற்ற பங்குகளுக்கு நிகழ்ந்திருக்கின்றன. இரண்டாயிரத்துப் பதினான்கு முதல் இரண்டாயிரத்துப் பதினெட்டு வரையிலான விலைவரை படத்தை எடுத்துப் பாருங்கள். நாமக்கல்லில் இருந்த எஸ்.கே.எம். என்ற கோழிமுட்டை ஏற்றுமதி நிறுவனத்தின்

பங்குகள் ஐந்து உரூபாய்க்கு இருந்தது இருநூற்று இருபது உரூபாய்க்கு உயர்ந்தது. வி2ரீடெய்ல் (V2Retail) என்ற நிறுவனத்தின் பங்கு ஐந்து உரூபாயிலிருந்து ஐந்நூற்று ஐம்பது வரைக்கும் உயர்ந்தது. பொரிஞ்சு வெளியாத் போன்றவர்கள் இந்நிறுவனத்தைப் பரிந்துரைத்தார்கள். அவ்விலை ஏறிய காலத்தில் வி2ரீடெய்ல் நிறுவனத்தைப் பற்றிய கட்டுரைகள் வந்தன. அந்த நிறுவனர் நேர்காணல் செய்யப்பட்டார். அவ்வமயம் ஒரே பரபரப்பு.

இத்தகைய ஏற்றத்தாழ்வுகளில் சிறுமுதலீட்டாளர் செய்வதற்கு ஒன்றேயொன்றுதான் உண்டு. ஒரு நிறுவனத்தின் விற்பனை எவ்வளவு, விற்பனையிலிருந்து அனைத்துக் கழிவு களும்போக நிகரமாக எஞ்சுவது எவ்வளவு என்று காண்பது. நாம் வாங்குகின்ற ஒரு பங்கு நிகரமாக எவ்வளவு ஈட்டுகிறது என்று கணக்கிடுவது. வாரன் பஃபெட் சொல்வதுபோல் சொத்துபோல் வாங்கிப்போட்டுவிட்டு மறந்துவிடுவது. அதனை என்றென்றைக்குமான உடைமையாகக் கருதுவது. வேறு வழியில்லை.

129

நாள்தோறும் இருபதாயிரம் காலடிகள் நடப்பதற்கு எப்படியும் மூன்றரை மணி நேரம் செலவாகிறது. இவ்வாண்டு முதல் பல வேலைகளில் இறங்கியாக வேண்டும் என்பது என் முடிவாதலால் காலடிகளின் எண்ணிக்கையைப் பத்து விழுக்காடு குறைத்துக்கொள்ளலாம் என்றிருந்தேன். நேரமுள்ளபோது இருபதாயிரம் நடப்பது, இல்லையெனில் பதினைந்தாயிரத்தோடு முடித்துக்கொள்வது. உடற்பயிலகத் தினை எட்டிப் பார்த்தால் பத்தாயிரத்தோடு நிற்பாட்டுவது. இப்படிப்பட்ட தீர்மானங்களோடு இவ்வாண்டினைத் தொடங்கினேன். ஐந்து இலட்சத்து ஐம்பதாயிரம் காலடிகள் நடந்துள்ளேன். இந்நடையினால் ஒரே மூச்சில் மணிக்கணக் கில் நடப்பது மிகவும் எளிதாகிவிட்டது. ‘நாங்களும் மாடியில இருந்து பார்க்கிறோம். எதையும் கண்டுக்காம, அசராம நடக்கறாரு” என்று அக்கம்பக்கத்தார்கள் பேசத் தொடங்கி விட்டனர். தொலைக்காட்சி நிகழ்ச்சிப் படப்பிடிப்பிற்குச் சென்னை வந்தபோது கோயம்பேட்டிலிருந்து நடுவண் இருப்பூர்தி முனையத்திற்கு நடந்தே வந்துவிட்டேன். ஏறத்தாழ பதினைந்தாண்டுகள் கழித்து சென்னைக்குள் இவ்வளவு

தொலைவு நடக்கிறேன். ஆனால் அந்த ஊரில் - அமைந்தகரை வழியாக - மனிதன் நடப்பானா? நடப்பதற்குத் தகுதியில்லாமல் ஆக்கிவைத்துள்ளார்கள். உடற்பேணலைத் தொடங்காதவர்கள் சோர்வடையத் தேவையில்லை. நாளை முதல் தொடங்குங்கள்.

130

பதினைந்தாண்டுகட்கு மேற்பட்ட சுமையுந்துகளை உடைப்புக்குப் போட்டுவிட வேண்டும் என்று இவ்வாண்டின் வரவு செலவு அறிக்கையில் கூறப்பட்டிருக்கிறது. சுற்றுச்சூழல் மாசுபாடுதான் முதற்காரணம். இதனால் டாடா மோட்டார்ஸ், அசோக் லேலாண்ட் நிறுவனப் பங்குகளின் விலை விறுவிறுப்பாக ஏறியது.

நாடு முழுமைக்குமான பெருஞ்சுமைப் போக்குவரத்துத் தொழிலில் நாமக்கல் மாவட்டம் முன்னிற்கிறது. பதினைந்தாண்டுகளைக் கடந்தும் நெருங்கியும் ஓடிக்கொண்டிருக்கின்ற வண்டிகளின் எண்ணிக்கை இரண்டு இலட்சத்திற்கும் மேலிருக்கக்கூடும். அவற்றை இனி உடைப்புக்குப் போட வேண்டியது கட்டாயம் என்கிறது அறிக்கை.

‘டாரஸ்’ எனப்படுகின்ற பெருவண்டியைச் சாலைக்குக் கொண்டுவரவேண்டும் என்றால் முப்பது இலட்சத்திற்கு மேலான முதலீடு வேண்டும். எப்படியும் எழுபத்தைந்து விழுக்காடு கடன் பெறுவார்கள். ஏழு முதல் பத்தாண்டுகள் திருப்பிச் செலுத்தும் காலகட்டம்.

உயிரைப் பிடித்துக்கொண்டு எல்லா ஏற்றத்தாழ்வுகளையும் கடந்து தொழில் செய்து பத்தாண்டுகள் தவணை கட்டி முடித்தால்தான் வண்டி ஒருவர்க்கு முழு உடைமை ஆகும். அப்போது வண்டியின் மதிப்பு பாதிக்கும் கீழாகக் குறைந்திருக்கும். அவ்வண்டியைக்கொண்டு அடுத்த பத்தாண்டுகள் தொழில் செய்தால்தான் இழந்த பாதித் தொகையை எப்படியேனும் ஈடுசெய்ய இயலும். ஆனால், அடுத்த ஐந்தாண்டுகளில் அவ்வண்டியின் ஆயுட்காலம் முடிகிறது. அதனை உடைப்புக்குத்தான் போட வேண்டும்.

இத்தகைய ஆயுள் வரம்பினால் இரண்டாம் கைம் மாற்றுச் சந்தையிலும் போதிய விலை கிடைக்காது. அந்தச் சந்தை புதுவண்டிகளை உடனே கைம்மாற்றுவோர்க்கான

சந்தையாக மாறியிருக்கும்.

இத்தொழிலில் ஆழங்கால்பட்ட ஒருவரிடம் பேசிக் கொண்டிருந்தபோது அவர் சொன்னார் : "லாரித் தொழிலில் முதல் அஞ்சு வருசம் தாக்குப் பிடித்தால்தான் நாம் போட்ட பணம், அசல் கண்ணுக்கே தெரியும். அடுத்த அஞ்சு வருசத்தில் அதாவது பத்தாவது வருசத்திலதான் போட்ட முதல் முழுசாக் கண்ணுக்குத் தெரியும். அதுக்கும் மேல அஞ்சு வருசம் ஓட்டுனாதான் போட்ட அசலும் வட்டியும் வந்த மாதிரி இருக்கும். அப்ப வண்டியோட மதிப்பைப் பார்த்தீங்கன்னா பெரிசா ஒன்னுமிருக்காது. தொழில்னு ஒன்னைச் செஞ்சோம் கிறதைத் தவிர இதுல எதுவும் மிஞ்சாது."

இந்தக் கொள்கையினால் பிற மாநிலங்களில் பெரிதான எதிர்வினை இருக்காது. இதன் பெரும்பாதிப்பு தமிழகத்திற்குத் தான். இங்கேதான் இத்தொழிலில் ஈடுபட்டிருப்போர் மிகுதி. மாநிலத்தின் தலையாய தொழில்களில் ஒன்றைப் பேரிடர் சூழ்கிறது.

131

பிணி நுண்ணிக் காலத்தில் அணிபொன் விலை (ஆபரணத் தங்கம்) விர்ரென்று ஏறியது. அவ்வாறு ஏறியதும் எவ்வளவுவரை செல்லும், இப்போதே வாங்கி வைக்க வேண்டுமா என்று நண்பர்கள் கேட்டார்கள். 44444 என்ற விலைவரைக்கும் செல்லும் என்று கூறினேன். அந்த விலை மட்டத்திற்குச் சென்றதனை அறிவோம். அதற்கும் மேல் செல்வதற்கு வேறு உந்தல்கள் வேண்டும். இன்னும் விலையேறி விட்டால் என்ன செய்வது என்று தவித்தார்கள். "இப்போது வாங்க வேண்டா. சற்றே பொறுங்கள்" என்று அவர்களை அடக்கினேன். வாங்குவதானால் எப்போது, எந்த விலையில் வாங்குவது என்றும் கேட்டார்கள். "எவ்வளவு விரைவில் ஏறியதோ அவ்வளவு விரைவாக இறங்கும். அப்போது வாங்குங்கள்" என்று கூறியிருந்தேன். ஏறிய விலைமட்டம் 44444 என்பதால் இறங்கும் விலைமட்டம் 33333 என்பதாக இருக்கும். இன்றைக்குப் பொன்விலை நான் குறிப்பிட்ட விலை வரம்புக்கு அருகில் வந்திருக்கிறது. இந்த விலைக்கு அருகிலும் இவ்விலைக்குக் கீழே செல்லும் எவ்வொரு விலை யிலும் வாங்கத் தொடங்கலாம். ஒருவேளை இன்னும் கீழே

சென்றால் அது பொன்வாங்க எண்ணினோர்க்கு மிக நல்ல வாய்ப்பு.

132

புத்தகக் கண்காட்சியில் ஒருவர் தம்மை அறிமுகப் படுத்திக்கொண்டு உரையாடினார்.

உரையாடலில் என் தொடக்கம் வழமையானதுதான்.

கோவைத் தமிழில் "உங்க பேருங்க?" என்று நிறுத்து வேன். அன்னாரிடமும் அப்படிக் கேட்டேன். "இரகுபதி" என்றார்.

அடுத்து அந்தப் பெயருக்குப் பொருள் கேட்டார். "இரகு - சூரிய குலத் தலைவன் இரகுபதி. அதனால் இராம னுக்கு அப்பெயர். கணங்களின் தலைவன் கணபதி" என்று விளக்கிக் கூறினேன். கேட்டுக்கொண்டார்.

சற்றே அரங்கினில் நடமாடியவரைப் பிறகு காண வில்லை.

நான் தலையைக் குனிந்தபடி ஒருவர்க்கு நினைவொப்பம் இட்டபோது மற்றொருவரும் நூலை நீட்டினார்.

நான் ஏறிட்டுப் பார்க்காமலே என் நினைவொப்பத் தொடரை எழுதி அவர் பெயரைக் கேட்டேன்.

"பூபதி" என்றார்.

அந்தப் பெயரை எழுதிய பின்னர் அன்னாரை நோக்கி னால் சற்று முன் உரையாடியவர் நிற்கிறார்.

"ஏன்ங்க... இப்பத்தான் உங்க பெயரை இரகுபதின்னு சொன்னீங்களே?" என்று குழப்பமாகக் கேட்டேன்.

நாக்கைக் கடித்தவாறே "அட.... ஆமாங்க... என் பேரு இரகுபதிதான். பூபதி இல்ல. தப்பாச் சொல்லிட்டேன்..." என்றார்.

என்ன குழப்பம் இது என்று அவரை உற்றுப் பார்த்தேன். இரங்கத்தக்கவாறு சிரித்தார்.

என் நினைவொப்பத் தொடரில் 'பூபதிக்கு என்ற நினைவில் திளைத்து வாழும் இரகுபதிக்கு' என்று எழுதிக் கொடுத்தேன். தப்பில்லாமல் அடித்தல் திருத்தல் இல்லாமல்

எழுத வேண்டுமே.

ஓர் எழுத்தாளரை நேரில் கண்டால் கொஞ்சம் படபடப்பாக வரும்தான். அதற்காகப் பெயரை மறக்குமளவுக்கா படபடப்பாவது?

காலையிலிருந்து மூவாயிரம் சொற்களுக்கு மேல் கைவலிக்க எழுதி ஒப்பமிட்டுக்கொண்டு இருக்கும் என்னையும் சற்றே கருதுக!

133

எரியா மின்விளக்குகளை எனது மின்பணியாளர் மாற்றிக்கொண்டிருந்தார். வழக்கம்போல் நான் மேற்பார்வையும் உதவியுமாக நின்றேன். கூரைச் சுவரோடு பொருத்தும் விளக்குகளைப் பொருத்தினார். பழையதை அகற்றிய இடத்தில் புதியதைப் பொருத்துகையில் நிறப்பூச்சு பிசிறடித்தது. அதை மறைக்க ஒரு வழியுண்டு. ஓடு பதித்தபின் இடைவெளியில் பூசப்படும் வெள்ளைப் பசைச்சாந்தினைக் குழப்பி விளக்கின் விளிம்போரம் தேய்க்க வேண்டும். அதனைப் பற்றாகத் குழப்பி எடுத்து வந்தவர் சாணிப்பூச்சுபோல் தேய்க்கப் பார்த்தார். “அப்படித் தேய்க்காதீங்க... விரலோட கொஞ்சமா எடுத்து கண்மை தீட்டற மாதிரி விளிம்போரமா மெல்லமா இழுவி விடுங்க” என்றேன். என்னைத் திரும்பிப் பார்த்தவர் ”நல்லாச் சொன்னீங்க” என்று கண்மை தீற்றத் தொடங்கினார்.

134

எண்பத்து நான்காம் ஆண்டு நடந்த தேர்தல்தான் என் நினைவிலுள்ள முதல் தேர்தல். அப்போது நான் ஐந்தாம் வகுப்பு மாணாக்கன். தேர்தல் பரபரப்பு ஊர்ப்புறங்கள் வரைக்கும் தீயாய்ப் பற்றியது. அந்தத் தேர்தல் காட்சிகளை என் நினைவிலிருந்து சொல்கிறேன்.

1. நூற்றுக்கணக்கான மிதிவண்டிகளில் கொடிகளைக் கட்டிக்கொண்டு ஊர்வலம் சென்றார்கள். திமுக’வின் ஊர்வலத்தைத்தான் முதலில் பார்த்தேன். மணிக்கணக்கில் நீண்டு சென்ற வண்டிச்சாரை அது. அதனைக் கண்டு வாய் பிளந்தது நினைவிருக்கிறது. இரண்டு நாள்கள் கழித்து

அதிமுகவினரின் ஊர்வலம் சென்றது. யார் முதலில் ஊர்வலம் நடத்திக் காட்டினாலும் அதனை விஞ்சும் வகையில் இரண்டா மவர் ஊர்வலம் செல்வார்.

2. செய்தித் தாள்கள் அவ்வளவு பரபரப்போடு விற்பனை ஆயின. அப்போது ஜூனியர் விகடன், நக்கீரன் போன்ற அரசியல் இதழ்கள் வெளியாகாத காலம். எச்செய்தி என்றா லும் நாளிதழ்கள்தாம் போக்கிடம். அவ்வமயம் அன்றாடம் தினத்தந்தி இதழினை வாங்கிக்கொண்டிருந்தார் என் தந்தை. அரசியல் செய்திகளில் அன்றைய தினகரனும் வெளுத்துக் கட்டியது. மாலை மலரும் மாலை முரசும் காலை நாளிதழ் கட்கு நிகராக விற்பனை ஆயின. எனக்குத் தந்தியைவிடவும் தினகரன் பிடித்திருந்தது.

3. திமுக கட்சியினர் எங்கெங்கும் காணப்படுவார்கள். கட்சி மேடைகளில் பேசப்பட்ட பேச்சாளர்களின் கருத்துகள் அன்றைய ஆடவர் கூடலின் அலசல் பொருள். காரசாரமான அந்தக் கருத்துகளை உடனிருந்து கேட்டிருக்கிறேன். எனக்குப் பெரிதாக விளங்கவுமில்லை. பிடிபடவுமில்லை. என் தந்தையா ரோடு பேசும் நண்பர்கள் நிறையவே வெட்டியும் ஒட்டியும் பேசிக்கொண்டிருப்பார்கள்.

4. வானொலியில் தமிழ்ச் செய்திகள் ஒலிபரப்பாகும் நேரத்திற்காகக் காத்திருப்பார்கள். தேர்தல் நேரத்தில் வானொலிச் செய்திகளைத் தவறவிட்டதே இல்லை. அங்கே மனுத்தாக்கல் செய்தார்கள், இங்கே இவ்வாறு பேசினார்கள், தில்லியிலிருந்து இந்தத் தலைவர் வந்தார் என்னும் எளிய செய்திகள்தாம். அதனை அத்துணைக் குனுப்பமாகக் கேட்பார்கள். செய்தியைக் கேட்க முடியாதவாறு இடையே நாம் குரலெடுத்தால் தீர்ந்தோம்.

5. கடைசிவரை என் தந்தையார் எந்தக் கட்சி சார்பான வராக இருந்தார் என்று கண்டுபிடிக்க முடியவில்லை. அன்றைய பெரியவர்கள் பலரும் அப்படித்தான் இருந்தார்கள். புன்னகையோடு எல்லாவற்றையும் கேட்டுக்கொண்டார்கள். கூட்டம் திமுக கட்சிக்காகவே வந்தது. ஆனால், வெற்றியினை அதிமுக பெற்றது.

6. தேர்தல் நாளன்று ஊர்ப் பொது இடத்தில் பலவகை வண்டிகளையும் கொணர்ந்து நிறுத்தினார்கள். எட்டுப் பேர் சேர்ந்தாலும் சரி, பத்துப் பேர் சேர்ந்தாலும் சரி, அவர்களை ஏற்றிக்கொண்டு வாக்குச் சாவடியை நோக்கி அவ்வண்டிகள்

போய் வந்தன. வாக்காளர்கட்கு உணவோ பணமோ வழங்கப் பட்டதாகத் தெரியவில்லை. நான் சின்ன பையன், தெரிந் திருக்காது என்கிறீர்களா, அதுவும் சரிதான்.

7. வாக்களிக்கக் கோரி அன்றைய நாளிதழ்களில் முழுப்பக்க விளம்பரங்கள் வந்தன. அவற்றில் கைச்சின்னத் திற்கு வந்த விளம்பரங்களின் அழகில் மயங்கி வெட்டி வைத்திருந்தேன். சுவர்களில் சொற்றொடர்களைவிடவும் சின்னங்களை வரைவதுதான் முதன்மையாக இருந்தது. அதில் வேட்பாளர் பெயர்கூட இராது.

8. திமுக, அதிமுக, காங்கிரஸ்(ஐ) ஆகியவையே முதன்மையான கட்சிகள். அத்தேர்தலில் பலப்பல சிறு கட்சி களும் வலிமை பெற்ற பெருங்கட்சிகளைப்போல் தோற்ற மளித்தன. எஸ். டி. சோமசுந்தரத்தைத் தலைவராகக்கொண்ட 'நமது கழகம்' என்ற கட்சியின் விளம்பரங்களும் சுவரொட்டி களும் என் நினைவில் உள்ளன. சிறு கட்சிகள் என்றாலும் அவர்களும் மக்களிடம் செல்வதில் உறுதி காட்டியிருக் கிறார்கள். சிறு கட்சிகளின் அரசியல் எப்போதும் இன்றி யமையாதது என்று இப்போது விளங்குகிறது.

9. அந்தத் தேர்தல் முடிவின்படி மீண்டும் அதிமுக ஆட்சியே தொடர்ந்தது. வாக்கு எண்ணிக்கை நிலவரத்தை வானொலிச் செய்திகள்தாம் தொடர்ந்து ஒலிபரப்பின. வாக்கு எண்ணிக்கை நாளன்று சிறப்புச் செய்தி நேரங்கள் இருந்தன. இன்னார் இன்னாரைவிட ஆயிரம் வாக்குகள் கூடுதலாகப் பெற்று முன்னிலையில் இருக்கிறார், எட்டாம் சுற்று முடிவின்படி இன்னார் இன்னாரைவிட இரண்டாயிரம் வாக்குகள் பின்தங்கி இருக்கிறார் என்று வானொலிகள் கோலோச்சிய காலம்.

10. அன்றைய தேர்தல் இரண்டு அரசியல் கட்சிகளின் முனைப்பான மோதலாக இருந்தது. எண்பத்து நான்காம் ஆண்டுத் தேர்தல் முடிவின் பின் தமிழ்நாட்டு அரசியலில் முன்னெப்போதுமில்லாத அமைதி நிலவியது என்றே தோன்றுகிறது.

135

வீட்டிலும் வாசலிலும் எறும்புகள் திரிந்தன. நம் வாழிடத்தில் குழியமைத்து உட்பதுங்கி வாழ்பவை அவை.

இந்தக் கோடைதான் அவற்றுக்கு உணவு தேடும் காலம். கோடையில் சேர்த்து வைக்கும் உணவினை மழைக்காலத்தில் உண்டு வாழ்கின்றன.

வீட்டுக்குள்ளும் வாசற்பரப்பிலும் எறும்புச் சாரைகள் தோன்றின. அவை கடிவகைக் கட்டெறும்புகள்.

எப்படியோ சமையலறைக்குச் சாரை பிடித்து அணி யணியாய் வந்தன. அவற்றின் அணிவரிசையைக் குலைத்தால் மொய்த்துக் கடித்தன.

"எறும்புத் தொல்லை தீரமாட்டேங்குது. கடிச்சா தடிச்சுப் போயிடுது. எறும்பு மருந்து வாங்கி அடிக்கிறேன் பாரு" என்று எழுந்தார் தாயார்.

நானும் பார்த்தேன். எறும்புகள் அங்கிங்கெனாதபடி எங்கும் பரபரப்பாக ஊர்ந்தபடி இருந்தன.

வாசல் மண்பரப்பில் உள்ள எறும்புக் குழிகளை எனக்குத் தெரியும். வெளியிலிருந்து தலைவாயில் வழியாகப் படையெடுத்தன.

"அம்மா... கொஞ்சம் இரு. எறும்பு என்னம்மா பண்ணுச்சு? எல்லா உசுருங்களும்தானே இருக்கணும். அதுங் களைக் கொல்லாம மருந்தடிக்காம ஏதாச்சும் பண்ணலாமெ" என்றேன்.

சமையலறையில் வெல்லக்கட்டி ஒன்று உடைபட் டிருந்தது. ஆங்காங்கே சில இனிப்புத்துகள்களும் இறைந்து கிடந்தன. அவற்றை மொய்ப்பதற்குக் கட்டெறும்புகள் வரிசை கட்டின.

என்ன செய்யலாம் என்று எண்ணினேன். எறும்பு களைக் கொல்லாமல் அவற்றின் ஊர்ச்சியைத் தடுக்க வேண்டும்.

உடனே ஓர் எண்ணம் தோன்றியது. எறும்புகட்கு இனிப்பு வேண்டும். எல்லா எறும்புகளும் வாய்நிறையத் தின்றாலும் ஒரு விரல்துண்டு அளவுக்குத் தின்னுமா? தின்று விட்டுப் போகட்டும். இவ்வுலகம் அவ்வுயிர்கட்குமானது. அவற்றிற்குரிய உண்பொருள்கள்மீது உரிமையுள்ளவை அவை.

ஐந்தாறு வெல்லக் கட்டிகளை எடுத்துக்கொண்டுபோய் எறும்புக் குழியைச் சுற்றிலும் போட்டேன். தலைவாயில் அருகே இனிப்புத் துணுக்குகளை இறைத்தேன்.

நம்பவே முடியவில்லை. அடுத்த மணித்துளிக்குள்ளாக எறும்புச் சாரை வற்றியது. தொலைவில் சென்ற எறும்புகளைத் திரும்ப அழைத்துக்கொண்டன. ஊர்ந்த எறும்புகள் தம் இருப்பிடம் திரும்பின. தம் குழிகட்கு அருகே இறைந்திருந்த உணவுத் துணுக்குகளை விரைந்து மொய்த்தன. அவற்றுக்கிடையே நுண்ணொலிப் பரிமாற்றம் உண்டு போலும்.

இனிப்புத் துகளால் தீர்க்க வேண்டிய ஒன்றுக்கா நாம் நஞ்சைத் தூவுகிறோம்?

வீட்டிற்குள் இப்போது எறும்புகளே இல்லை.

நம்மைச் சுற்றி வாழும் உயிர்கட்கு வேண்டியது நம்மிடமிருந்து சின்னஞ்சிறு துணுக்கு. அதனைத் தந்துவிட்டால் அவை பாட்டுக்கு வாழும். பகுத்துண்டு பல்லுயிர் ஓம்ப வேண்டும்.

136

காலையில் உப்புத்தாத்தா கண்ணில் பட்டார். இன்று அவரோடு உரையாடும் வாய்ப்பு அமைந்தது.

“இந்த வெய்யில்ல செருப்பு இல்லாமல் போகறீங்களே. ஏதாச்சும் காரணம் இருக்குதுங்களா?” என்று கேட்டேன்.

புன்னகையோடு விளக்கினார்.

“உப்புங்கிறது செல்வம். இலட்சுமி. எந்த நல்லதுக்கும் முதல்ல உப்பைத்தான் வைப்பாங்க. புது வீடு கட்டி உள்ள போகணும்னா முதல்ல உப்பைத்தான் கொண்டு போவாங்க. இலைல முதல்ல உப்பைத்தான் வெப்பாங்க. கல்யாணத்தில உப்பு, வெல்லம் மாத்திக்குவாங்க. அதனால உப்பை அளக்கும் போது செருப்பு இல்லாமல் அளக்கணும்பாங்க. அதனால தான் செருப்பு போடறதில்லீங்க.”

“இதுதான் காரணமா? அருமையாச் சொன்னீங்க.”

‘நா... சொல்லலீங்க. உங்கள மாதிரிப் பெரியவங்க சொல்லி வெச்சதுதான்”

“உங்களவிட சின்னவன் நான். என்னைப்போயி பெரியவங்கங்கீறங்க?”

”காலைல என்கிட்ட பேச வந்தீங்க. மதிச்சு

இதென்னன்னு கேட்கறீங்க. இதுதாங்க பெரிய மனுசத்தனம்.''

உப்புக்காரர் உயர்மொழிகளால் என்னை அயர்த்தி விட்டார். எளியவர்கள் என்று நாம் கருதுவோரிடம்தானே உயர்ந்த மதிப்பீடுகளும் பின்பற்றத் தக்கவையும் மண்டிக் கிடக்கின்றன!

137

கண்ணாடி வாங்க வேண்டுமென்று 'ஆடிக்கடை'யின் (லென்ஸ்கார்ட்) தளத்திற்குச் சென்றேன்.

தங்கள் பொருளைத் தேர்வதில் உதவி வேண்டுமா என்று தனியுரையாடல் கட்டம் ஒன்று திறந்தது.

அதில் நுழைந்து பேசியதில் "அழைப்பெண் தருக. எமது தரப்பிலிருந்து விளிப்பார்கள்'' என்றது.

அழைப்பெண் தந்ததும் ஒரு பெண்மணி அழைத்தார். அவருடைய குரல் மிகவும் சோர்ந்திருந்தது.

வீட்டிலிருந்தே பணி செய்வார் என எண்ணுகிறேன். உரையாடலிடையே வீட்டு அழைப்பொலி கேட்டது.

"தங்களுக்கு நான் எவ்வகையில் உதவ முடியும்?'' என்று கேட்டார்.

"முன்னதாகப் பணித்திருந்தபடி எடையில்லாத அரை விளிம்பிட்ட கண்ணாடிச் சட்டம் வேண்டும். முன்பே பணித்திருந்த சட்டம் கிடைத்தால் பெருமகிழ்ச்சி'' என்றேன்.

அதைப் பாருங்கள், இதைப் பாருங்கள் என்று பரிந்துரைத்ததில் ஒன்றைத் தேர்ந்தேன்.

மறுமுனையிலிருந்தே அவர் பணிப்புச் செயலை நிறைவேற்ற உதவினார்.

கடைசியில் பணம் செலுத்தும் கட்டம் வந்தது. கண்ணாடியின் விலை ஆயிரம் என்றார்.

"இதோ பாருங்க. நான் தொடர்ந்து இங்கேதான் கண்ணாடி வாங்குகிறேன். எனக்குத் தங்களால் இயன்ற எல்லா விலைக்குறைப்பையும் தர வேண்டும்'' என்றேன்.

"இதுவே தள்ளுபடி விலைதான். இதற்கு மேல் நிறுவனம் எந்தக் குறைப்பையும் தரவில்லை''

"நிறுவனம் அப்படித்தான் சொல்லும். தள்ளுபடிமேல் தள்ளுபடி, இரண்டாம் வருகைத் தள்ளுபடி, பரிசுக் குறியீட்டெண், பரிசுச் சிட்டை என என்னென்னவோ குறுஞ்செய்தி அனுப்பிக்கொண்டே இருக்கிறீர்களே. அதில் ஒன்றைத் தேடிப் பிடித்து தள்ளுபடி தருக." என்றேன்.

அந்தக் குரலில் உயிர் இல்லை. அவ்வளவு செயற்கையாகத் தொடர்ந்து பேசிக்கொண்டிருந்தது. நாம் கடிந்தாலும் கெஞ்சினாலும் ஒரே கோட்டுக்குள் உட்கார்ந்திருந்தது. ஏற்ற இறக்கமென்பதே இல்லை. அழுது முடித்ததும் கண்ணீரைத் துடைத்துக்கொண்டு பேசுவோமே, அந்தக் குரல்.

என் பிடிவாதம் பிலுபிலுப்பு தாங்க முடியாமல் அவர் ஒரு வாய்ப்பினை வழங்கினார்.

"உங்களுக்காக ஒன்று செய்கிறேன். இரண்டு கண்ணாடிகள் வாங்கிக் கொள்ளலாம். அதன் விலையும் ஆயிரம்" என்றார்.

"அப்படியா? எனக்கு ஒன்றே போதும். அதற்கு ஏதேனும் தள்ளுபடி செய்து தரக்கூடாதா? இரண்டை வாங்கி என்ன செய்யப் போகிறேன்?"

"அப்படித் தர இயலாது"

"என்னங்க இது? ஒரு மாங்கா ஒரு உருபாய். அதனால் இரண்டு மாங்கா வாங்கிக்கொள்ளுங்கள், அதுவும் ஒரு உருபாய் என்றால் இந்த விலைமுறையே குழப்பமாக இல்லையா? அதற்கு மாற்றாக முதற்பொருளுக்கே சிறிது தள்ளுபடி தரலாமில்லையா?"

"நான் என்ன செய்வது? நிறுவனம் அப்படித்தான் தருகிறது"

"நான் பொருள்களை வீணடிப்பதில்லை. இது என்னை வற்புறுத்துவதாகாதா?"

கண்ணாடி என்பது உடலொட்டியபொருள். ஒரு நேரத்தில் ஒன்றுக்குத்தான் பழகியிருப்போம். மாற்றி மாற்றி அணிவதால் ஏதும் விளையப்போவதில்லை.

"இரண்டாவது பொருள் ஒன்றைத் தேர்ந்து அதற்கு வேறு கண்ணளவையும் தரலாம்."

"அப்படியா? இரண்டாவது கண்ணாடி யார்க்குத் தேவையோ அவருடைய அளவைகளோடு நான் மீண்டும்

தொடர்புகொள்கிறேன்"

"நன்றி"

"நான் ஒன்று கேட்கலாமா?"

"ஆம்"

"ஏன் குரல் இவ்வளவு சோர்வாக இருக்கிறது?"

"நன்றி. வேறு ஏதேனும் உதவி தேவையா?"

"நல்ல பதில். நன்னாளாகட்டும்" என்றபடி இணைப்பைத் துண்டித்தேன்.

கண்ணாடித் தேடலைவிட அந்தக் குரலின் சோர்வுக் குரிய துயரமோ களைப்போ என்னவாக இருக்குமென்ற தேடல் உள்ளே ஓடிக்கொண்டே இருக்கிறது.

138

வலைக்காணொளிகள் முன்னெப்போதுமில்லாத விரைவில் எடுக்கப்படுகின்றன. கைப்பேசியுள்ள எல்லாரும் படப்படைப்பாளிகள் ஆகிவிட்டனர். ஏளனம், எள்ளல், இடைமறித்து விளையாடல் எனப் பலவகையான காணொளிப் படங்கள் கண்முன்னே குவிகின்றன. அவற்றில் Prank videos எனப்படுகின்ற குறும்புவினைக் காணொளிகளை நூற்றுக்கணக்கில் எடுத்துப் பதிகின்றனர். அத்தகைய காணொளியை எடுப்பதற்காக அடிவாங்குகின்றனர், மண்ணில் விழுந்து புரள்கின்றனர். சிறுவர்கள் முதற்கொண்டு பலரும் அவ்வகைக் காணொளிகளை விரும்பிப் பார்ப்பது தெரிகிறது. இந்த வகைமையின் பேச்சு வடிவம் வானொலியர் பாலாஜியின் 'கிராஸ்டாக்' நிகழ்ச்சியிலிருந்து தொடங்குகிறது என்று நினைக்கிறேன். பிற்பாடு காணொளியர் சித்து செய்த குறும்புவினையால் 'HTL' இரமேஷ் என்பவர் அங்குமிங்கும் காணப்படுகிறார். தனியாள் காணொளிப் போக்குகள் எவ்வா றிருக்கின்றன என்று தொடர்ந்து பார்த்து வருகிறேன். இவை மட்டுக்குள் உள்ளவரை ஓரளவிற்கு நயமாகவே இருக்கின்றன.

139

என்னுடைய நடைப்பயிற்சி என்னாயிற்று என்று கேட் கிறார்கள். நான் எப்போதும்போல் அன்றாடம் இருபதாயிரம்

காலடிகள் நடந்தபடியே இருக்கிறேன்.

திங்களிறுதியில் அதனைக் குறித்த பதிவை இட்டால் மக்கள் புறங்கையால் தொடுவதுகூட இல்லை. இது என்ன மனநிலை என்றே விளங்கவில்லை. நான் பெருமைக்காக இங்கே பதியவில்லை. அதனைக் காணும் பலர் தங்கள் உடல் நலம் பேணத் தொடங்க ஊக்கமாக அமையட்டுமே என்பதுதான் நோக்கம்.

உங்கள் நடைமுயற்சியில் ஒருநாளாவது ஐயாயிரம் காலடிகள் நடந்துவிட்டால் உங்களால் அன்றாடம் இரண்டா யிரத்து ஐந்நூறு காலடிகளை எளிதாய் எட்ட முடியும். பத்தாயிரம் எட்டிவிட்டால் ஐயாயிரம் நடப்பது எளிதாகி விடும். நான் முப்பத்து ஐயாயிரம் காலடிகளை எட்டிய பிறகு அன்றாடம் இருபதாயிரம் காலடிகள் நடப்பதற்கு முக்கி முனகும் தேவை இருக்கவில்லை.

ஏறத்தாழ என்னுடைய மூன்றரை மணிநேர நடையில் நான் பேசவேண்டிய, கேட்கவேண்டிய வேலைகளைச் செய்து விடுகிறேன்.

வீரப்பனைப் பற்றியறியும் காணொளிகளைப் பார்த்து வருகிறேன் என்று கூறினேனன்றோ, அவற்றில் வீரப்பன் தன்னுடைய ஊர்க்காரரர் ஒருவரைப் பற்றிய கதையைக் கூறுகின்ற காணொளியும் உண்டு.

மந்திரவாதி ஒருவனை ஏளனமாகப் பேசிவிடுகிறார் வீரப்பனின் ஊர்க்காரரர். அதனால் சினமுற்ற மந்திரவாதி அந்த ஆளுக்கு 'ஓடுகிற செய்வினை' வைத்துவிடுகிறார். அந்தச் செய் வினை வைத்த பிறகு அவர் தூக்கத்திலிருந்து எழுந்தவுடன் ஓடத் தொடங்குகிறாராம். காலுடை மட்டும் அணிந்த வெற்றுடலோடு ஓடிக்கொண்டே இருக்கிறாராம். "என்னடா இது... நல்லாத்தானே இருந்தான்! இப்படி ஓடறானே" என்று ஊரார் அவரைப் பிடித்து நிறுத்த முயன்றாலும் நிற்கவில்லை யாம். அவர் பாட்டுக்கு ஊர் ஊராக வெக்கு வெக்கு என்று ஓடிக்கொண்டே இருந்தாராம். களைப்பும் இல்லை, நிற்பும் இல்லை.

மலைவாழி என்பதால் நடப்பதும் ஓடுவதும் அவர் களுக்கு இயல்பாயிற்றே. அதனால் அவர் ஓடிக்கொண்டே இருக்கிறாராம். எந்த ஊரில் பொழுது இறங்குகிறதோ அந்த ஊரில் கிடைத்ததைத் தின்றுவிட்டுத் தூங்குவாராம். பிறகு

மறுநாள் எழுந்ததும் அங்கிருந்து ஓடத் தொடங்குவாராம். அவரைத் தேடிக்கொண்டு ஊருக்குள் யாராவது வந்தால் "அவன் இந்நேரம் செங்கம்பாடி பக்கத்தில ஓடிட்டிருப் பானே... அங்க போனால் பார்க்கலாம்" என்று கணித்துச் சொல்லத் தொடங்கிவிட்டார்களாம்.

மந்திரவாதி வைத்த செய்வினையை எடுத்த பிறகுதான் அவருடைய ஓட்டம் நின்றதாம். அதன் பிறகுதான் தன்னினை வுக்கு வந்தாராம். வீரப்பன் சொன்ன இந்தக் கதையைக் கேட்ட பிறகு எனக்கும் யாரேனும் 'நடக்கிற செய்வினை' வைத்துவிட்டார்களோ என்று எண்ணிச் சிரிக்கிறேன்.

140

உணவு விடுதி நடத்துபவர்கள் அன்றைக்கு உணவு மீந்தால் வேண்டியோர்க்கோ வழிப்போக்கர்க்கோ தரமாட் டார்கள். ஒருநாள் அவ்வாறு பெற்று உண்டவர்கள் என்ன நினைப்பார்கள்? "நாளைக்கும் உணவு மீந்தால் தருவார்களே..." என்று மனத்திற்குள் ஏங்கி எதிர்பார்க்கத் தொடங்குவார் களாம். அந்த நினைவேக்கம் உண்மையாகி மறுநாளும் உணவு மீந்துவிடுமாம். விடுதிக்காரர்க்கு இறுதியில் இழப்பே ஏற்படும்.

அதனைப்போலவே நாய், பூனை வளர்ப்புக்கும் ஒரு கதை சொல்வார்கள்.

நாய் வளர்த்தால் அது என்ன நினைக்கும்? அவ்வீட்டில் நிறைய குழந்தைகள் பிறக்க வேண்டும் என்றே நினைக்குமாம். அப்போதுதான் குழந்தைக்கு ஊட்டிய மிச்சங்கள், கசடு களைத் தின்னலாம் என்பது அதன் விருப்பம். நாய் வளர்த்தால் அது வேண்டியபடியே அவ்வீட்டில் பிள்ளை பிறக்குமாம்.

பூனை வளர்ப்பிற்கும் ஒரு கதையுண்டு. இவ்வீட்டில் பாலும் நெய்யுமாகச் சிந்திச் சிதறி ஆறாக ஓட வேண்டும் என்று பூனைகள் விரும்புமாம். அப்போதுதானே பாலும் நெய்யுமாய் நக்கித் தின்னலாம்! பாலும் நெய்யும் சிந்தி ஓடுமாறு அவ்வீட்டில் செல்வம் கொழிக்குமாம்.

இவை யாவும் மூட நம்பிக்கைகள்தாம். ஆனால் கதைப் பொருத்தம் நன்று.

எப்போதும் எல்லாக் காலத்திலும் வீட்டில் பூனைகளும் நாயும் வளர்ந்தவாறே இருந்தன.

இருபதாண்டுகட்கு முன்னர் வளர்ந்த இந்தக் குட்டிக்கு 'இராஜகுமாரன்' என்று பெயர் வைத்தோம். பெயருக்கேற்ப அரசனைப்போல் வாழ்ந்தது. பிறகு காணாமல் போய்விட்டது.

141

செய்திகள் தரும் பல்வேறு மன அழுத்தங்களுக் கிடையே என்னை எப்படி வைத்துக்கொள்வது என்று தெரியவில்லை. மீண்டும் மும்முரமாக நடைப்பயிற்சியில் இறங் கினேன். சில திங்கள்களாக நாள்தோறும் பதினைந்தாயிரம் காலடிகள் என்றிருந்த அன்றாட நடையை மீண்டும் இருபதா யிரத்திற்கு முடுக்கினேன். நடைக்களைப்பு இல்லையென்றால் பலப்பல எண்ணங்களின் திரள்வில் இரவுறக்கமே கேள்விக் குறியானது. நடை ஒன்றுதான் அவற்றிலிருந்து விடுதலை தந்தது. கடந்த ஆண்டில் மேல்தளத்தில் நான் ஒருவனாக நடந்தது இவ்வாண்டு மாறிவிட்டது. மேல்தளம் உள்ள வீடுகள்தோறும் இப்போது ஒருவரோ இருவரோ சுற்றி நடக்கிறார். வேற்றுக்கோளிலிருந்து யாரேனும் இப்பகுதியைத் தொலைநோக்கினால் இப்புவியின் உயிரினங்கள் வலிமையான கூடு கட்டிக்கொண்டு அதன் மேற்பரப்பில் தன்னினைவின்றிச் சுற்றிக்கொண்டிருக்கின்றன என்று குறிப்பெழுதலாம். அப்படி ஆகிவிட்டது இங்கு. நடந்து வைத்தால் குருதிக்குள் உயிர் வளியேற்றமும் மூச்சுத் திறன் மேம்படலும் துணைவிளைவு கள். இன்னொன்றையும் சொல்ல வேண்டுமே, கடந்த ஆண்டின் ஊரடங்கிலிருந்து இவ்வாண்டு முடிய நான் நடந்து முடித்த காலடிகளின் எண்ணிக்கை எழுபத்திரண்டு இலட்சங் கள்.

142

அம்மாவுக்கும் அப்பாவுக்கும் இடையேயான வேறுபாடு என்ன? இப்போது எண்ணிப் பார்க்கையில்தான் எனக்குப் புரிகிறது.

அப்போது எனக்கு ஏழாம் அகவை இருக்கலாம். அருகி லுள்ள நகருக்கு அம்மா என்னைக் கைப்பிடித்து அழைத்து வந்திருந்தார். அம்மாவும் நானும் கடைத்தெருவில் அலைந் தோம். எனக்கு ஒரு கடையில் வைக்கப்பட்டிருந்த மூன்று சக்கரங்களையுடைய சின்ன மிதிவண்டி அவ்வளவு பிடித்துப்

போய்விட்டது. "அம்மா அம்மா... அந்தச் சின்ன சைக்கிளை வாங்கிக் குடும்மா..." என்று அடம்பிடித்தேன். "அதுக்கெல் லாம் கத்தை கத்தையா பணம் வேணும் கண்ணு. நம்மகிட்ட அவ்வளவா இருக்குது?" என்று என்னையே திருப்பிக் கேட்டார் தாயார். எனக்கு விடை தெரியவில்லை. ஏமாற்றத் தால் உப்பிய முகத்தோடு சொற்களற்றுப் போனேன். அந்த ஏமாற்றத்தை இன்றுவரை நீர்க்கச் செய்ய முடியவில்லை என்பது வேறு ஒரு துயரக் காப்பியம். நிற்க.

சில திங்கள்கள் கழித்து அதே நகருக்குத் தந்தையார் என்னை அழைத்துச் சென்றார். அதே கடைத்தெருவில் நடந்து போனோம். அந்தச் சின்ன மிதிவண்டி அந்தக் கடையிலிருந்த படி என் கண்ணைப் பறித்தது.

"அம்மாவிடம்தான் அவ்வளவு பணமில்லை. அதனால் தான் வாங்கித் தரமுடியவில்லை, அப்பாவால் முடியுமே..." என்று என் மனம் துணிந்தது. கேட்டுவிட்டேன்.

"அப்பா அப்பா... எனக்கு அந்தச் சின்ன சைக்கிளை வாங்கிக் குடுப்பா..."

அப்பா அந்த வண்டியைப் பார்த்தார். அவருக்கு அதன் விலையைப் பற்றிய கணிப்பு இருக்கும்தானே? அவரிடமுள்ள பணமும் போதாதுதான்.

என்னைப் பார்த்துச் சொன்னார் : "அதென்ன சின்ன சைக்கிள்? இத்துனூண்டு. நீ பெரிய சைக்கிளையே ஓட்ட லாமே. என் வண்டி சும்மாதான நிக்கிது? பள்ளிக்கூடத்துல இருந்து வந்ததும் எடுத்துத் தள்ளிப் பழவு. அப்புறம் கொஞ்சம் கொஞ்சமா ஓட்டப் பழகிக்கலாம்..."

அம்மாவினால் ஏற்பட்ட ஏமாற்றம் இப்போது எனக்கு ஏற்படவேயில்லை. பெரிய வண்டியை நான் எடுக்கலாமா? எடுத்து மெல்ல மெல்லத் தள்ளிப் பழகலாமா? இது நன்றாக இருக்கிறதே. முடியுமா? அப்பாவே சொல்கிறாரே முடியு மென்று. முடியும்.

அவ்வளவுதான். அடுத்த நாள் அப்பாவின் பெரிய மிதி வண்டியின் நிறுத்துதாங்கியை நீக்கி நகர்த்தினேன். சிலமுறை வண்டியைக் கீழே போட்டேன்தான். போட்டு எடுத்தேன்.

இப்போது வண்டியை நன்றாகத் தள்ளிச் செல்லப் பழகிவிட்டேன். அடுத்த சில திங்கள்களில் "குரங்குப் பெடல்" என்பார்களே, அப்படிக் குரங்கு மிதியையும் கற்றுக்கொண்

டேன். பள்ளிக்குக்கூட மிதிவண்டியை எடுத்துச் சென்றேன் என்றால் பார்த்துக்கொள்ளுங்கள்.

நான் குரங்கு மிதிபோட்டு ஓட்டுவதையும் தந்தையார் அவ்வளவாக நயக்கவில்லை. “அப்படியே காலைத் தூக்கி மேல போட்டு ஓட்டிப் பழவு...” என்று கூறியபடியே இருந்தார். அச்சம் தெளிந்ததும் மேலே கால்போட்டு முன்கம்பியில் அமர்ந்தவாறே ஓட்டிப் பழகிக்கொண்டேன்.

ஒன்றை அணுகச் செய்வதிலும் செலுத்துவதிலும் தாய்க்கும் தந்தைக்குமான வேறுபாடு இதுதான். இது எனக்கு நேர்ந்தது. விதிவிலக்குகளும் கட்டாயம் இருக்கும்.

143

பங்கு வணிகத்தில் நான் இறங்கிய நேரம் அது. எல்லாரும் செய்கின்ற முதல் வேலையில்தான் நானும் ஈடுபட்டேன். நாள்வணிகம் செய்ததைத்தான் சொல்கிறேன்.

நான் நுழைந்த வேளையில் சந்தை மேலும் கீழுமாக அல்லாடியது. அதனால் வரவு என்றாலும் இழப்பு என்றாலும் முரட்டடியாகத்தான் இருக்கும். சந்தையின் அல்லாட்டத்தால் விலை நகர்வுகளைக் கூர்மையாகவும் குனுப்பமாகவும் நோக்கியிருக்க வேண்டும்.

கணினியின் வழியே வணிகம் செய்தேன் என்றாலும் சில வேளைகளில் மின்வெட்டினாலோ வெளியிலிருந்தோ நமது பணிப்புகளை நம்முடைய பங்கு வணிகக் கணக்குள்ள அலுவலகத்திற்கு அழைத்துச் சொல்லலாம்.

நாம் சொன்னவாறு நம் நிலைகளைச் செயற்படுத்தித் தருவார்கள். வாங்கச் சொன்னால் வாங்குவார்கள். வாங்கியிருந்ததை விற்கச் சொன்னால் விற்பார்கள். நம்முடைய வரவு செலவு நிலைமையைப் பிறகு வந்து பார்த்துக்கொள்ளலாம்.

தரகு அலுவலகத்தில் உள்ள நண்பர்களும் தனிப்பட்ட பங்கு வணிகக் கணக்கு வைத்திருப்பார்கள். அன்றைய செய்திக்கேற்ப அவர்களும் வாங்கி விற்றுக்கொண்டிருப்பார்கள்.

நான் கணக்கு வைத்திருந்திருந்த இரெலிகேர் நிறுவனத்தில் இருந்தவர் என் நண்பர்தான். பெயர் துரைசாமி. நான் அழைத்துச் சொன்னால் முறையாகச் செய்து தருவார்.

ஒருநாள் என் அலுவலகம் இருந்த பகுதியில் கடுமையான மின்வெட்டு. அன்றைக்கோ பங்குச் சந்தையில் நல்ல ஏற்ற இறக்கம் காணப்படும் என்ற நிலை. டாடா எஃகு நிறுவனப் பங்குகளை அன்றைக்கு வாங்கி விற்கலாம் என்று அறிவுறுத்தல்கள் வந்திருந்தன.

நான் மிகுந்த நம்பிக்கையோடு நண்பரைக் கைப்பேசியில் அழைத்தேன்.

"வணக்கம் துரை. எப்படியிருக்கீங்க?"

"வணக்கம் சார். நல்லாருக்கேன். சொல்லுங்க."

"இன்னிக்கு இங்க ஆர்டர் போட முடியாது. அங்கிருந்து நீங்க போட்டுத் தரீங்களா?"

"சொல்லுங்க. போடறேன்."

"டாடா ஸ்டீல் உடனே ஐந்நூறு வாங்கிடுங்க"

"டாடா ஸ்டீலா? ஆர்டர் போட்டாச்சு சார். வாங்கியாச்சு."

அப்பாடா... இன்றைக்கு டாடா எஃகு வாங்கியதில் சில ஆயிரங்களையேனும் பிடித்துவிடலாம். மீண்டும் ஒரு மணிநேரம் கழித்து துரையை அழைத்தேன்.

"என்னங்க... நம்ம பொசிசன் என்ன நிலைமைல இருக்கு?"

"சார் வாங்கினதைவிட இரண்டு ரூவா இறங்கியிருக்கு."

"அப்படியா ஆவரேஜ் பண்ணிடலாமா?"

"பண்ணலாம் சார்."

"சரி. இன்னொரு இருநூத்தம்பது வாங்கிடுங்க"

"வாங்கியாச்சு சார்"

நண்பகல் வாக்கில் மீண்டும் அழைத்தேன். அப்போது மேலும் இரண்டு உருபாய் இறங்கியிருந்தது. இறக்கி இறக்கி ஒரேமுட்டாக ஏற்றுவார்கள். ஏனென்றால் எனக்கு வந்த பரிந்துரை அப்படி. அதைவிடவும் நான் எடுத்த நிலைப்பாட்டில் எனக்கு அவ்வளவு நம்பிக்கை.

மீண்டும் இருநூற்றைம்பது பங்குகளை வாங்கச் சொல்லிவிட்டேன். இப்போது மொத்தமாக ஆயிரம் பங்குகளை நாள்படி வணிக முறையில் வாங்கி வைத்திருக்கிறேன்.

சந்தை முடிவுறும் நேரத்திற்குள் நான் விற்கவேண்டும். இல்லையேல் தானாகவே விற்கப்பட்டுவிடும். வாங்குநிலை விற்புநிலைக்கு இடையேயான வரவோ இழப்போ நாம் ஏற்றுக்கொள்ள வேண்டும்.

சந்தை முடிவுறும் தறுவாயில் நண்பரை அழைத்தேன். மேலும் ஒரு உரூபாய் இறங்கியிருந்ததே தவிர விலை ஏறவே இல்லை. சோர்வோடு விற்கச் சொல்லிவிட்டேன்.

எப்படிப் பார்த்தாலும் எனக்குச் சில ஆயிரங்கள் இழப்பு ஏற்பட்டுவிட்டது. சரி, பார்த்துக்கொள்ளலாம் என்று விட்டுவிட்டேன். சந்தையில் கிழியாத சட்டை எங்கே இருக்கிறது?

மாலையில் என் பங்கு வணிகக் கணக்கேட்டைப் பார்த்தேன். என் மனம் சில ஆயிரங்களின் இழப்பினை இலக்கத்தில் காண அணியமாகத்தான் இருந்தது.

என்னே வியப்பு! என் கணக்கில் இழப்பே காணப்பட வில்லை. உள்ள தொகை உள்ளபடியே இருந்தது.

உடனடியாக நண்பரை அழைத்தேன். அவர்க்கும் வியப்பு. "இருங்க சார். நல்லாப் பார்த்துட்டுச் சொல்றேன்" என்றார்.

அடுத்த மணித்துளியில் அவரிடமிருந்து அழைப்பு வந்தது.

"சார். ஒரு தப்பு நடந்து போச்சு. நீங்க சொன்ன ஆர்டரை எல்லாம் உங்க கணக்கைத் திறந்து போடாம அந்த நேரம் திறந்திருந்த என் கணக்குல டிரேடு பண்ணியிருக்கேன். இங்க எனக்கு மூவாயிரத்துச் சில்லறை நட்டம் காட்டுது சார்."

அப்புறம் என்ன செய்வது? துயரத்தோடு சிரித்துக் கொண்டோம். அந்த இழப்புத் தொகையை வாங்கிக்கொள்ளச் சொன்னேன். "விடுங்க சார். பார்த்துக்கலாம்" என்று விட்டு விட்டார். சந்தையில் இப்படியும் சட்டை கிழியும் என்று அவர்க்கும் தெரியும்.

144

இவ்வாண்டில் கனிந்த மாம்பழங்களை ஏறத்தாழ பறித்து முடித்தாயிற்று. கிளை மரத்துப் பழங்களை முழுதாய்ப் பறித்தவர் எவருமில்லை. இலைமறைவாய் எப்படியும் சில

பழங்கள் மிஞ்சிவிடும். அவையே மரம்நாடி வரும் மற்றவற்றுக்கு உணவு. எல்லாப் பழங்களையும் நாமே பறித்துக் கொண்டால் எப்படி? இதனை உணவாகக்கொள்ள பழந்தின்னி உயிர்கள் பலவும் உள்ளனவே. அதனால் பத்திருபது பழங்கள் பறிபடாமல் மரத்திலேயே ஆடுகின்றன. போனால் போகிறது, வௌவாலோ அணிலோ சிறுகுருவிகளோ அப்பழங்களைத் தின்னட்டும் என்று விட்டுவைத்திருக்கிறேன். ஆனால் அந்தப் பறவைகள் என்ன நினைத்தனவோ தெரியவில்லை. இந்த மக்களும் பழங்களை விரும்பித் தின்பார்களே, இவற்றை அவர்களே தின்னட்டும் என்று எந்தப் பழத்தையும் தொடாமல் விட்டு வைத்திருக்கின்றன. பல நாள்களாக இந்தப் பழங்கள் தொடுவாரில்லாமல் தொங்கிக்கொண்டிருக்கின்றன. நம்முடைய அருள் என்று எதுவுமில்லை. நம்மீது பிறவுயிர்கள் காட்டும் அருளே இவ்வாழ்க்கை.

145

தானிமூனியில் ஏறியமர்ந்ததும் தானுண்டு தன் வேலையுண்டு என்று செல்கின்ற பழக்கம்தான் நமக்குக் கிடையாதே. ஓட்டுநரிடம் பேச்சு கொடுத்தேன்.

“அப்புறம் கொரோனாவுக்குப் பின்னாடி எப்படி இருக்குது?” என்றேன்.

“அதான் பார்க்குறியே... இப்படித்தான் கீது”

“எப்படி?”

“நான்லாம் ஆட்டோ ஓட்டுனதே கிடியாது.”

நமக்குக் கலகலத்தது. வண்டி ஓட்டத் தெரியாதவரின் வண்டியில் ஏறிக்கொண்டோமா?

“நான் டிங்கர் சாப்பு வெச்சிர்ந்தன். எப்பவும் வேல இர்க்கும். கொரோனா வந்த்ச்சு பாரு. இழ்த்து மூடிட்டேன்.”

“எங்க கடை வெச்சிருந்தீங்க?”

”இங்கதான். தேனாம்பேட்ட ஆலம்மன் கோயிலாண்ட....”

“தேனாம்பேட்ட எல்லையம்மன் கோவில்னு ஒன்ன பாரதிராஜா காலத்துல சொல்லுவாங்க. ஆலம்மன் கோவிலும் இருக்குதா?”

"ஆமா இருக்குது"

"ஏன் கடையை மூடுனீங்க?"

"ஒன்றை வர்சம் லாக்டவுனு. கடை தெறக்க முடியாது. ஒரு வண்டி கிடியாது. என்னா பண்ணுவ நீ? அதான் ஆட்டோ வாடகைக்கு எட்த்து ஓட்டினிருக்குறேன்."

"முன்ன பின்ன ஆட்டோ ஓட்டுனதில்லையா?"

"கடைக்கு வர்ற வண்டிய ஓட்னதோட சரி. எல்லா வண்டியும் ஓட்டுவன்."

"இப்ப பரவாயில்லையா?"

"இதுக்கு மேல மோசமாவ முடியாது. காலைலர்ந்து நீதான் முத சவாரி. ஆட்டோக்கு வாடகை தெனம் எரநூறு. பெட்ரோலு. கட்டுபடியாவுமா சொல்லு?"

"எப்படியும் ஆயிரம் ரூவா நிக்காதா?"

"அதெல்லாம் அந்தக் காலம் தல. இப்ப பஸ்சுல லேடீசுக்கு ப்ரீ. ஓலா, மெட்ரோன்னு வந்துட்ச்சு. இன்னும் முந்நூறுக்குக் கூட ஓட்டல."

"அடடா"

"காலைல வண்டிய எட்க்கும்போது பொண்ணுகிட்ட சொல்லிகினு வந்தேன். இன்னிக்கு எப்படியும் ஐநூறாச்சும் கொண்டாறேன்னு."

"பொண்ணைப் படிக்க வெச்சீங்களா?"

"இங்க ஜெயின் காலேஜ் ஒன்னு கீது. அதுல பிகாம் கார்பர்ட் படிக்க வெச்சேன். வருசத்திக்கு எண்பதாயிரம் ஆச்சி. இனிமேல காசு கட்ட முடியாதும்மா. வுட்ருன்னுட்டேன். அதான் இப்ப வூட்டோட கீது."

தானிமுனியாரின் நிலைமை மிகவும் இரங்கத்தக்கதாக இருந்தது. எனக்கு என்ன சொல்வதென்றே தெரியவில்லை. நாம் இறங்குமிடம் வந்தது. கட்டணத்தைக் கொடுத்தேன்.

"சரி விடுங்க. எல்லார் நிலைமையும் உங்களைப்போலத் தான் ஆகிப்போச்சு. சட்டுனா மாறும்னு நம்புவோம். ஆமா உங்க பேரென்ன?"

"ராஜா"

ஆம். மக்களாட்சியில் குடிமக்கள்தாம் அரசர்கள்.

146

வீட்டில் உள்ளோர் வெளியில் உள்ளோர் என எல்லாரையும் கைப்பேசியில் அழைத்து விரட்டியும் வேலை வாங்கியும் அதட்டியும் பேசிக்கொண்டிருந்த அம்மணி இறுதியாக ஒருவரை அழைத்துக் குளிராய்க் குழைந்து இனிமையாய் இழைந்தார் "ஏன்ங்க... சாப்பிட்டீங்களா?"

அவர் முதலில் பேசிய கடுமை மாறாக் கண்டிப்பினைப் பார்த்து 'அந்நியள்' என்று நினைத்துவிட்டேன். இறுதியில் அவருக்குள்ளும் ஓர் 'அம்பிகை' இருப்பது தெரியாமல் தப்புக் கணக்கு போட்டுவிட்டேன். தாயே, பொறுத்தருள்க!

147

தடுப்பூசி ஈரேற்றத்தில் இரண்டாம் ஏற்றம் இன்று செலுத்திக்கொண்டேன். அந்தத் தடுப்பூசி முதல் ஏற்றத்தின் போது என்னைப் படுத்தி எடுத்துவிட்டது. இடமார்பிற்கும் வலமார்பிற்கும் இடையே உருவமில்லா உருண்டை ஒன்று அடிக்கடி உருண்டோடியதை உணர்ந்தேன். முதல் ஐந்து நாள்களில் அவ்வப்போது காதுக்குள் நெஞ்சாங்கூட்டின் துடிப்பொலி கேட்டது. ஓரளவு உடலைச் சீராக்கி வைத்துள்ளதால் ஒன்றும் ஆகாது என்று உறுதியாக நம்பினேன். அவ்வப்போது நடந்து நடந்து தொடர்ந்து உடலைச் சூடாக வைத்துக்கொண்டேன். என்மேல் எனக்கே ஐயத்தை உண்டாக்கிய வேளை அது. பிறகு எந்தத் தொந்தரவும் இல்லை. நற்பேறாகக் காய்ச்சல் முதலான எவ்வறிகுறியும் இல்லை. இப்போது அச்சம் நீங்கியுள்ளது. இரண்டாம் ஏற்றம் போட்டுக்கொண்ட இந்நாள் இந்நேரம்வரை இயல்பாகவே உணர்கிறேன். தவறாமல் தடுப்பூசி போட்டுக்கொள்ளுங்கள்.

148

"**தி**ங்களிறுதி நாளாயிற்றே. நடைப்பதிவினை எதிர் பார்க்கிறோம்."

"எல்லார்க்கும் ஊக்கமாக இருக்கட்டுமென்று நடைப்பதிவு போட்டோம். இனியும் போட வேண்டுமா என்ன?"

"கட்டாயம் போடுங்கள். நீங்கள் போடுவதைப் பார்த்தே

மேலும் பலர் நடக்கத் தொடங்குவார்கள்.”

“அந்தப் பதிவு கண்டுகொள்ளப்படாமல் கிடக்கும்.”

“அது அப்படியானால் என்ன? நீங்கள் போடுங்கள்.”

‘சரி போடுகிறேன். இத்திங்களில் பதினாறு நாள்களில் இருபதாயிரம் நடந்திருக்கிறேன். பிற நாள்களில் மூச்சு முட்டும் படியாய்ப் பிற வேலைகள். என்றாலும் ஆறாயிரத்திற்குக் குறைவில்லாமல் நடந்திருக்கிறேன். திங்கள் கணக்காக ஐந்து இலட்சத்தினை நிறைவு செய்துள்ளேன்”

“சிறப்பு. வாழ்த்துகள்! பதிவினைக் கட்டாயம் போடுங்கள்”

“இதோ போட்டுவிடுகிறேன்.”

149

“**தொ**டர்ந்து ஐந்து 'ல'கர எழுத்துகள் வரும் சொல் ஒன்று

சொல்லுங்கள் பார்ப்போம். 'ல' எழுத்தின் எந்த வடிவமும் இருக்கலாம்” என்று ஜேம்ஸ் வசந்தன் ஒரு புதிர் போட்டிருந்தார்.

அப்பதிவில் என் விடை : இல்லில்லையேல்.

(இல் இல்லையேல் = வீடு இல்லையெனில்)

**

“**ந**ற்பேறாகிய அதிர்ஷ்டம் என்பது என்ன?”

“உரிய நேரத்தில் மிகச் சரியான வாய்ப்பு அந்தத் தேடல் உள்ளோர்க்குத் தென்படுவது.”

“மிகச் சரியான வாய்ப்பு என்பது என்ன?”

“தகுதியான ஒன்று தன் தகுதிக்குரிய ஒன்றைக் கண்டறிகையில் அது கைக்கெட்டும் தொலைவில் இருப்பது.”

“தகுதி என்பது என்ன?”

“தன்னைச் சுற்றிலும் உள்ளோர்க்கு இல்லாத சிறப்பான ஒன்று தனக்குள் பொங்கிப் பெருகுமாறு உருவாக்கிக் கொள்வது.”

“அத்தகைய ஒன்றினை எப்படி உருவாக்குவது?”

“தொடர்ச்சியான கற்றல், தொடர்ச்சியான பயிற்சி, அயராத உழைப்பு இருந்தால் அந்தச் சிறப்பழகு தானாக உருவாகும்.”

150

கோயம்புத்தூர். சற்றே போக்குவரத்து மிகுந்த முதன்மைச் சாலையிலிருந்து பிரிகின்ற உட்சாலை. அவ்விரு சாலைகளின் முக்குப் பகுதியில் நான் வேலையாகச் சென்றுள்ள அலுவலகம் இருக்கிறது. வண்டியை அக்கட்டடத்தையொட்டி நிறுத்தினேன். நான் நிறுத்திய பகுதி வெற்றுச்சுவர் மட்டுமேயுள்ள இடம். அச்சாலையின் பிற கட்டடங்களையொட்டி அவ்வாறே வண்டிகள் நிறுத்தப்பட்டிருந்தன.

நான் நிறுத்தியவுடன் அதே கட்டடத்தின் பின்பக்கக் கடைக்காரரர் அருகில் வந்தார். “வண்டியை இங்க நிறுத்தாதீங்க. இந்தக் கட்டடக்காரரர் வந்தா சத்தம் போடுவாரு.”

“இந்தக் கட்டடத்தில இருக்கிற ஓரிடத்திற்குத்தான் வந்திருக்கேன். இங்கே நிறுத்தாம வேற எங்க நிறுத்தறது?”

“அதை அவரு ஏத்துக்கமாட்டாரு. இங்க வண்டியை நிறுத்த வேணாம்பாரு”

“அப்படிச் சொல்லமாட்டாங்களே. தன்னோட கட்டடத்திற்கு வரும் வண்டிகளை நிறுத்த வேணாம்னு யாரும் சொல்லமாட்டாங்க.”

“ஆனா இவரு சொல்லுவாரு. கோபத்துல காத்தைப் புடுங்கிவிட்ருவாரு.”

வேலை மட்டும் இல்லையென்றால் “என்கிட்டேயேவா...? ஏய்... எவனையும் பார்ப்போம்” என்று உறங்காப்புலித் தாத்தாவைப்போல் சூடேறியிருக்கும். ஆனால், நமக்கு வேலையிருக்கிறது. (‘உறங்காப்புலித்’ தாத்தா யார் என்பதனை அறிய வலைக்காணொளிகளில் தேடுங்கள். நூறு விழுக்காடு களிப்புக்குக் கட்டியம்.)

கடைக்காரரர் சொன்ன வகையில் ஏதோ எடக்குமடக்கு மறைந்திருப்பதாகப்பட்டது. நாம் பார்க்காத கட்டட உரிமையாளர்களா? ஆனால், வண்டி நிறுத்தத் தலைவலியால் மாநகரங்களின் வாடகைக் கட்டடங்கள் கண்ணாம்விழி பிதுங்கி நிற்பதும் உண்மை.

அவரையே நுணுக்கிக் கேட்டேன். "இது காரணமாக இருக்காது. உண்மையான காரணம் என்ன?"

"அது ஒன்னுமில்லைங்க. இந்த வீதியோட கடைசில - - இருக்காரு. அவரு பழைய ஆளுங்கட்சி. நம்ம கட்டடக்காரரு இன்னொரு கட்சி. வந்தா வண்டியத் திருப்பறதுக்கு எடைஞ் சலாக இருக்குதுன்னு பெரிய சண்டையாகிப் போச்சு. இவங்களுக்கு அரசியல்ல இருக்கிற பகைல இங்க சண்டை போட்டுக்கறாங்க."

ஓ... அதுதான் செய்தியா? ஆனால், வேண்டுமென்றே இடத்தை அடைத்து நிறுத்தினால்தான் வண்டியைத் திருப்பு வதற்கு இடையூறாகலாம். மற்றபடி இடம் வாகாகவே இருந்தது. "ஆனா இதே தெருவுல மத்த கட்டடங்க முன்னாடி ஏகப்பட்ட வண்டிக நிற்குதே."

"அங்க நீங்க நிறுத்திக்கலாம். யாரும் எதுவும் சொல்ல மாட்டாங்க. அந்தந்த வீட்டுக்காரங்களும் எதுவும் சொல்ற தில்லை, பாவம். இங்க நிறுத்தக்கூடாது. அவ்வளவுதான். இங்க நிறுத்தினா அந்தாளும் சண்டைக்கு வரான். இந்தாளும் சண்டைக்கு வரான்."

நானும் மண்டையைக் கசக்கிப் பார்த்தேன். எப்படிப் பார்த்தாலும் சப்பென்றே இருக்கிறது. நம்மிடம் இவ்வளவு சொல்லி விளக்குகிறாரே என்று அவர் காட்டிய உள்ளிடத்தில் கொண்டுபோய் வண்டியை நிறுத்திவிட்டு வந்தேன். வரும் போது அவரைப் பார்த்துச் சிரித்தபடியே சொன்னேன். "ஏன்ங்க. எப்படிப் பார்த்தாலும் இது சின்ன புள்ளத் தனமாக இருக்குதுங்களே."

"அதையேன் கேட்கறீங்க போங்க" என்று அவரும் தலையிலடித்துக்கொண்டார்.

151

நம் இளமை நினைவுகளோடு தொடர்புடையவை அந்தக் காலப் பேருந்துகள். தற்காலத்தில் நகரங்களின் தனித்த அடையாளங்கள் பலவும் அழிந்துவிட்டன. எல்லா ஊர்களும் ஒரே வகையான தோற்றத்தை அடைந்திருக்கின்றன. அந்தக் காலப் பேருந்துகளைப் பற்றிய நினைவுகளைக் கிளறும் படங்கள்கூட அரிதாகவே காணப்படுகின்றன. சேரன், ஜீவா, அண்ணா, திருவள்ளுவர், பல்லவன், பாண்டியன் போன்ற

பேருந்துகள் உலவிய காலம் ஒன்றும் இருந்தது. பேருந்துப் பயணத்திற்கு ஏங்கிய பொற்காலம் அது. இக்காலத்தினர்க்கு அது வியப்பாகக்கூட இருக்கலாம். அந்தக் காலப் பேருந்து களின் படப்பதிவுகள் எங்கேனும் தென்பட்டால் பழநினைவு களில் தோய்கிறேன். 'பொய்சாட்சி' திரைப்படத்தைப் பார்த்துக்கொண்டிருந்தபோது மேட்டுப்பாளையத்திலிருந்து தேக்கம்பட்டி வனபத்திரகாளியம்மன் கோவிலுக்கு வந்து நிற்கும் பேருந்தினைப் பார்க்க நேர்ந்தது. நம் நினைவு களில் வதியும் காலத்தின் கடைசிப் பதிவுகள் இத்தகைய திரைப் படங்களில்தாம் இருக்கின்றன. இன்னும் நூறாண்டுகள் கழிகையில் இப்படப்பதிவுகள் வரலாற்றுச் சான்றுகள் ஆகும்.

152

"எப்படியாவது படித்துவிடு, பாப்பா" என்பதுதான் மகளுக்கு நான் அடிக்கடி சொல்வது. பெண்மக்களுக்கு இந்தக் குமுகாயத்தில் கல்வியைத் தவிர வேறு சிறந்த காப்பு இல்லை. உலகத்திற்கு எப்படியோ ஆணின் கண்கள் வந்துவிட்டன. அதனை மாற்றி மகடூஉக் கண்களைப் பொருத்த வேண்டிய பெரும்பொறுப்பு நமக்கு உள்ளது.

பள்ளிகளின் நிறுவனர் ஒருவர் ஒரு கூட்டத்தில் கூறியது நினைவுக்கு வருகிறது - "பெண்பிள்ளைங்கள மற்ற எல்லாரும் மேடம்னு கூப்பிடற அளவுக்குப் படிக்க வெச்சிடுங்க. அதுதான் அவர்களுக்குப் பெற்றோராகிய நீங்கள் செய்து தருவதிலேயே மிகச்சிறந்தது." அந்தச் சொற்கள் என் காதுகளில் ஒலித்துக்கொண்டே இருக்கின்றன.

ஒரு துறையைத் தேர்ந்தெடுத்தோ, ஈடுபாட்டின் வழியாகவோ கல்வி கற்றால் அதன் முடிதொடும்வரைக்கும் கற்றலை நிறுத்தக்கூடாது. அத்துறையில் அடுத்த நகர்வுகளை நாம் நிகழ்த்துமளவுக்குத் தகுதிகளை வளர்த்துக்கொண்டே செல்ல வேண்டும். நம் கற்றலில் உள்ள குறிப்பிடத்தக்க குறைபாடுகளில் ஒன்று இடைவழியிலேயே நிறுத்திக்கொள் வது. இது துறைசார் கல்லாமையேயன்றி வேறில்லை.

கல்லூரி இளநிலைப் படிப்பின்போது எல்லாப் பிள்ளைகளும் பணிநேர்காணல்களுக்கான விருப்பினைத் தெரிவித்துக்கொண்டிருந்தபோது "மேற்படிப்பேன் என்று சொல்" என உறுதியாகக் கூறினேன். அதன்பிறகு மகளின்

விருப்புடைய மேற்படிப்புகளுக்கான வாய்ப்புகளைத் தேடியதில் அகப்பட்டதுதான் ஐரோப்பியத்தின் பிரான்சு நாட்டுக் கல்வியகம்.

கடந்த ஆண்டில் வெளிநாட்டு மாணாக்கர் சேர்க்கை கொடுந்தொற்றால் முடங்கிப் போயிற்றுபோல. இவ்வாண்டு பன்னாட்டுத் தூதரகங்களில் மாணாக்கர்களின் மொய்ப்பு. கல்லூரியில் இடம் கிடைப்பதிலிருந்து நுழைவிசைவு கிடைக்கும்வரைக்கும் ஒவ்வொரு படிநிலையிலும் இருதலைக் கொள்ளி. இந்தக் கூட்டம் நம் வாய்ப்புகளை எவ்வளவிற்குத் தள்ளிவிடும் என்பதும் தெரியாது. ஆனால், அமெரிக்காவும் ஐரோப்பிய நாடுகள் பலவும் கல்வி நோக்கினில் அதிரடியாக நுழைவிசைவு அளித்தன.

"என்னங்க... பிள்ளையை அவ்வளவு தொலைவு அனுப்ப றீங்க. கவலையே இல்லையா?" என்று பலரும் கேட்டார்கள். நான் எதற்குக் கவலைப்படவேண்டும்? கல்லும் மண்ணுமான காலத்திலேயே ஒருநாட்டு மாணாக்கர்கள் இன்னொரு நாட்டிற்கு வந்தும் போயும் பயின்றார்களே. இந்தக் காலப் பிள்ளைகளும் போய்ப் படிக்கட்டும். அஞ்சி அஞ்சிச் சாவார் இவர் அஞ்சாத பொருளில்லை அவனியிலே.

நேற்று மாலை மகள் பிரான்சு நாட்டினைச் சென்றடைந்தார். நண்பர்கள் பலரும் "அங்கே என்ன உதவியென்றாலும் கூறுக" என்று அன்புடன் வேண்டினர். தொடக்கத்திலிருந்தே பெரியவர் அருள்மணி பல வழிகாட்டுதல்களைத் தந்தார். பாரீசு வானூர்தி நிலையத்தில் நண்பர் அப்துல் தையூப் மகளை வரவேற்று உடனிருந்து உதவினார். தம்முடைய இரவுப்பணி முடிந்து நேராக நிலையம் வந்து ஐந்தாறு மணி நேரத்திற்கு உடனிருந்து உதவிய பரந்த மனத்தினர் அவர். அங்கிருந்து அடுத்த வானூர்தியைப் பிடிக்கும்வரைக்கும் அவர் ஆற்றிய கடன்களை நன்றியால் நேர்செய்யல் அரிது.

சென்றடைந்த நகரில் நண்பர் சாத்திரியின் குடும்பம் வரவழைத்துக்கொண்டது. இன்று கல்லூரி விடுதிக்கு நுழைகிறார்.

அன்பு, அக்கறை, வழிகாட்டல், வழிநடத்தல், வாழ்த்தல் என எல்லா நிலைகளிலும் உடனிருந்த அனைவர்க்கும் நன்றியுரித்தாகுக.

153

மிகச்சிறந்த நடிப்பு என்பது நடித்தவர் வெளித்தெரியாமல் அந்தக் குணவார்ப்பே முழுமையாய் வெளிப்படுவது. இவ்வாறு ஒரு நடிகர் நடித்துள்ளார் என்கின்ற நினைவற்றுப் போய் ஆழ்ந்து நம்மைப் பார்க்க வைப்பது. இன்ன நடிகர் இன்னவராய் நடிக்கிறார் என்ற அடையாளத்தோடு பார்ப்பதே நம்முடைய திரைப்படப் பார்வை. அந்த அடையாள மயக்கத்தை முழுமையாய்க் கலைத்து கதையாளாகவே மாறிப்போகின்ற நடிப்பினையும் பார்த்திருக்கிறோம். நடிகர் மறைந்து நடிபொருளாகவே ஆன மாற்றம். தமிழ்த் திரையில் அவ்வாறு நடிகர் மறைந்து வேடம் மிளிர்ந்த பாத்திரங்களாக என் நினைவுக்கு வருகின்ற பத்து இவை. (நாயக நாயகியரைத் தவிர்த்து)

1. செந்தாமரை - தூறல் நின்னு போச்சு - நாயகியின் தந்தையாக மிடுக்கும் மீசையுமாக அவர் வருகையில் படம் முழுவதும் நடிகர் மறைந்து பாத்திரமாகவே ஆனார்.

2. இளவரசு - இம்சை அரசன் இருபத்து மூன்றாம் புலிகேசி - படம் முழுவதும் வடிவேலோடு அமைச்சராக வலம் வருகையில் மங்குனித்தனத்தை மேலும் மேலும் விரித்து ஒன்றிப் போனார். நடிகரை மறந்து எங்கும் அமைச்சரைக் கண்டன நம் கண்கள்.

3. காந்திமதி - மண்வாசனை - "இதெல்லாம் ஒரு பொழப்பு, இதுவும் ஒரு பொறப்பு" என்று நீட்டி முழக்கிப் பேசுகையில் நடிகை மறைந்து ஒச்சாயிக் கிழவிதான் தெரிந்தார்.

4. டி. எஸ். பாலையா - காதலிக்க நேரமில்லை - "அட என்னம்மா நீ... எப்பப் பார்த்தாலும் என்னை அவனோடவே மோத விடறியே" என்றபடி அவர் காட்டிய மெய்ப்பாடுகளில் நடிகரைத் தெரியவில்லை. சிறிது பிசகினாலும் அசட்டு நாடகமாக மாறியிருக்க வேண்டிய படம் பாலையாவின் நடிப்பால் தான் நின்றது என்றால் மிகையில்லை.

5. நாகேஷ் - தில்லானா மோகனாம்பாள் - "ஏமாற்றிப் பிழைக்க ஆயிரம் வழிகள் இருக்க ஏன் திருடவேண்டும்?" என்கின்ற கொள்கையுடையவன் வைத்தி என்று வரையறுக்கிறார் கொத்தமங்கலம் சுப்பு. தான் வாழ பிறரை அண்டிக் கெடுக்கும் அந்தப் பாத்திரமாகவே மாறிய நாகேஷை நடிகராக

ஒரு நொடியும் நினைக்க வைக்காத படம்.

6. எஸ்.வி.சுப்பையா - கப்பலோட்டிய தமிழன் - சில மணித்துளிகளே வருகின்ற வழக்குமன்றக் காட்சிகளில் பாரதியார் இப்படித்தான் இருந்திருப்பார் என்று காட்டிய நடிப்பு.

7. கமலா காமேஷ் - குடும்பம் ஒரு கதம்பம் - பொறுப் பற்ற கணவனையும் உதவாக்கரைப் பிள்ளைகளையும் தன்னைக் குடும்பத்திற்குப் பிழிந்து தரும் பாத்திரம். அதற்கு மாறாக அதற்கு நேராக வேற்றொருவரை எப்போதும் நினைத்துப் பார்க்க முடியவில்லை.

8. டெல்லி கணேஷ் - சிந்து பைரவி - இசைக் குழுவில் தாளக்கருவி இசைப்பவர். குடிப்பழக்கத்தை முன்வைத்து நாயகனோடு உண்டாகும் முரணுக்கு வலுச்சேர்க்கும் பாத்திரம். நடிகரைத் தெரியப்படுத்தாத ஒன்றிய நடிப்பு.

9. விஜயகுமார் - அக்னி நட்சத்திரம் - இருமணங் கொண்ட தந்தை. இரு மனைவியரின் பிள்ளைகளுக்குள்ளும் இணக்கம் இல்லாததால் அடங்கிச் செல்லும் தவிப்பு. ஆளே மாறிப்போய் பாத்திர வார்ப்புக்குள் அடங்கி நின்ற நடிப்பு.

10. மணிவண்ணன் - அமைதிப்படை - வாய்ப்புக்கேற்ப வளைந்து நெளிகின்ற முரட்டு முட்டாள் அரசியல்வாதி இப்படித்தான் இருக்க முடியும். "என் முன்னாடி சிகரெட்டு குடிக்க மாட்டான்." என்றும் தம்மை இடித்துச் செல்லும் அமாவாசையைப் பொருட்படுத்தாமல் "ஒரு ஆர்வத்துல போறான்" என்று தனது வீழ்ச்சியை அறியாத வெற்று வாய்ப் பந்தல்காரர். அடேங்கப்பா... வேறு ஆளே இல்லை.

154

எப்போதும் வெறுமையாய்க் காணப்படும் மும்முனைச் சாலைச் சுவரில் புத்தம் புதிதாகத் திரைப்படச் சுவரொட்டி ஒட்டப்பட்டிருந்தது. அது எவ்வகை ஈர்ப்பையும் ஏற்படுத்தாத மொழிமாற்றுப்படம். எப்போதும்போல் விரையும் மக்கள் அந்தச் சுவரொட்டியைக்கூட ஏறெடுத்துப் பார்க்கவில்லை. நகரின் மதிப்பான இடத்தில் எழுந்து விளங்கும் அந்தத் திரைக் கொட்டகை நினைவில் வந்தது. முன்னொரு காலத்தில் பாட்சா படம் வெளியான நாளில் அவ்வரங்கு முன்னே கூடிய பெருந்திரளிடை நசுங்கி நின்றதுண்டு. இடமதிப்பும் கட்டட

மதிப்பும் பணியாற்றும் சிலர் மதிப்பும் என எல்லாம் தலை யெடுக்க இறைஞ்சுகின்றன. தொற்றின் பிற்காலம் பலப்பல துறைகளுக்கு எளிதாக இராது, கடுமையானதாக இருக்கும் என்பது மட்டும் உறுதி.

'டி-மார்ட்' பெருநிறுவனம் தன் வளாகத்தின் முகப்பில் பனிக்களி பதினைந்து உரூபாய்க்கும் சோளப்பொரி பத்து உரூபாய்க்கும் விற்கிறது. வருகின்ற வாடிக்கையாளர்கள் ஒருவர் விடாமல் இவற்றை வாங்குகின்றனர். இவர்களால் இந்த விலைக்குத் தர முடிகிறது எனில் மற்றவர்களாலும் கொடுக்க முடியுமே. சந்தையை வென்று மக்களை ஈர்க்கும் கருவி விலைக் கவர்ச்சிதானே? திரையரங்குகளில் இவ்விரண்டு உண்பொருள்களையும் இவ்விலைக்குத் தந்திருப்பார்கள் எனில் படம் பார்க்கச் செல்ல யாராவது சிறிதளவேனும் தயங்கியிருப்பார்களா? உலகம் போகிற போக்கு தெரியாமல் உருட்டிக்கொண்டிருந்தால் அடித்தளமே ஆட்டங்கண்டு விடும். இன்னும் விலைக்கொம்புகளைவிட்டு இறங்கி வரவேண்டிய துறைகள் பல இருக்கின்றன. விழித்துக்கொள் வார்களா?

155

நாளிதழில் எழுதினாலும் எழுதினேன், ஆளைத் தேடிப் பிடித்து அஞ்சலட்டைகள் வரத் தொடங்கிவிட்டன. எங்கே எப்படி முகவரியைப் பெற்றார்கள் என்பது தெரியவில்லை. பாராட்டுகிறார்களா, மிரட்டுகிறார்களா, திட்டுகிறார்களா என்று கணிக்க முடியாத மொழிநடை. (அத்தகைய மொழி நடை மனைவியினத்தின் தனியுடைமை என்றிருந்தேன்) "அது உமக்குத் தெரியாதோ? இதை ஏனென்று கேட்க மாட்டீரோ? அதைத் திருத்த என்ன செய்தீர்?" என்று அது பாட்டுக்குப் போகிறது. 'உடனே பதில் போடவும்' என்கின்ற கட்டளையும் உண்டு. படித்தவர்களிடமிருந்து கடிதம் வராதா என்று ஏங்கிய காலமும் இருந்தது. ஆனால் உண்மை வேறாக இருக்கிறது. இதில் வேறு, புதிதாகப் பணிக்குச் சேர்ந்துள்ள அஞ்சல்பெண் தமிழில் முதுகலையாம். "இதற்கு இவர் என்ன பதில் எழுதி னார் என்று தெரிந்துகொள்ள" ஆர்வமாக இருப்பதாகக் கூறிச் சென்றிருக்கிறார். அன்றாடம் இத்தகைய அஞ்சலட்டை களைப் படித்துக்கொண்டிருக்கும் உதவி ஆசிரியர்களைக் கடவுளாக நினைத்துக் கும்பிட்டு வைக்கிறேன்.

156

தன்னிடமுள்ளதை இன்னொருவர்க்குப் பயன்கருதாது தரவேண்டும். அவ்வாறு தருவதையே வாழ்க்கை முறையாகக் கொள்ள வேண்டும். அது காசு பணமாகத்தான் இருக்க வேண்டுமென்பதில்லையே. காசுபணத்திற்கு அதன் வரைமதிப்பை மீறிய பயன்பாடு ஏது? ஆனால், அறிவுக்கு வானளாவிய பயன்மதிப்பு உண்டு. ஒருவரிடம் உள்ளதில் பெருமதிப்புடையது அவருடைய அறிவு. அது எத்தகைய அறிவாயினும் பெரிதே. அறிவுடையார் ஆவதறிவார். அந்த அறிவினை எல்லாரும் நமக்குப் புகட்டிவிடுவதில்லை. தமக்குத் தெரிந்த ஒன்றை நமக்குக் காட்டித் தராமலே இருப்பதில் சுற்றமும் நட்பும்கூட விதிவிலக்குகளல்ல. அப்படியே தந்தா லும் சிறிதாய் அளவாய்த்தான் தருவர். இவ்விடத்தில்தான் ஆசிரியர்களின் பெருமை இருக்கிறது. தமக்குள்ள அறிவை அடுத்த தலைமுறைக்குப் புகட்டுவதையே தம் வாழ்க்கை முறையாக வரித்துக்கொண்டவர்கள். அவ்வறிவு சிறிதோ பெரிதோ, எழுத்தறிவோ எண்ணறிவோ, ஆன்ற பேரறிவோ எதுவாயினும் தம்மிடமுள்ளதைச் சிறிதும் மறைக்காமல் அடுத்தவர்க்கு அள்ளி வழங்குபவர்கள். அறிவூட்டுவது தொடர்ச்சியான செயல். இடையறாத நீர்ப்பாய்ச்சல். அறிவுக் கொடைதான் பெருங்கொடை. அதன் மதிப்பு வானளவு. அது வாழ்க்கை முழுவதும் உடன்வருவது. நமக்குக் கற்றுக் கொடுத்தவர்களின் ஆக்கங்களே நாம். எண்ணிப் பார்க்கிறேன். சாலையைக் கடப்பது எப்படி என்றுகூட என் ஆசிரியர்தான் கற்பித்திருக்கிறார். அவர் தந்த கூரறிவே இன்றுவரை சாலையைக் கடக்கும் கருவியாக என்னை இயக்குகிறது. நாம் ஆசிரியர்களிடமிருந்து பாடப்பொருள்கள் மட்டுமில்லாமல் எண்ணற்றவற்றைக் கற்றிருக்கிறோம். அவையே நம் மனச் செயலிகளாக மாறி இன்றுவரை இயக்கிக்கொண்டுள்ளன. அவர்களுக்கு நாம் எதையுமே மாற்றீடாகத் தந்து நேர்செய்ய இயலாது. எங்கிருந்தாலும் அவர்களை மனமார்ந்து வணங்கி நிற்றலே நம் கடன். வணங்குகிறோம் ஆசிரியப் பெருந் தகையீரே!

157

"வணக்கம் சார். நாங்க அஆஇஈ பேங்கில இருந்து பேசறோம். உங்களுக்கு எங்க பேங்க்ல இருந்து லோன்

கொடுக்கலாம்னு இருக்கோம். அதைப் பத்தி இப்ப பேசலாமா?"

"வேணாங்க."

"ஏன் வேணாங்கறீங்கன்னு தெரிஞ்சுக்கலாமா?"

"கடனே வாங்கக்கூடாதுங்கறது என்னுடைய கொள்கை. அந்தக் கொள்கையைக் காப்பாத்த முடியாதபடி போய்ட்டிருக்கு நிலைமை. இதுக்கு இடையில யாராச்சும் துரத்தோ துரத்துன்னு துரத்தி விடாப்பிடியாகக் கடன் கொடுக்க வந்தா நடுமண்டைல போடலாம்னு இருக்கேன்."

அழைப்பு துண்டிக்கப்பட்டது.

158

என்னை நானே பாராட்டிக்கொள்ளும் திறன்களில் ஒன்று நினைவாற்றல். எதை எங்கே வைத்தேன் என்பதைப் பெரும்பாலும் மறக்கமாட்டேன். அதிலும் காசு பணம் என்றால் இன்னும் கூர்மையாக நினைவில் தங்கியிருக்கும். ஒரு காலத்தில் ஏழெட்டு வங்கிகளில் சிறுசேமிப்புக் கணக்கு வைத்திருந்தேன். சிறுசிறு தொகையாகப் போடுவதும் எடுப்பதுமாகக் கணக்கு வழக்கு நிகழும். ஒவ்வொரு கணக்கிலும் கடைசி இருபது சேர்ப்பு எடுப்புகள்வரைக்கும் நினைவுபடுத்திக் கூறுவேன். அவை மிகச் சரியாகவே இருக்கும். இன்றைக்கு உருப்படியாக ஒன்றைச் செய்வோம் என்று என் அறையின் அனைத்துப் பகுதிகளையும் ஒழுங்கு செய்தேன். இழுப்பறையில் நெடுநாளாகக் கேட்பாரற்று இருந்த தோற்பையைக் கொட்டிக் கவிழ்த்ததும் வியப்பு. உள்ளே ஐயாயிரத்து முந்நூற்று ஐம்பது உரூபாய் இருந்தது. வைத்த பணத்தை மறந்ததே இல்லை. இதனை எப்படி மறந்தேன் என்று தெரியவில்லை. இனி என் நினைவுத் திறனை அவ்வளவாக மெச்சிக்கொள்ளமாட்டேன்.

159

பங்குச் சந்தையைப் பற்றிய பதிவுகள் பல காணப்படுகின்றன. இரண்டாயிரத்து ஏழாம் ஆண்டு கோல்டுமேன் சாக்சு நிறுவனம் இந்தியாவைப் போன்ற வளரும் நாடுகளின் பொருளியல் போக்குகளைப் பற்றிய ஆய்வொன்றினை

வழங்கியது. பலர்க்கும் அது நினைவிருக்கலாம். இந்தியா உள்ளிட்ட பல வளரும் நாடுகளின் ஏறுமுகம் இரண்டாயிரத்து இருபத்தைந்தாம் ஆண்டில் முடி தொடலாம். அது வரைக்கும் இந்நாடுகளின் முதன்மைப் பொருள்மதிப்புடைய உடைமைகள் யாவும் ஏறிக்கொண்டிருக்கும். நிலம், இயற்கை வளங்கள், நிறுவனப் பங்குகள் என அனைத்தும் இவற்றில் அடங்கும். இரண்டாயிரத்தின் தொடக்கத்தில் எதில் முதலிட்டிருந்தாலும் அதனை இன்னும் நான்கைந்து ஆண்டுகள்வரைக்கும் காவல் செய்து வைத்திருக்க வேண்டும். கொடுந்தொற்றினால் அந்தக் காலவரம்பு இரண்டாண்டு தள்ளிப் போயிருக்கும் என நினைக்கிறேன். அதற்குப் பிறகு என்ன ஆகும்? அதன் பிறகு நீண்ட நெடிய படுகிடையான ஆண்டுகள் வரலாம். சப்பான் போன்ற நாடுகளில் முழு வளர்ச்சியை எட்டிய பிறகு ஏற்ற இறக்கமில்லாத மட்டமான போக்கு நிலவியது. இந்தியாவுக்கும் அத்தகைய மதிப்புச் செறிவுறு காலம் தொடங்கும். ஒருபுறம் வீங்கி மறுபுறம் வளர்ச்சியில்லாத நிலைமைகள் யாவும் அக்காலகட்டத்தில் சரியாகும். அது ஏறியதன் தணிவாகவும் இருக்கலாம். ஏறாத வற்றின் ஏற்றமாகவும் இருக்கலாம். இவ்விரண்டு வகையும் ஓர் இடைநிகர் மதிப்பினை அடையும். அதுவரைக்கும் இந்தப் போக்குகளை வேடிக்கை பார்ப்பவர்கள் பார்க்கலாம். முதலிட்டுப் பங்கேற்பவர்கள் பங்கேற்கலாம்.

160

ஒரு நிறுவனப் பங்கினை வாங்கி வைத்திருந்து நல்ல விலையேற்றம் பார்ப்பதற்கு அடிப்படையான பெருமறை பொருள் ஒன்றிருக்கிறது. அதனைச் சொல்கிறேன், கேட்டுக் கொள்ளுங்கள்.

விலை மலிவு, எதிர்காலம் உண்டு, நல்ல வளர்ச்சி, துறை முதல்வன் என்பனவெல்லாம் பின்னால் உள்ள காரணிகள் தாம். எல்லாவற்றுக்கும் மேலான அடிப்படைகளில் கவனம் செலுத்த வேண்டும்.

எம்.ஆர்.எப். (MRF Ltd) நிறுவனத்தின் ஒரு பங்கின் இன்றைய விலை ஏறத்தாழ எண்பதாயிரம் உரூபாய். (உரூ. 79971). கடந்த சில திங்கள்களுக்கு முன்பு தொண்ணூற் றெட்டாயிரம் வரைக்கும் சென்றது. அதாவது ஒரு பங்கின்

விலை கிட்டத்தட்ட ஒரு இலட்சம். இந்த நிறுவனத்தின் பங்கு எப்படி விலையேறிற்று?

பேஜ் இண்டஸ்ட்ரீஸ் என்று ஒரு நிறுவனம். பலரும் விரும்பி அணிகின்ற ஜாக்கி (Jockey) உடைகளை விற்கிறது. இந்நிறுவனப் பங்கின் விலை முப்பத்து மூவாயிரம் உரூபாய். (உரூ. 33161). இந்நிறுவனம் எப்படி இவ்வளவு விலையேறிற்று?

விடை என்ன தெரியுமா?

ஒவ்வொரு நிறுவனத்தின் உடைமையும் தனித்தனிப் பங்குகளால் ஆனது என்பது நமக்குத் தெரியும். ஒவ்வொரு பங்கும் தனித்தனி உடைமைத் துண்டு. ஒரு நிறுவனம் ஐந்நூறு கோடிப் பங்குகளாலும் ஆகியிருக்கும். ஐந்து கோடிப் பங்கு களாலும் ஆகியிருக்கும். வெறும் ஐம்பது இலட்சம் பங்கு களாலும் ஆகியிருக்கும்.

ஒரு நிறுவனத்தில் மொத்தம் எத்தனை பங்குகள் என்று கண்ணில் விளக்கெண்ணெய் விட்டுக் கவனியுங்கள். எந்த நிறுவனத்தில் மொத்தப் பங்குகளின் எண்ணிக்கை மிகக் குறைவாக இருக்கிறதோ அதனை வாங்குவதற்குப் பாருங்கள்.

நாட்டில் சாலைதோறும் ஏழெட்டு எரிநெய்ச் சாவடி கள் இருக்கின்றன. நாட்டிலேயே மிகுதியான விற்பனை உள்ள நிறுவனங்கள் எரிநெய் விற்பனை நிறுவனங்கள்தாம். ஆண்டுக்கு ஐந்து இலட்சம் கோடிகளுக்கு விற்பனை ஈட்டுகின்றன. ஆனால், இந்தியன் ஆயில் கார்பொரேசன் என்னும் நிறுவனத்தின் பங்கு விலை நூற்றுப் பதினேழுதான். ஏனென்றால் அந்நிறுவனம் தொள்ளாயிரத்து நாற்பது கோடிப் பங்குகளால் ஆனது. ஏறத்தாழ ஆயிரம் கோடிப் பங்குகள். அவற்றில் அரசிடம் பாதி உள்ளவை போக மீதமுள்ளவை யாவும் சந்தையில் வாங்க விற்கக் கிடைக்கும். அப்படியானால் என்ன ஆகும்? ஒரு தனிப் பங்கின் விலை மிகவும் எளிமையாக இருக்கும். அதன் ஏற்ற இறக்கமும் பத்து இருபது என்றே இருக்கும்.

இத்தகைய பேரெண்ணிக்கையிலான பங்குகளால் ஆன நிறுவனங்களில் முதலிட்டிருந்தால் விற்பனையும் வருவாயும் பட்டையைக் கிளப்பினாலும் பங்கு விலை நகர்வு பத்து, இருபது, நூறு என்றே இருக்கும். நூற்றுக்கு வாங்கியது இருநூறு சென்றாலே பெருத்த நகர்வு. ஏனென்றால் அந்நிறுவனங்களின் பங்குக் கட்டமைப்பு அப்படி.

மீண்டும் எம்.ஆர்.எப் நிறுவனத்திற்கு வருவோம். அந்த நிறுவனத்தின் பங்குகளின் எண்ணிக்கை எவ்வளவு தெரியுமா? முப்பத்தொரு இலட்சத்து அறுபதாயிரம். ஒவ்வொரு பங்கும் அரிய பொருள். ஏறினால் ஏறினதுதான். விற்பனையும் வருவாயும் ஏற ஏற பங்கின் விலை ஆயிரத்தின் மடங்குகளில் பறக்கும். அதனால்தான் எம்.ஆர்.எப். பங்கின் விலை எண்பதாயிரம்.

இதனைப்போலவே பேஜ் இண்டஸ்ட்ரீஸ் நிறுவனத்தின் மொத்தப் பங்குகள் ஒரு கோடியே பத்து இலட்சம். அதனால்தான் அந்தப் பங்கின் விலை முப்பதாயிரம்.

ஒரு நிறுவனம் எவ்வளவு குறைந்த பங்குகளால் ஆனதோ அந்த நிறுவனத்திற்கு வளர்ச்சி உண்டென்று ஒரு கணிப்பு வந்துவிட்டால் புகுந்துவிட வேண்டும். அதுதான் நூறு ஆயிரமாகும் பங்கு.

இன்னொரு நல்ல எடுத்துக்காட்டு மாருதி நிறுவனம். அதற்கு முப்பது கோடிப் பங்குகள். முகமதிப்பு பத்து. முப்பது கோடிப் பங்குகள் உள்ள நிறுவனம் இரண்டு கோடிக்கும் மேற்பட்ட வண்டிகளை விற்றிருக்கிறது. என்னவொரு விற்பனையைக் காட்டியிருக்கிறது பாருங்கள். அதாவது பதினைந்து பங்குகட்கு ஒரு வண்டி என்ற கணக்கில் விற்று முடித்துவிட்டது. அதனால்தான் அந்தப் பங்கின் விலை பன்னிரண்டாயிரம் வரைக்கும் சென்றது.

அடுத்து இன்னொன்று. ஒரு பங்கின் முகமதிப்பு (Face Value) எவ்வளவு என்று பார்க்க வேண்டும். முன்பு முகமதிப்பு நூறாகக்கூட இருந்திருக்கிறது. தற்போது பத்து, ஐந்து, இரண்டு, ஒன்று என்று இருக்கிறது. முடிந்தவரைக்கும் ஒரு பங்கின் முகமதிப்பு பத்தாக இருக்கும்படி பார்த்துக்கொள்ள வேண்டும். முகமதிப்பு ஒரு உரூபாய் எனில் அதன் ஏற்றம் பெரிதாகக் களைகட்டாது. நல்ல எடுத்துக்காட்டு ஐடிசி. அதன் முகமதிப்பு ஒன்று.

சன் தொலைக்காட்சி வாங்கலாமா, ஜீ தொலைக்காட்சி வாங்கலாமா என்றால் நான் மேலே சொன்ன அளவீட்டின் படி இரண்டையும் ஒப்பிடுங்கள். சன் தொலைக்காட்சி நாற்பது கோடிப் பங்குகளால் ஆனது. முகமதிப்பு ஐந்து. ஜீ தொலைக்காட்சி தொண்ணூற்று ஆறு கோடிப் பங்குகளால் ஆனது. அதன் முகமதிப்பு ஒன்று. இங்கே இவ்விரண்டிலும்

நம் தேர்வு சன் தொலைக்காட்சிதான். டாடா நிறுவனப் பங்குகள் பலவும் முகமதிப்பு பத்தாகத்தான் இருக்கும். அவர்கள் அதனை உடைக்கவேமாட்டார்கள்.

இப்படி ஒரு நிறுவனத்தைப் பிரித்து மேய வேண்டும். அதற்குப் பிறகுதான் விற்பனை, வருவாய் இன்ன பிற என்று நம் அடிக்கோலை நீட்ட வேண்டும். சும்மா வாங்கிப் போட்டுவிட்டு ஏறவில்லை, ஏறவில்லை என்றால் எப்படி ஏறும்? விளங்கிக்கொண்டீர்களா?

161

குடி புகை போன்ற பழக்கங்களின் தலையாய தீமைகள் என்னென்ன?

ஒரு சொட்டு குடித்து அதன் களிமயக்கிற்குத் துய்ப்பாளன் ஆனதும் அந்த அளவு அதே மட்டத்தில் நில்லாது. ஒரு சொட்டு இரண்டு சொட்டு ஆகும். ஒரு குவளை இரு குவளை ஆகும். ஒரு புட்டி இரண்டு புட்டி ஆகும். ஒரு வேளை இரு வேளை ஆகும். இதுநாள்வரை குடித்து வந்த அளவிலிருந்து மேலும் சிறிது சேர்க்கவே மனத்தூண்டல் பிறக்கும். அளவு கூடும். அந்தப் பீடிப்பில் இருக்க விரும்பும் காலமும் கூடுதலாகும்.

உடல் இயல்பு நிலைக்குத் திரும்புவதை ஏற்றுக்கொள்ள முடியாது. இயல்பின் எடை தாளாத பதற்றத்திற்குச் செல்வது தவிர்க்க இயலாது. குருதியில் கலந்து முகுளத்தின் சமநிலையை ஆட்டிப் படைப்பதால்தான் குடியன் தள்ளாடுகிறான். கால்புரண்டு விழுகிறான். மனக்கட்டுகள் தளர்ந்து தன்னிலை இழந்து வெறியனாய் நடந்துகொள்கிறான்.

குடிகின்ற ஒருவன் தள்ளாடாமல் கமுக்கமாய் நடந்துகொள்ளக்கூடும். ஆனால் அவன் தள்ளாட்டத்தின் விளிம்பில்தான் இருக்கிறான்.

இன்றைய சிறுகுடியன் நாளைய பெருங்குடியன். இன்றைய தற்செயல் குடியன் நாளைய முழுநாள் குடியன்.

பெரிதாய் அறியப்படுகின்ற பலரும் குடியர்களாக இருந் திருக்கிறார்கள், இருக்கிறார்கள். அதற்கு என்ன செய்வது? குடிகாரன் குடிகாரன்தான். குடியனால் அவனுடைய உறவுக்கொடித் தொடர்புடைய யாவரும் கருகிப் போகின்

றனர். பெண்குலத்தாரின் கண்ணீர், பிள்ளைகளின் கண்ணீர் தாண்டியும் குடிகாரன் குடித்துக்கொண்டிருக்கிறான்.

எல்லாவற்றையும் சரியாகப் பார்த்துக்கொள்கிறேன், நான் குடித்தால் என்ன தவறு? எல்லாம் சரியாக இருந்தாலும் குடிக்கிறாயே, அதுதான் தவறு.

குடிக்காதவன் மட்டும் நல்லவனா? குடிக்காதவன் தீங்கானவனாகவே இருக்கட்டும். நீ இன்னும் ஒருபடி மேலே. குடிக்காதவன் மாலையைப் பிய்த்துப் போடும் குரங்குதான். நீயோ கள்குடித்த குரங்கு.

"புகையை விட்ட பிறகுதான் எனக்கு உணவின் சுவை முழுமையாய்த் தெரிந்தது" என்றவர்கள் உளர்.

குடிக்கு எதிரானவர்கள் குடிக்கு எதிராக மார்புயர்த்தி உரக்க முழக்கமிட வேண்டும். குடியிலிருந்து, புகையிலிருந்து மீண்டவர்கள் இந்த வாழ்வின் அருமையை உணர்ந்திருக் கிறார்கள். அவர்களும் குடி புகைக்கு எதிராகப் பேச வேண்டும்

162

என்னைப் பற்றிய அதிர்ச்சியூட்டக்கூடிய பத்து உண்மைகள் இவை. பொறுமையாகப் படித்து உங்கள் வீட்டுப் பிள்ளையாக நினைத்து அடியேனை ஏற்றுக்கொள்ளுமாறு கேட்டுக்கொள்கிறேன்.

1. பெரும்பாலும் வைகறையில் துயிலெழுந்துவிடுகின்ற நான் இரவில் நேரத்தே படுத்துறங்குகிற பழக்கமில்லாதவன். எப்படியும் கண்ணயர நள்ளிரவு பன்னிரண்டு ஆகிவிடுகிறது. ஒன்பதுக்கோ பத்துக்கோ தூங்க முயன்றாலும் முடிவதில்லை. அதனால் நண்பகலில் சிறிதே கண் சொக்குவதைத் தவிர்க்க முடியவில்லை.

2. என் சிறுவத்தில் 'நீ பார்த்தே ஆகவேண்டிய படம்' என்று 'தங்கைக்கோர் கீதத்திற்கு' அழைத்துச் சென்று காண்பித்தனர் என் பெற்றோர். அப்போது அந்தப் படத்தினை மிகவும் விரும்பிப் பார்த்தது நினைவிருக்கிறது. பத்தாம் அகவைக்குள்ளாகவே சகலகலா வல்லவன், பாயும் புலி ஆகிய படங்களை ஐந்தாறு தடவைகள் பார்த்துவிட்டேன்.

3. பாட்டுப் புத்தகங்களை வாங்கிப் பாடிப் பார்க்கின்ற

பழக்கம் இருந்தது. ஒரு புத்தகம் பத்துக் காசு. மற்றவர்கள் புத்தகம் வாங்கிப் படித்தார்கள், நான் பாடினேன். அதனால் தான் பழைய பாடல்கள் பலவும் நினைவிலிருக்கின்றன. நினைவிலிருக்கும் பாட்டுப் புத்தகங்கள் : இங்கேயும் ஒரு கங்கை, நல்லவனுக்கு நல்லவன், வைதேகி காத்திருந்தாள், பயணங்கள் முடிவதில்லை. கண்ணதாசனின் ஐந்நூறு பாடல்கள் அடங்கிய பெரும்பாட்டுப் புத்தகம் ஒன்றினைச் சிவகாசியிலிருந்து வெளியிட்டிருந்தார்கள். அதனை நூற்றுக் கணக்கான முறை பாடியும் படித்தும் இருக்கிறேன். அப்புத்தகம் தொலைந்ததற்கு வருந்தியதும் உண்டு.

4. வண்டிகளை அடிக்கடி மாற்றுவது எனக்குச் சிறிதும் பிடிப்பதில்லை. இதற்கும் மேல் இவ்வண்டியை ஓட்ட முடியாது என்ற நிலையில்தான் அடுத்த வண்டிக்கு மாறியிருக்கிறேன். அப்போதும் பழைய வண்டியை மாற்றீடாகத் தர மனமில்லாமல் ஓர் அறையை ஒதுக்கி அடைத்து வைத்திருக்கிறேன். பதினைந்து ஆண்டுகளாகிய பல்சரையும் மாருதி சென்னையும் இன்னும் ஓட்டிக்கொண்டிருக்கிறேன்.

5. புதிய நகரங்கள், புதிய அறைகள், புதிய தடங்கள் போன்றவற்றின்மீது சிறிதும் ஒவ்வாமை ஏற்பட்டதில்லை. எங்கே எப்படி அமைந்தாலும் அதனை ஏற்றுக்கொண்டு அமர்வேன், படுப்பேன், உறங்குவேன். புதிய மனிதர்கள் என்றாலும் அவ்வாறே. ஆனால், வீட்டில் நான் வழக்கமாய் உறங்கும் இடத்தைத் தவிர அறை மாற்றிக்கூட உறங்குவதில்லை.

6. எந்தப் பொருளைப் பார்த்தாலும் அதனை விலையோடு பொருத்திப் பார்க்கும் மனநிலை எனக்கு உண்டு. எழுதுவதற்குரிய எழுதுகோல் ஐந்து அல்லது பத்து உரூபாய் விலையிலிருந்தால் போதாதா, வீணாக எதற்கு அதனை ஐம்பது உரூபாய்க்கு வாங்க வேண்டும் என்றே கேட்பேன். கடைக்கும் அரிசி ஆலைக்கும் நான்கைந்து உரூபாய் வேறுபாடு என்பதற்காக ஆலைக்குச் சென்றே அரிசிச் சிப்பம் எடுக்கிறேன்.

7. பழைய துணிகளைக் கழித்துக் கட்டும் பழக்கமும் எனக்கில்லை. இருபதாண்டுகட்கு முன்னே எடுத்த சட்டைகளைக்கூட இன்று அணிவதுண்டு. அளவு பொருந்தாதன இருப்பின் அவற்றை மனமேயில்லாமல் விலக்கி வைக்கிறேன். பதினைந்து ஆண்டுகட்கு முன்னே அணிந்த

உடையைப் பற்றிய நினைவு ஆழ்ந்து தோன்றினால் "அந்த நீலக்கட்டம் போட்ட சட்டை எங்கே? அதனை அணிந்தால் நன்றாக இருக்குமே" என்று துழாவவும் செய்வேன்.

8. எதிர்ப்படுவோரிடம் சிரிக்காமல், வணக்கம் சொல்லாமல் சென்றுவிடுவேன். ஒரு பார்வை பார்த்திருந்தாலும்கூட வினையாற்றியிருக்கமாட்டேன். என் பார்வைதான் அங்கே இருந்ததே தவிர, எண்ணத்தில் வேறு ஏதோ சிந்தனையில் ஆழ்ந்திருந்தேன். அதனால்தான் அந்தப் பொருட்படுத்தா நிலை. உடற்பயிற்சியகத்தில் எல்லாரும் பயிற்றுநர்க்கு வணக்கம் வைப்பார்கள். அங்கே பயிற்றுநர்தான் எனக்கு வணக்கம் வைப்பார். இதனை மாற்றிக்கொள்ள வேண்டும்.

9. ஓரிடத்திற்குக் குறிப்பிட்ட நேரத்திற்குச் சில மணித்துளிகளேனும் முன்னால் சென்றாகவேண்டும். காலத்தாழ்ச்சியைப் பொறுத்துக்கொள்ளவே இயலாது. ஆயிரக்கணக்கான தடவை இருப்பூர்திகளில் ஏறியிருக்கிறேன், ஒருமுறைகூட வண்டியைத் தவறவிட்டதில்லை. பள்ளிக்கு ஏழரைக்கே போயிருக்கிறேன். சனிக்கிழமை விடுமுறை என்று தெரியாமல் கிளம்பிப் போனதும் உண்டு. காலையில் இருள் அகல்வதற்குள் கிளம்ப வேண்டும் என்று எழுப்பொலி வைத்தால் எழுப்பொலிக்கு முன்னதாக எழ வைக்கின்ற வலிமையான மனக்கடிகாரம் எனக்குள் இருக்கிறது.

10. நண்பர்களில் பழைமையானவர்கள்தாம் என் மனத்துக்கு உகந்தவர்களாக இருக்கிறார்கள். என்னால் புதிய நண்பர்களை ஆக்கிக்கொள்ள முடியவில்லை. பழையவர்கள் என்னை விட்டு விலகிச் சென்றபோதும் அவர்கள் விலகியதையும் உணர முடியவில்லை. பழைய பழக்கங்கள் விலக விலக நான் தனிமைக்குள்தான் நுழைவேனே தவிர, புத்துலகத்திற்குச் செல்கின்ற மனநிலையும் இல்லை.

மேலும் நிறையவே சொல்லலாம். நீங்களும் சில புதிரான பழக்கங்களை உடையவர்களாகத்தாம் இருப்பீர்கள்.

163

கடந்த பத்து நாள்களாக நண்பர்களின் ஐயப்பாடுகளால் என் உள்ளஞ்சல் பெட்டி நிரம்பி வழிகிறது. பங்குச் சந்தையைப் பற்றிய என் பதிவொன்றினால் உந்தப்பட்டுத் தோன்றிய ஐயங்கள் அவை.

பங்குச் சந்தையில் முதலீடு செய்தால் எவ்வளவு ஈட்ட முடியும்? விடையைத் தெரிந்துகொள்வதற்கான ஆர்வம் எல்லார்க்கும் இருக்கிறது. இதனை நேரடியாகவே கணக்கிட்டுப் பார்த்துவிடலாம்.

ஆளாளுக்கு ஒன்றைச் சொல்கிறார்களே, உண்மையில் எவ்வளவுதான் கிடைக்கும்? மிகவும் பாதுகாப்பான முறையில் நல்ல வலுவான நிறுவனப் பங்குகளை வாங்கினால் ஈட்ட முடியாதா? இந்தக் கற்பனைக்கு நாம் ஒரு முடிவு கட்ட வேண்டும் இல்லையா, அதனால் உண்மையான கணக்கையே பார்த்துவிடுவோம்.

நம் முதலீடு ஒரு இலட்சம் என்று வைத்துக்கொள் வோம். அதனைப் பத்தாயிரம் பத்தாயிரமாகப் பிரித்து நாம் தேர்ந்தெடுத்த பத்து நிறுவனங்களில் முதலிடலாம். நாம் தேர்ந்தெடுக்கும் நிறுவனம் நன்றாக நடத்தப்படுகின்ற புகழ்பெற்ற நிறுவனங்களாகவே இருக்கட்டும்.

நாம் நம் முதலீட்டினை ஓராண்டுக்கு முன்னே இதே நாளில் செய்துவிட்டதாகக் கற்பனை செய்துகொள்வோம்.

இப்போதைய வளர்ச்சி என்ன என்பதைப் பார்த்தால் தெரிந்துவிடும், இல்லையா? அதைத்தான் பார்க்கப் போகிறோம்.

முதலில் பத்து நிறுவனங்களைத் தேர்ந்தெடுக்கலாம். பங்குச் சந்தை என்றதும் முதலில் நினைவுக்கு வருவது இரிலையன்சு. அதனை எடுத்துக்கொண்டோம். இந்திய ஸ்டேட் வங்கி, ஐடிசி போன்றவற்றையும் தேர்ந்தெடுத்துக் கொண்டோம்.

தனியார் வங்கிச் சேவையைத் தரும் ஐசிஐசிஐ வங்கி, மருந்து நிறுவனமான சிப்லா, வண்டிக்காரர் மகேந்திரா, இணையத்துறையில் இன்போசிஸ், மாழைப்பொருள் நிறுவனம் டாடா ஸ்டீல், எண்ணெய் நிறுவனம் ஓ என் ஜி சி என்று எடுத்தாயிற்று. பத்துக்கு மேலும் ஒன்று தேவை. கட்டுமானத்தில் இருக்கும் எல் & டி - யை எடுத்துக் கொள்வோம்.

இந்நிறுவனம் ஒவ்வொன்றிலும் பத்தாயிரம் என கடந்த ஆண்டு இதே நாளில் ஒரு இலட்ச உரூபாய் முதலிடுகிறோம் எனக் கொள்வோம்.

24ஆம் நாள் செப்டம்பர் 2020ஆம் ஆண்டு நாம் வாங்குகின்ற பங்குகள் இவை:

1. இரிலையன்சு - உரூ. 2181 - 5 பங்குகள் = உரூ. 10905

2. இந்திய ஸ்டேட் வங்கி - ரூ. 176 - 57 பங்குகள் = உரூ. 10032

3. ஐடிசி - உரூ. 167 - 60 பங்குகள் - உரூ. 10020

4. ஐசிஐசிஐ வங்கி - உரூ. 336 - 30 பங்குகள் - உரூ. 10080

5. சிப்லா - உரூ. 733 - 14 பங்குகள் - உரூ. 10262

6. மகேந்திரா & மகேந்திரா - உரூ. 575 - 17 பங்குகள் - உரூ. 9775

7. இன்போசிஸ் - உரூ. 975 - 10 பங்குகள் - உரூ. 9750

8. டாடாஸ்டீல் - உரூ. 344 - 28 பங்குகள் - உரூ. 9632

9. ஓ என் ஜி சி - உரூ. 67 - 150 பங்குகள் - உரூ. 10050

10. எல் அண்ட் டி - உரூ. 850 - 12 பங்குகள் - உரூ. 10200

மொத்தம் : உரூ. 100706

இப்போது நாம் முதலிட்டுவிட்டு மறந்துவிட்டோம். இன்றுதான் நம் முதலீட்டு நிலவரத்தைத் திரும்பிப் பார்க்கிறோம். இவ்வாண்டு முழுக்கவே நல்ல விலையேற்றம்தான். நம் முதலீடு வளர்ந்திருக்குமென்று உறுதியாகச் சொல்லலாம். இப்போது இன்றைய விலை நிலவரத்தின்படி வளர்ச்சியைப் பார்ப்போம்.

1. இரிலையன்சு - உரூ. 2492 - 5 பங்குகள் - உரூ. 12475

2. இந்திய ஸ்டேட் வங்கி - உரூ. 443 - 57 பங்குகள் - உரூ. 25251

3. ஐடிசி உரூ - உரூ. 240 - 60 பங்குகள் - உரூ. 14400

4. ஐசிஐசிஐ வங்கி - உரூ 720 - 30 பங்குகள் - உரூ. 21600

5. சிப்லா - உரூ. 964 - 14 பங்குகள் - உரூ. 13496

6. மகேந்திரா & மகேந்திரா - உரூ. 773 - 17 பங்குக - உரூ 13141

7. இன்போசிஸ் - உரூ. 1762 - 10 பங்குகள் - உரூ. 17620

8. டாடா ஸ்டீல் - உரூ. 1280 - உரூ. 35840

9. ஓ என் ஜி சி - உரூ. 136 - 150 பங்குகள் - உரூ. 20400

10. எல் & டி - உரூ. 1766 - 12 பங்குகள் - உரூ. 21192

ஆக மொத்தம் : உரூ. 195415

ஒரு இலட்சத்தை முதலிட்டுவிட்டுக் காத்திருந்ததற்கு இன்னொரு மடங்கு ஓராண்டில் வளர்ந்திருக்கிறது. நாம் கணக்கிற்கு எடுத்துக்கொண்ட செப்டம்பர் 24ஆம் நாள் நல்ல வீழ்ச்சியில் இருந்த நாள். இப்போது கணக்கிலெடுத்துக் கொண்ட இந்நாள் மிகவும் உயரத்தில் உள்ள நாள். முதல்நிலைப் பங்குகளில் பிரித்து முதலிட்டால் ஓராண்டில் இத்தகு வளர்ச்சியைக் காணலாம். ஆனால், இது மிகத் தாழ்நிலையும் மிக உயர்நிலையுமான இருவேறு விளிம்பு நகர்வு நிகழ்ந்த காலகட்டம். எப்படிப் பார்த்தாலும் நல்ல ஏற்றம் நிகழ்கையில் ஒரு இலட்சமானது இருபதாயிரமோ முப்பதாயிரமோ உயர்வதற்கு வாய்ப்புள்ளது. சந்தை இறங்கினால் நம் முதலீடு எண்பதாயிரம் எழுபதாயிரம் என்று இறங்குவதற்கும் இடமுண்டு. இந்நிறுவனங்கள் தரும் ஈவுகள் (டிவிடெண்ட்) எனச் சில ஆயிரங்களையும் கணக்கில் கொள்ளலாம். உங்கள் கற்பனைகட்கு எண்வடிவம் கொடுத்து என்ன செய்ய வேண்டும் என்று ஆழ்ந்து ஆராயுங்கள்.

164

தற்காப்புக் கலைப் படங்களில் மாணாக்கர்கட்குப் பயிற்சி அளிக்கும் காட்சிகள் இருக்கும். கலை பயிலும் மாணாக்கர் அரைவெளிச்சமான அறைக்குள் நுழைந்து மறுபுறம் வெளியேற வேண்டும். அவ்வறைக்குள் பல தடங்கல்கள் தோன்றும். திடீரென்று இருபுறச் சுவரிலிருந்தும் உருளைகள் பிதுங்கி நீளும். மேலிருந்து ஊசல் பொருள் விழுந்து ஆடும். கத்தி வரும். கட்டை வரும். அம்மாணாக்கர் அவற்றின்மீது முட்டாமல் மோதாமல் வளைந்தும் நெளிந்தும் உருண்டும் ஊர்ந்தும் படுத்தும் தவழ்ந்தும் தம்மைக் காப்பாற்றி வெளியேறுவார். பல சீனப்படங்களில் பார்த்திருக்கிறோம். இதனை எதற்குச் சொல்கிறேன் என்றால் ஒரு காரணமாகத்தான். பொழுது இறங்கிய பிறகு, இந்நகரச் சாலைகளில் வண்டியோட்டிக்கொண்டு போய்த் திரும்புவது அப்படிப்பட்ட பாடாகத்தான் இருக்கிறது.

165

பெரிய விலையில் கடிகாரம் வாங்குவது சரியா? அதில் அப்படி என்ன இருக்கிறது?

மனிதன் கண்டுபிடித்த புத்தறிவியல் கருவிகளில் மிகவும் பழைமையானது கடிகாரம். காலத்தை அளப்பதோடு தொடர் புடையவைதாம் எல்லாமே. அதனால் கால உணர்ச்சியும் அதனை அளத்தலும் மனிதனின் பேரறிவுத் தன்மையோடு நெருங்கிய உறவுடையவை. மணற்கடிகாரமும் நீர்க்கடிகாரமும் கால அளவையின் வளர்சிதை மாற்றப் படிநிலைகள்.

பரிதியின் நகர்வையும் நிழலையும்கொண்டு கற்கடிகாரங் கள் ஏற்படுத்தப்பட்டன. ஊர்ப்புறத்தில் கடிகாரத்தில் மணி பார்க்கத் தெரிந்திருப்பது ஓர் அறிவாகவே கருதப்பட்டது. "கடிகாரம் கட்டியிருக்கியே, உனக்கு முதல்ல மணி பார்க்கத் தெரியுமா?" என்றே கேட்பார்கள். "சின்ன முள் மணியைக் குறிக்கிறது, பெரிய முள் மணித்துளியைக் குறிக்கிறது. சுற்று முள் நொடியைக் குறிக்கிறது" என்றறிந்த வேளையை நாமும் மறந்திருக்க முடியாது. இவை யாவும் நாம் பெற்ற முதல் அறிதல் சிலிர்ப்புகள்.

கடிகாரம் கட்டியிருப்பவரிடம் "மணி என்னாச்சுங்க?" என்று கேட்பதும் அவர் சொல்வதும் இங்கே ஒருவகை உறவு. நீங்கள் கடிகாரம் கட்டாதபோது கட்டியவரிடம் மணி கேட்டிருப்பீர்கள். நீங்கள் கட்டியபோது எண்ணற்றோர்க்கு மணி பார்த்துச் சொல்லியிருப்பீங்கள். இது ஏழை பணக் காரன் ஒப்பீடில்லை. ஒருவகையில் பண்பாட்டுக் கேண்மை.

நமக்குத்தாம் கடிகாரங்கள் சென்ற நூற்றாண்டு இறுதி யின் கைப்பொருள்கள். ஐரோப்பியத்தில் அவை பத்தொன் பதாம் நூற்றாண்டிலேயே பயன்பாட்டுக்கு வந்துவிட்டவை. புகழ்பெற்ற கடிகார நிறுவனங்கள் ஒன்றரை நூற்றாண்டுப் பழையவை. ஒமேகா என்ற கடிகார நிறுவனம் ஆயிரத்து எண்ணூற்று நாற்பத்தெட்டாம் ஆண்டு (1848) நிறுவப்பட்டது என்றால் பார்த்துக்கொள்ளுங்கள். சீக்கோ நிறுவனம் ஆயிரத்து எண்ணூற்று எண்பத்து ஒன்றாம் ஆண்டு (1881) தொடங்கப்பட்டது.

பழம்புகழ் பெற்ற நிறுவனத்தின் விளைபொருளை வாங்கி அணிய நினைப்பது நேர்மறை விருப்பம்தானே? சேம்சு பாண்டு திரைப்படங்களைப் பார்த்தவர்கள் அவர் அணியும்

வகையினங்களை அணிய விரும்புவர். தொண்ணூற்றாறு திரைப்படத்தில் திரிசா கட்டியிருந்தது சுவாட்சு நிறுவனத்தின் கடிகாரம் என்றறிந்து வாங்கியவர்கள் இருக்கிறார்கள். அவ்வளவு ஏன், ஆர்ம்ஸ்ட்ராங்கு நிலவில் காலடி வைத்திருந்த போது அணிந்திருந்தது ஒமேகா நிறுவனக் கடிகாரம் என்ற புகழ் பரவியது. ஈர்ப்புவிசை மிகவும் குறைவாக இருந்த துணைக்கோளில் அதன் கருவியியல் தொழில்நுட்பம் பழுதில்லாமல் செயல்பட்டதாகக் கணக்கு. ஒமேகா நிறுவனக் கடிகாரங்களை வாங்கி அணிபவர்களுக்கு அது மதிப்பேயன்றி வேறென்ன? அக்கடிகாரங்களின் விலை ஐரோப்பிய வளத்திலானது. நமக்கு அது எட்டாத விலை. என்னிடமும் போலி ஒமேகாக் கடிகாரம் ஒன்று இருந்தது. தானியங்கி வகையிலான அக்கடிகாரம் பழுதுற்றது. இங்கே அதனைப் பழுதாற்றுவார் யாருமில்லை. உரோலக்சு, உரேடோ, டிசாட்டு, சீக்கோ, சிடிசன், கேசியோ எனப் பலப்பல விற்பேர்கள் உலகப் புகழ் பெற்றவை. அவற்றை வாங்கி அணிவது பலர்க்கும் கனவு.

நம் நாட்டின் விளைபொருளான எச். எம். டி. (Hindustan Machines Tools Ltd) வகைக் கடிகாரங்கள் ஒரு காலத்தில் கோலோச்சின. விலை மதிப்போடும் இருந்தன. தங்கத்தைப் போல் கடிகாரத்தையும் அடமானம் வைக்கும் பழக்கம் புழக்கத்தில் இருந்ததை மறந்துவிட்டோமா? கடிகாரத்தைக் கழற்றினால் ஐந்நூறு உருபாய் புரட்ட முடியும். பிற்காலத்தில் வந்த மின்னணுவியல் தொழில்நுட்பம்தான் கடிகாரத்தின் விலை மதிப்பைச் சரித்தது. இப்போதும் கியூ அண்டு கியூ (Q&Q) கடிகாரங்கள் அழகழகாய்க் கிடைக்கின்றன. ஆனாலும் பழைய பெருநிறுவனங்களின் பொருளுக்கு உரிய விலையைத் தந்தேயாக வேண்டும். அதிலிருந்து அவர்கள் எப்படி இறங்கி வருவார்கள்?

வெறுமனே மணி பார்க்கப் பயன்பட்ட பொருள் காலமாற்றத்தில் அணிகலனாக மாறிற்று. கடிகாரம் அணிந்தால் அழகுதான். அது அவரவர் பார்வையைப் பொறுத்து மாறும் என்பது வேறு. பெரும்பான்மைக் கருத்தியல்படி அது அழகூட்டும் அணிபொருள். கடிகார மானது கருவியளவிலிருந்து பெயர்ந்து அணிகலனாக மாறி விட்டது. ஆங்கிலத்தில் மணியணிகலன் - Timewear என்கிறார் கள்.

அண்மைக் காலத்தில் இந்தியக் கடிகாரச் சந்தையைக்

கைப்பற்றியிருப்பது டைடன் நிறுவனம். டாடாவின் அந்நிறுவனம் அணிபொருள்கள் அனைத்தையும் விற்கிறது. கடிகாரத்தையும் அது அணிபொருளாகவே பார்க்கிறது. மக்கள் மணி பார்க்க வழியில்லாமல்தான் கடிகாரம் வாங்குவார்கள் என்று நினைக்கவில்லை. அவர்களுடைய பெருவிலைக் கடிகார வகைக்கு நெபுலா என்று பெயர். அந்தக் கடிகாரத்தில் பெரிதாக வேறு வேலைப்பாடுகள் இரா. ஆனால், அவற்றின் விலை இலட்சத்திற்கு அருகிலோ கூடுதலாகவோ இருக்கும். எதற்கு அவ்வளவு விலை? அவை பதினெட்டு காரட் தங்கத்தில் செய்யப்பட்டவை. "ஒரேயொரு நெபுலாக் கடிகாரத்தை வாங்கிய பின்னர்க் கடிகார விருப்பத்தை மூட்டை கட்டி வைத்துவிட வேண்டும்" என்று கூறிய நண்பர்கள் இருக்கிறார்கள்.

கைப்பேசியில் மணி பார்த்துக்கொள்ள இயலாதா? பார்க்கலாம்தான். அதற்குப் பழக்கம் ஒத்துவராது. மேலும் கைப்பேசியில் பார்ப்பதற்கு வேறு பெரியவை இருக்கின்றன. மணிக்கட்டில் கட்டுகின்ற கடிகாரத்தில் கைப்பேசியைப் பொருத்திய கடிகார வகையினங்கள் விற்றுக்கொண்டிருக்கின்றன. ஏனென்றால் பழக்கம் அப்படி.

ஒவ்வொருவர்க்கும் ஒவ்வொரு பொருள்மீது ஆழ்விருப்பம். அது எதுவாக வேண்டுமானாலும் இருக்கலாம். இத்தகைய விருப்பங்களே வாழ்க்கையை இயக்குகின்றன. அந்த விருப்பம் தொடங்கிய நொடிக்கும் அதனை நிறைவேற்றி முடித்த நொடிக்கும் இடையிலிருந்த காலத்தில் நாம் நோக்கத்தோடும் வேட்கையோடும் இயங்கியிருக்கிறோம். காதல் தோன்றிய நொடியிலிருந்து கலப்பில் நிறைவேறிய நொடி வரைக்குமான உள்மன உயிர்ப்பைப் போன்றது அது.

கடிகாரத்தைத்தான் வாங்க முடியும். காலத்தை வாங்க முடியாது. நூறு உருபாய்க் கடிகாரம் காட்டும் காலமும் இலட்ச உருபாய்க் கடிகாரமும் காட்டும் காலமும் ஒன்றேதான். காலத்தால் வாங்க வேண்டியதை வாங்குவதற்குக் கடிகாரம் சிறிதளவாவது உதவும். காலந்தவறாமை உங்கள் வாழ்க்கையின் பண்பாகிவிட்டால் நீங்கள் அடையும் உயரம் வேறு.

எல்லாக் கடிகாரங்களும் ஒரே காலத்தைத்தான் காட்டும். ஆனால், அதன் மதிப்பு ஆளாளுக்கு வேறுபடும். ஏழையும் பத்து இலட்சம் பணம் ஈட்டுகிறார். செல்வரும் பத்து

இலட்சம் பணம் ஈட்டுகிறார். இஃதென்ன கணக்கு என்கிறீர்களா? இரண்டுக்கும் இடையில் ஒரேயொரு வேறுபாடுதான் இருக்கிறது. காலம்தான் அந்த வேறுபாடு. ஏழை தம்முடைய பத்து இலட்சத்தை ஈட்டுவதற்கு வாழ்நாள் முழுவதையும் செலவழிக்கிறார். செல்வர் அதனை ஈட்டுவதற்கு ஓராண்டோ அல்லது ஆண்டில் பகுதியையோ செலவழிக்கிறார். இங்கேயும் வேறுபடுவது காலம்தான். தொகையன்று. காலத்தின் மதிப்பை உணர்வதற்கு இந்த ஒப்பீடே போதும். அப்படியானால் அந்தக் காலத்தை அளந்து காட்டும் கருவி விலை மதிப்பற்றது.

166

தேசியப் பங்குச் சந்தைக் குறியீட்டெண் நிப்டியானது இருபத்திரண்டாம் நாள் ஏப்ரல் தொண்ணூற்றாறாம் ஆண்டு தொடங்கப்பட்டது (22 ஏப்ரல் 1996).

தொடங்கப்பட்ட நாளில் குறியீட்டெண்ணானது ஆயிரம் (1000) என்ற அளவில் இருந்திருக்கிறது.

நாளும் இந்தக் குறியீட்டெண்ணும் ஏற்றத்தாழ்வுடைய கணக்குத்தான். முன்பின் இருக்கட்டும்.

ஒவ்வொரு வணிக நாளின்போதும் இந்தக் குறியீட்டெண் ஏறுகிறது, இறங்குகிறது, சற்றேறக்குறைய ஏற்றத்தாழ்வில்லாமலும் முடிகிறது.

நம்முடைய அறிதலின்படி ஏப்ரல் 22, 1996முதல் இன்றுவரை நிப்டியானது ஏறிக்கொண்டே வந்திருக்கிறது.

இன்றைய நாள்முடிவில் நிப்டிக் குறியீட்டெண் 18477 என்ற அளவில் நிற்கிறது.

அடடா, நன்கு வளர்ந்திருக்கிறதே. இன்றைக்கு நூற்றைம்பது புள்ளிகள் ஏறின, இவ்வாரத்தில் ஐந்நூறு புள்ளிகள் ஏறின, நல்ல ஏற்றத்தைக் கொடுத்தது, முதலீட்டாளர்கள் காட்டில் அடைமழைதான் - இத்தகைய சொற்றொடர்கள் பரவலாக எதிரொலிக்கும்.

உண்மை நிலவரம் என்ன என்பதையும் பார்த்துவிடலாம். இந்த ஏற்றம் உண்மையா? நாள்தோறும் இவ்வாறு ஏறினால் நல்ல வருமானமாயிற்றே, நான் தவறவிட்டுவிட்டேனா, பிறர் கூறுவதுபோல் அளவில்லாமல் அள்ளிக் கட்டிக்கொண்டார்களா? என்னதான் நடந்திருக்கிறது?

பார்ப்போம்.

வாரத்திற்கு ஐந்து நாள்கள் பங்குச் சந்தையில் வணிகம் நடைபெறும். காரிக்கிழமை, ஞாயிற்றுக் கிழமை தவிர பத்தோ பன்னிரண்டோ விடுமுறை நாள்கள் போக ஏறத்தாழ இருநூற்றைம்பது நாள்கள் ஓர் ஆண்டுக்கு வணிகம் நடக்கும்.

நிப்டி தொடங்கிய நாளிலிருந்து இதுவரைக்கும் எத்தனை நாள்கள் வணிகம் நடந்திருக்கும்?

22 ஏப்ரல் 1996 முதல் 1996ஆம் ஆண்டில் = 210 நாள்கள்

1997 முதல் 2020 வரைக்கும் 24 ஆண்டுகள் * 250 நாள்கள் = 6000 நாள்கள்

2021ஆம் ஆண்டில் இன்றுவரைக்கும் எடுத்துக்கொண்டால் = 190 நாள்கள்

ஆக நிப்டி தொடங்கியதிலிருந்து வணிகம் நடைபெற்ற நாள்கள் 210 + 6000 + 190 = 6400 நாள்கள்

எண்ணிப் பாருங்கள். தொடங்கப்பட்டபோது நிப்டி ஆயிரம் இருந்தது. இன்றைக்குப் பதினெட்டாயிரத்து நானூற்று எழுபத்தேழாக இருக்கிறது. ஏறத்தாழ இருபத்தைந்தாண்டுகளாக நிகழ்ந்த வணிகத்தின்வழி பெற்ற ஏற்றம் 18477 - 1000 = 17477.

இந்தக் குறியீட்டெண் ஒருநாளுக்கு எவ்வளவு வளர்ந்தது என்று கணக்கிடுவதும் எளிது.

17477 / 6400 = 2.73

அதாவது இரண்டே முக்கால் புள்ளிகள் என்ற அளவில் நாள்தோறும் நிப்டிக் குறியீட்டெண் வளர்ந்துள்ளது.

இதுதான் வரலாறு. இதுதான் இங்கே நிகழ்கிறது. ஒரே நாளில் நூறு இருநூறு புள்ளிகள் உயர்ந்தாலும் இறுதி விளைவு என்ன?

உயர்ந்தது, தாழ்ந்தது, பக்கவாட்டில் நகர்ந்தது, அப்படியே கிடந்தது, விழித்தெழுந்ததுபோல் விரைந்தது. எல்லாம் நடந்தாலும் இறுதியில் இரண்டே முக்கால் புள்ளிகள் என்னும் அன்றாடச் சராசரியைத்தான் எட்டியது. இதுதான் உண்மை.

நிப்டி ஏறுகிறது என்பதற்காக மிகைநவிற்சியும் கொள்ளற்க. இறங்குகிறது என்பதற்காகவும் அஞ்சற்க.

நீண்ட நெடுங்காலத்தளவில் இன்ன பிற முதலீடுகளைப் போன்றோ அதனினும் மேம்பட்டோ ஒரு வளர்ச்சியைக் காணலாம். அந்தக் கண்ணோட்டத்தோடு அதனைப் பார்க்கலாம்.

167

“பிரான்சு எப்படிப் பாப்பா இருக்குது?”

“நல்லா இருக்குதுங்பா. ஒன்னும் பிரச்சினை இல்ல.”

“கல்லூரி பிடிச்சுப் போயிடுச்சா?”

“பிடிச்சிருச்சுங்பா. பொறுமையா சொல்லித் தராங்க. எதுன்னாலும் எத்தனை வாட்டி வேணாலும் கேட்கலாம். நாங்களும் நிறைய நெட்ல தேடிப் படிச்சுக்கறோம்.”

“மக்கள் எப்படி இருக்காங்க?”

“எல்லாரும் அமைதியா இருக்காங்க. வெள்ளிக்கிழமை மத்தியானம் ஆயிடுச்சுன்னா வேலை செய்ய மாட்டாங்க. அப்புறம் திங்கட்கிழமை மத்தியானம்தான் வேலைக்கு வர்றாங்பா. கடற்கரையில எல்லாம் எந்நேரமும் தனித்தனியா நிறைய பேரு உட்கார்ந்து கடலைப் பார்த்துட்டு இருக்காங்க.”

“ஓ...”

“எவ்வளவு பெரிய பணக்காரங்கன்னாலும் பொதுப் போக்குவரத்துலதான் போறாங்க, வர்றாங்க. இல்லாதவங்க இருக்கப்பட்டவங்கன்னு யாரும் எதுவும் பார்க்கறதில்ல. வீதியில நடந்து போறவங்கள பயப்படுத்தாம மெதுவாத்தான் கார் ஓட்டணும். அப்படிப் பயப்படும்படியா ஓட்டினாலோ, நடக்கறவங்க மேல முட்டினாலோ பெரிய நட்ட ஈடு தரணுமாம்.”

“இது நல்லாருக்கே.”

“நீஸ் நகரத்தைக் காலேஜ்லயே ஒரு பஸ் ஏற்பாடு பண்ணிக் கூட்டிப்போய்ச் சுத்திக் காட்டினாங்க. எல்லா எடத்தையும் பார்த்தோம். இடையில ஒருநாள் ஆண்டிப்சு நகரத்தைச் சுத்திப் பார்த்தோம். பிக்காசோ அருங்காட்சியகம், நெப்போலியன் தங்கியிருந்த எடம், கடற்கரை, சொகுசுப் படகுத்துறை, நீட்சே சிந்திச்ச எடம்னு இங்க நிறைய பார்த்தேன். போட்டோஸ் அனுப்பிச்சேன். பார்த்தீங்களா?”

"பார்த்தேன். போறதுக்கு முன்னால காணொளியில் பார்த்த இடங்களை நேர்ல பார்க்க நல்லாருந்துருக்குமே."

"ஆமாங்பா. அப்புறம் இங்கிருந்து மொனாகோன்னு ஓர் இடம். பிரான்சுக்குள்ள இருக்கிற தனி நாடு மாதிரி. அங்கேயும் போனோம். கார் பந்தயமெல்லாம் அங்க நடக்குது. அந்த ஊர் அரசர் கார் மியூசியம் ஒன்னு வெச்சிருக்கார். அங்கே அவருடைய கார் கலெக்சன்ஸ் எல்லாம் இருக்கு. நூறு வருசமா அவர் சேர்த்த நூத்துக்கணக்கான கார்களைப் பார்த்தேன்."

"ஆமா. படமெல்லாம் செமயாதான் இருந்துச்சு."

"இனி அடுத்த மாசம் இரண்டாம் வாரம் விடுமுறை விடறாங்க. இத்தாலி போலாம்னு இருக்கோம். இங்கிருந்து ரோமுக்கு விமானம்/"

"எல்லாச் சாலைகளும் உரோம் நகரை நோக்கியே செல்கின்றனன்னு அங்கே ஒரு பழமொழி சொல்வாங்க. நம் தலைமுறையில அது உன்கிட்ட பலிச்சிருக்கு. எப்படிப் போறீங்க?"

"ஏற்கெனவே அங்கே போய்ட்டு வந்த மாணவிகள் எப்படிப் போகனும், இத்தாலில என்னென்ன பார்க்கலாம், எங்கே தங்கலாம்னு சொல்லிக் கொடுத்தாங்க. அதன்படி நாங்க ஒரு மூனு பேர் போறோம். ஒன்றரை மணி நேர பிளைட் பயணம். டிக்கெட் விலை பார்த்தீங்கன்னா பன்னிரண்டு யூரோ. நம்மூரு காசுல வெறும் ஆயிரத்து நூறுதான்."

"அடடே... மிகவும் குறைவாயிருக்கே."

"ஆமாங்பா. இங்க பிளைட் டிக்கெட் எல்லாம் கம்மிதான். கிழக்கு யூரோப்புக்குப் போறதுன்னா நாலஞ்சு யூரோவுல பிளைட்ல எல்லாம் போகலாம். நம்மூரு பணத்துல ஐந்நூறுதான்."

"உனக்கு வழிசொன்ன தோழிகள் ஏன் வரலயாம்?"

"அவங்க எல்லாம் ஆம்ஸ்டர்டாம் போறாங்க. அதுக்கு பிளைட் அறுபது யூரோ. அதனால் அப்புறம் போய்க்கலாம்னு நாங்க இங்க போறோம். கிறிஸ்துமஸ் சமயத்துல ஒரு விடுமுறை வரும். அப்ப பார்த்துக்கலாம்."

"அந்த விடுமுறையில பிரான்சை முழுசாகப் பார்க்கப் பயன்படுத்திக்கோ. கிறிஸ்துமஸ் நாளில் நீ பாரீசுல இருந்தால்

சிறப்புத்தான்.''

"ஆமாங்பா.''

"அப்ப உரோம்ல எங்கெங்கே போகப்போறீங்க?''

"முதல்ல உரோம்ல சுத்திப் பார்ப்போம். அங்கே கொலோசியம்னு ஒரு பகுதி இருக்காம். அதைப் பார்க்கணும்.''

"கிளாடியேட்டர் படத்துல காட்டுனாங்களே அந்த மைதானம் பாப்பா அது. ஐயாயிரம் ஆண்டு வரலாறு தழைத் தோங்கிய இடம். கட்டாயம் போய்ப் பாருங்க.''

"அப்புறம் வாடிகனுக்குப் போறோம்.''

"சிறப்பு. போப்பாண்டவரையே பார்க்க வாய்ப்பிருக்கும் போல.''

"அங்க இடங்களை எல்லாம் பார்க்கலாம். இரண்டு மூன்று நாளில் சுத்திப் பார்த்துட்டு அங்கிருந்து உள்ளூர் பிளைட்ல மிலன் நகரத்திற்குப் போறோம்.''

"மிலன் நகரமா? அதுதான் உலகின் பேஷன் கேபிடல் நகரம். தோன்றெழில் தலைநகரம். இந்த வயசுல அங்கே சுத்திப் பார்க்கக் கொடுத்து வெச்சிருக்கணும்.''

"ஆமாங்பா. அங்கே எல்லாம் சுத்திப் பார்த்துட்டு வரும்போது பஸ்லயயே வரப்போறோம். எல்லாம் சேர்ந்து ஒரு வாரம் திட்டமிட்டிருக்கோம்.''

"அருமை பாப்பா. நான் வாழ்க்கை முழுக்கக் கேள்விப் பட்ட நகரங்களைக் கடகடன்னு பார்க்கும் வாய்ப்பு உனக்குக் கிடைச்சிருக்கு. எல்லாத்தையும் பாரு. மனசையும் அறிவையும் பெரிசாக்கிக்க. அந்தப் புத்துணர்ச்சியோடு வந்து படிப்பில் கவனமாகு.''

"சரிங்கப்பா.''

168

எனக்கென்றே சில பணியாளர்கள் அமைவார்கள். அவர்களில் மின்பணியாளரும் ஒருவர். குடியிருக்கும் பகுதி யிலேயே இருப்பவர். பகுதியிலுள்ள வீட்டார் பலர்க்குமான உடனடி மின்சார வேலைகளைச் செய்து கொடுப்பவர்.

புதுக்கட்டடங்களில் எவ்வளவு பெரிய வேலை

கிடைத்திருந்தாலும் தொடர்ச்சியான அழைப்புகட்குச் செவி மடுப்பவர். வேலை முன்னே பின்னேதான் இருக்கும். ஒன்றுக்குப் பலமுறை அழைத்தால்தான் ஆளை வரவழைக்க முடியும். மெதுவாகத்தான் செய்வார்.

“ஒருவர் வெறுங்காலோடு இருக்கையில் தவறுதலாய் மின்சாரம் பட்டுவிட்டால் அது மண்ணில் இறங்க வாய்ப்பு. பாதிப்பு பெரிதாக இருக்கும். மீள்மச் செருப்பு அணிந்த நிலையில் மின்சாரம் பட்டால் உடனே விலகிக்கொள்ளலாம்” என்று எனக்குக் கற்பித்தவர். (அதற்காகத் தொட்டுவிட வேண்டா, மின்சாரத்தை அணுகிச் செய்யும்போது காலில் செருப்பணிந்திருப்பது நல்லது).

எப்படி வலியுறுத்தினாலும் அவரை அவருடைய இயல்பிலிருந்து மாற்றவே முடியாது. இந்த அறைக்கு இரண்டு விளக்கு முனைகளைப் பொருத்துங்கள் என்றால் கேட்டுக் கொள்வார். ஆனால், ஒன்றைத்தான் பொருத்துவார். அதற்குப் பிறகு நடக்கும் எங்களின் உரையாடல்தான் களிநயம்.

“ஏன்ங்க. இந்தச் சுவருக்கு எத்தனை லைட்டு கொடுக்கச் சொல்லியிருந்தேன், ஞாபகமிருக்கா?”

தலையைச் சொறிந்தபடி “ஆமாங்க. ஞாபகம் இருக்கு” என்பார்.

“எத்தனை கொடுக்கச் சொல்லியிருந்தேன்?”

“இரண்டு கொடுக்கச் சொல்லியிருந்தீங்க.”

“இப்ப நீங்க எத்தனை கொடுத்திருக்கீங்க?”

“ஒன்னுதான் கொடுத்திருக்கேன்.”

“ஏன்ங்க ஒன்னு கொடுத்திருக்கீங்க?”

“அதான் பாருங்க. நீங்க இரண்டு கொடுக்கச் சொன்னீங்க. நான் ஒன்னுதான் கொடுத்திருக்கேன்.”

“இரண்டு கொடுத்திருக்கணும்ல?

“ஆமாங்க. இரண்டு கொடுத்திருக்கணும்.”

“மறந்துட்டீங்களா?”

“மறக்கவெல்லாம் இல்லீங்க. நீங்கதான் இரண்டு கொடுக்கச் சொன்னீங்கன்னு நானே சொல்றேனே.”

“அப்புறம் என்னாச்சு?”

“நீங்க இரண்டு கொடுக்கச் சொல்லியிருந்தீங்கதான். நான் ஒன்னுதான் கொடுத்திருக்கேன்.”

“அதைத்தான்ங்க நானும் சொல்றேன். ஏன் இரண்டு கொடுக்காம ஒன்னு கொடுத்திருக்கீங்க?”

“ஆமாம் பாருங்க. இரண்டு கொடுக்காம ஒன்னு கொடுத்திருக்கேன்.”

“இப்ப என்னங் பண்றது?”

“வேணும்னா எதிர் சுவர்ல ஒன்னு கொடுத்துக்கலாமா?”

“ஏன்ங்க. இந்தச் சுவரிலதான் இரண்டையும் கொடுக்கணும்.”

“இதுலதான் நான் ஒன்னு கொடுத்திருக்கனே.”

“இன்னொன்னையும் இதே சுவர்லதான் கொடுக்கணும்.”

“அதான் ஒன்னு கொடுத்தாச்சுங்களே.”

“இன்னொன்னையும் இதுலயே கொடுக்கணும்,”

“இன்னொன்னையும் கொடுக்கணும்ங்களா? ஒன்னு போதும்னுதான் ஒன்னு கொடுத்திருக்கேன்.”

“நான் என்ன சொன்னேன்?”

“நீங்க இரண்டு கொடுக்கச் சொன்னீங்க.”

“நீங்க ஏன் இரண்டையும் கொடுக்கல?”

“இரண்டையும் கொடுத்திருக்கணும். ஆனா ஒன்னுதான் கொடுத்திருக்கேன்.”

“இன்னொன்னையும் இதுலயே கொடுங்க.”

“இன்னொன்னை எதிர் சுவர்ல கொடுத்துடலாங்க.”

“அங்க கொடுக்கக்கூடாதுங்க. இதுலயேதான் கொடுக்கணும்.”

“அதான் கொடுக்காம விட்டாச்சுங்களே.”

“அப்ப என்ன பண்றது?”

“எதிர் சுவர்ல வேணா கொடுத்துக்கலாம்னு பார்க்கிறேன்.”

“எதிர் சுவர்ல வேணாங்க. இதுலதான்ங்க கொடுக்

கணும்.''

"இதுலதான் ஒன்னு இருக்குதுங்களே.''

"ஒன்னு பத்தாதுங்க. இரண்டும் வேணும்.''

"இரண்டு வேணுங்களா?''

"ஆமாங்க. நான் கொடுக்கச் சொன்னபடி கொடுக் கறதுல உங்களுக்கு என்னங்க பிரச்சினை?''

"அதெல்லாம் ஒன்னுமில்லங்க.''

"அப்புறம் ஏன் கொடுக்காம விட்டீங்க?''

"கொடுத்திருக்கணும்ங்க. ஆனா பாருங்க, கொடுக்காம விட்டுட்டேன்.''

"இன்னொன்னையும் கொடுங்க.''

"இன்னொன்னும் கொடுக்கணும்னா... ஏங்க எதிர் சுவர்லயே ஒன்னு கொடுத்துரலாங்களா?''

இப்படியே எங்கள் உரையாடல் போய்க்கொண் டிருக்கும். இறுதியில் யார் சொன்னபடி வேலை நடந்து முடிந்தது என்பது அன்றைய கோள்களின் நிலவரப்படி உறுதியாகும்.

169

மின்பொருள் விற்கும் கடையொன்றிற்குச் சென்றிருந் தேன். நகரின் முதன்மைச் சாலையில் அளவான பரப்பில் நெடுநாளாக நிலைத்திருக்கும் கடை அது.

முதலாளி என் அகவையர். பொருளெடுத்துக் கொடுக்க இரண்டு உதவியாளர்கள். எந்நேரமும் ஏதெனுமொன்றை வாங்குவதற்கு அங்கே இரண்டொருவர் நின்றபடியிருப்பார் கள்.

பொருள்களைப் பிரித்துக் காண்பிப்பதும் விளக்குவதும் விற்பதுமெனப் பரப்பரப்பாக இருந்தார் முதலாளி. நான் கடைசி ஆளாகக் கவனிக்கப்பட்டேன்.

கடையின் விற்பனையையும் நாடிவருவோரின் நாட்டத் தையும் காண்கையில் இதனை மதிப்பான பெருங்கடையாக மாற்றலாமே என்று தோன்றியது.

அவரிடமே கேட்டுவிட்டேன். "ஏன்ங்க... அருமையா

யாவாரம் ஆகுது. நாங்க எல்லாம் தேடி வந்து வாங்கறோம். கடையை இன்னும் பெரிசாக்கி நல்லாப் பண்ணலாமே.''

நான் சொன்னதைப் பொறுமையாகக் கேட்டார். சிறிதும் தயங்காமல் உடனே சொன்னார் : ''அண்ணா! நிம்மதி போயிருங்ண்ணா... நிம்மதி போயிரும்.. இதே போதுங்க.''

170

அந்தப் பெண்ணிற்கு அகவை இருபத்தொன்றுக்கு மிகாது. பள்ளியளவிலான படிப்பைப் படித்திருக்கலாம். கறுத்த நிறத்திற்குக் கட்டியம் கூறும் மான்விழிகள். அந்தப் பார்வையில் யாரையும் பொருட்படுத்தாத தன்னாளுமை தெரிந்தது. சிறிதும் கலக்கமில்லாத கண்கள். முகத்தோடு தவறாமல் சேர்த்துப் பார்க்குமாறு சிறு மூக்குத்தி.

அருகில் நின்றிருந்த இளைஞனுக்கு இரண்டு ஆண்டுகள் கூடுதலாக இருக்கலாம். மேல்தலையில் மட்டுமே புற்கட்டு போல் முடியிருந்தது. தலையைச் சுற்றிலும் ஒட்ட வெட்டியிருந்தான். இருவரும் போதிய சண்டையைப் போட்டு முடித்திருக்கக்கூடும். ''மேலும் இனியென்ன...'' என்பதைப்போல் கசந்த நிலையில் நின்றிருந்தனர்.

உரிய காவலர் வந்து இருவரையும் ஏற இறங்கப் பார்த்தார். அந்தப் பெண்ணை நன்றாகவே கண்கூர்ந்து நிறுத்தி அளக்கத் தவறவில்லை. அடுத்து இளைஞனைப் பார்த்துப் பேசலானார்.

''என்ன... உன் பொண்டாட்டி காணமப் போச்சுன்னு வந்து சொல்லி நாலு நாள் இருக்குமா?''

''இருக்கும்ங்க...''

''வேண்டியவங்க தெரிஞ்சவங்கன்னு எல்லாப் பக்கமும் துழாவியிருக்கே...''

''ஆமாங்க...''

''எப்படிக் காணாமப் போச்சு?''

''குடியிருக்கிற வீட்டுக்காரர் பையனோட கிளம்பிப் போயிடுச்சுங்க...''

''ம்ம். பருவத்துல கண்ணு மண்ணு தெரியாமப் பண்ண வேண்டியது...'' என்று அந்தப் பெண்ணைப் பார்த்தார்.

அப்பெண் எவ்வுணர்ச்சியையும் காட்டாமல் உறுதியாக நின்றார். "ஏம்மா... இப்படிப் பண்ணியிருக்கியே... உன்ன அவங்க மருமகளா ஏத்துக்குவாங்களா?"

அதற்கும் அந்தப் பெண் எதனையும் விடையிறுக்க வில்லை. அவளுடைய உறுதியான பார்வையை எதிர்கொள் வதில் காவலர்க்கே தடுமாற்றம் இருந்தது. இளைஞனிடமே திரும்பினார்.

"இப்ப என்ன பண்ணியிருக்க? தேடுனவங்க விசாரிச்ச வங்ககிட்டயெல்லாம் கிடைச்சாச்சுன்னு சொல்லிட்டியா?"

"சொல்லியாச்சுங்க."

"இப்ப என்ன முடிவு பண்ணியிருக்குதாம்?"

"என்கூடச் சேர்ந்து இனிமே பொழைக்க முடியாதுன்னு சொல்லிடுச்சுங்க."

"அப்படியா? நல்லா பேசிப் பார்த்தியா? நீ நடந்தத மறந்து மன்னிச்சு ஏத்துக்கலாம்னு கேட்டாலும் அப்படித் தான் சொல்லுதா?"

"ஆமாங்க."

"அப்படியா? இனி இதுல நாங்க ஒன்னும் சொல்றதுக் கில்ல. விருப்பம் இல்லாத பெண்ணை நீ எந்தத் தொந்தரவும் பண்ணக்கூடாது."

"சரிங்க"

"இதோ பாரும்மா... நீ எதைப் பண்றதா இருந்தாலும் டைவர்சு கொடுத்துட்டுப் பண்ணிக்க. அதப் பண்ணாம உன் பாட்டுக்கு என்ன பண்ணாலும் பிரச்சனைதான்."

இளைஞன் இருதலைக்கொள்ளியாய் நின்றான். "இதச் சரிபண்ண முடியாதுங்களா?"

"அது எங்க வேலை இல்லப்பா. பெண் சொல்றதுக்கு மாறா நாங்க எதையும் செய்யறதுக்கில்ல. காணாமப் போச்சுன்னு வந்தே. ஆள் கிடைச்சாச்சு. உன்கூட வாழணும்னு நீ கேட்கறதுன்னாலும், வாழ முடியாதுன்னு உன் பொண் டாட்டி மறுக்கிறதுன்னாலும் அதை இனி மகளிர் ஸ்டேசன்ல போய்த்தான் சொல்லிக்கணும்."

"... ... ..."

"இங்கிருந்து நேரா போ. பிரிவு தாண்டினதும் மகளிர்

நிலையம் இருக்கும். அங்கே போய்ச் சொல்லிக்க. இங்கிருந்து அனுப்புனாங்கன்னே சொல்லு."

"அங்க என்ன பண்ணுவாங்க?"

"அங்க உங்க இரண்டு பேரையும் விசாரிப்பாங்க. அப்ப தான் யார்கிட்ட என்ன குறைன்னு தெரியும். உன்கிட்ட குறையா அந்தப் பொண்ணுகிட்டயான்னு விசாரிப்பாங்க. அதுல எல்லாம் தெரிஞ்சு போயிடும். அப்புறம் இரண்டு பேர்த்துக்கும் கவுன்சிலிங் கொடுப்பாங்க. அதுல சரின்னு ஒத்துப் போறவங்க உண்டு. இல்லன்னா அவங்கவங்க வழியைப் பார்த்துட்டுப் போக வேண்டியதுதான்."

"சரிங்க."

"அப்படி எதுவுமில்லன்னாலும் உன் பொண்டாட்டிய இப்படியே விட்டுட்டுப் போயிடக்கூடாது. நேரா கூட்டிப் போயி அவங்க அப்பா அம்மாகிட்ட ஒப்படைச்சுட்டுப் போ. அதுதான் உனக்கும் நல்லது."

இளைஞன் சோர்வாகத் தலையாட்டினான். இருவர்க்கும் விடைகொடுத்து அனுப்பினார் காவலர். நிலையத்தை விட்டு வெளியேறி பொதுப்போக்குவரத்தில் கலந்தனர் அவர்கள்.

ஒரு கதைக்குள் எல்லா நிகழ்ச்சிகளும் இருக்கின்றன. ஆனால், அதன் முடிவு தருவது முடக்கமா, விடுதலையா என்பது புதிர்தான். எல்லாக் கதைகளுக்கும் வாய்த்த பொதுப் பொருள் என்று ஒன்றைச் சொல்லலாம். காலம் பாராட்டத் தக்கவாறு மாறிவிட்டது.

171

தொலைக்காட்சிகளில் உருப்படியாய் ஒரு நிகழ்ச்சியைக் காண வழியில்லை. விளம்பரங்களும் இடை நிறுத்தங்களுமாய்ப் போட்டுத் தாக்குகின்றனர். திரையரங்கு களுக்குச் செல்வது கட்டண உயர்வாலும் வண்டி நிறுத்தப் பிடுங்கலாலும் தீனிக்கொள்ளையாலும் போக்குவரத்து நெரிசலாலும் சாலைக்குழிகளாலும் எரிநெய் விலையாலும் நினைத்தே பார்க்க முடியாததாகிவிட்டது. சில ஆண்டுகட்கு முன்வரை என் வீட்டுக்கு அருகிலுள்ள திரையரங்கு ஒன்றிற்கு உறக்கம் வராத இரவுகளில் இரண்டாவதாட்டம் பார்க்கச்

செல்வதுண்டு. படம் முடிந்ததும் அரங்க வாயிலிலேயே காவல் துறையினர் நின்றுகொண்டு வண்டிச்சோதனை செய்து பணம் பறித்தனர். அதனால் அந்தத் திரையரங்கு தனது கடைசி இருபத்தைந்து பார்வையாளர்களையும் இழந்தது. இன்னும் பல கட்டுதளைகளைப் பட்டியலிட முடியும். அவற் றிற்கான வெற்றிகரமான தீர்வாகிவிட்டது இணையவழித் திரைப்பட வெளியீடு. இனி அதன் செம்மாந்த பாய்ச்சலை யாராலும் தடுக்க முடியாது. தனிநடிகர் செல்வாக்கு, இயக்குநர் மேலாண்மை, முதலாளி விளையாட்டு, வணிகவழியில் நிகழ்ந்த கொடுங்கோன்மை, திரையரங்கக் குழுக்கூட்டு என யாவும் விரைவில் முடிவுக்கு வரக்கூடும் என்றே தோன்றுகிறது.

172

ஒரு கட்டடம் எதற்குக் கட்டப்படுகிறது? வெயில், மழை, காற்று, பனி முதலான இயற்கைத் தாக்குதல்களிருந்து நம்மைப் பாதுகாத்துக்கொள்ளத்தான் கட்டடம் கட்டு கிறோம். நம்மால் தாங்கிக் கொள்ள முடியாத அளவிற்கு இயற்கை அவற்றைத் தரும். கட்டுமானம்தான் அவற்றிலிருந்து நம்மைக் காக்கிறது. கூடுதற்பயனாக கொல்விலங்குகள் முதல் பகை வரைக்குமான அனைத்திலிருந்தும் மறைத்துப் பாதுகாப் பவை ஆயின. காலப்போக்கில் அவற்றின் பயன்பாடுகள் பலவகைப்பட்டன.

வெயில் படவேண்டிய நிலத்திற்குக் குறுக்கே நம் கட்டுமானம் இருக்கிறது. நமது கட்டுமானம் வெயிலால் விளையும் வெப்பத்தை ஏற்றுக்கொள்கிறது. அவ்வாறே குளிரையும் ஏற்கிறது. சிறுபடிவு அளவில்தான் நமக்குப் பனி என்பதால் அது ஒரு பொருட்டில்லை. வெயில், குளிர், பனியால் நமக்கு இடையூறில்லை. ஆனால், மழையைப் பொறுத்தவரை என்ன நடக்கிறது? கட்டுமானப்பட்ட நிலத்தின்மீது விழும் மழையை அந்தக் கட்டுமானம் முழுமை யாக விலக்குகிறது. வெயில் குளிர் பனிக்கு (நம்மூர்ப் பனி) உருவில்லை. அது என்னாகிறதோ எதாகிறதோ நமக்குத் தெரியாது. மழை நீரோ உருப்பொருள். கண்முன்னே அது நிலத்தால் உறிஞ்சப்பட வேண்டும். அல்லது வெள்ளமாகி வடியவேண்டும்.

ஒரு கட்டடத்தைக் கட்டியதும் அதன் சுற்றுப்புற

நிலங்கள் முழுமையையும் காரையிட்டும் நெகிழிக்குழம் பிட்டும் (தார்) மூடிவிடுகிறோம். பெய்யும் மழைநீர் நிலத்தில் இறங்குவதற்கு வழியேயில்லை. தாழ்வைத் தேடித் தலையிழந்த கோழிபோல் தட்டுத் தடுமாறி அலைபாய்கிறது வெள்ளம். எல்லாத் தவறுகட்கும் பொறுப்பாளர் நாம்.

ஓரிடத்தில் ஒரு கட்டடம் தோன்றும்போது கட்டடக் கோளுக்கு நிகரான அளவுடைய வெறுமண்பரப்பை இயற்கைக்கு விட்டுவைக்க வேண்டும். அது மழைக்கான இடம். அப்போதுதான் அம்மழை கட்டடத்தின் தோள்மீது பட்டு இறங்கி நிலமடிக்குள் சென்று உறங்கும். பெருநகரம் என்ற பெயரில் நானூறு சதுரக்கிலோமீட்டர் பரப்பினை மொத்தமாக மூடியிட்டுவிட்டு அதன்மேல் விழுகின்ற மழைக்கு விடைகாண முயன்றால் முடியுமா?

ஒரு நகரத்தை வணிகவாய்ப்பு, வளர்ச்சிவாய்ப்பு, போக்குவரத்து எனப் பலவற்றையும் கருதி உருவாக்கினோமே தவிர, அவ்விடத்தின் மழைவளம், அவ்விடத்தின் சரிவுமேடு, அவ்விடத்திற்கேயுரிய நீர்வழித்தடங்கள் முதலானவற்றைக் கணக்கில்கொண்டோமா? அதற்கேற்பத் திட்டமிட்டோமா? அப்படிச் செய்யாதவரைக்கும் ஆண்டுதோறும் இடர்ப்படுவதைத் தவிர வேறு வழியே இல்லை.

ஒவ்வோர் ஆண்டும் நம் கட்டடங்கள் மழைதோறும் மார்பளவு முக்குளித்து நின்றால் அவற்றின் ஆயுள் குறித்து அஞ்ச வேண்டும். அறுபதாண்டுகள் நிலைக்க வேண்டிய கட்டடம் இருபதாண்டுகளிலேயே வெடிப்பு விடும். வெளிப் பார்வைக்கு வெடிப்பு விட்டால்கூடக் கண்டுபிடித்துவிடலாம். அடித்தளத்தில் என்ன நடந்திருக்கிறது என்பது யார்க்கும் தெரியாது. அதனால் வெள்ளத் தேக்க இடர்ப்பாடுகளை வழக்கமான ஆண்டுச் சடங்காகக் கருதாமல் முழுமுற்றான தீர்வினைக் கண்டு களைவது கட்டாயம்.

173

“சென்னையில் வீடு வாங்கறது பத்தி நாம எதாவது சொன்னா சில பேரு காண்டாவுறாங்களே... என்னவா இருக்கும்?”

“அது வேற ஒன்னுமில்லங்க. அவங்களும் ஏதோ ஒரு பட்டியிலிருந்தோ பாளையத்திலிருந்தோ சென்னைக்குப்

பொழைக்கப் போனவங்கதான். காலப்போக்குல அதை அப்படியே மறந்துட்டாங்க. நல்லது கெட்டதுக்கு ஊருக்கு வந்தா இதெல்லாம் ஊரா, மனுசன் இருப்பானா இங்க அப்படின்னு நிறையவே ஓட்டிட்டாங்க. எங்க சென்னைல மெட்ரோ இருக்கு, மால் இருக்குன்னு அளந்து தள்ளிட்டாங்க. அது பேருதான் மாலே தவிர, அங்க பன்னாட்டுக் கடையகத் துக்குள்ள போயிக் குவியமாட்டாங்க. எல்லா மால்லயும் தரைத்தளத்துல வழக்கமான மலிவுவிலைக் கடை இருக்கும். அங்க போனதைத்தான் மாலுக்குப் போனதாச் சொல்வாங்க. ஊர்ல கிடைச்ச அதே குருவி ரொட்டிதான் மாலுக்கு அடியி லுள்ள கடையிலும் கிடைக்கும். மீறிப்போனா மாலுக்குள்ள சினிமாவுக்குப் போவாங்க. அதுக்குப் போயி ஆயிரம் ஆகுது, இரண்டாயிரம் ஆகுதுன்னு அவங்க புலம்புன புலம்பலில் தான் சினிமாத் தொழிலே ஆட்டங்கண்டு போச்சு. சென்னை யோட மெட்ரோவும்கூட அடுத்தடுத்து எல்லாப் பெருநகரங் களுக்கும் வரப்போகுது. என்னதான் கொள்ளை கொள்ளை யாகப் பணம் வெச்சிருந்தாலும் சென்னைக்குள் வீடு வாங்கவே முடியாது. கடந்த ஐம்பது வருசமாகவே அதுதான் நிலவரம். அதனால சென்னைக்கு அருகில் அப்போதிருந்து இப்போது ஓரளவு சென்னைக்குள் வந்துவிட்ட பகுதியில் வீடு வாங்கியிருப்பாங்க. பெரும்பாலும் அடுக்ககமாகத்தான் இருக்கும். தனி வீடாக இருக்காது. சென்னையைச் சுத்தி யிருக்கிற செங்கல்பட்டு மாவட்டத்திற்கு ஏரி மாவட்டம்னு தான் பேரு. அதனால் சென்னை விரிவாக்கம் ஏரி ஏரியாகவே நடந்திருக்கு. எந்த ஏரியாவை எடுத்துப் பார்த்தாலும் இது அந்த ஏரியா, இந்த ஏரியான்னு தாராளமாக வாய்விட்டுக் கேட்கலாம். அப்படிக் கேட்டிருந்தால்தான் ஆளு வேய்க் கானம்னு சொல்லலாமே. எங்க பொழைக்கப் போனாலும் நம்மாளு ஊரு வளர்த்துவிட்ட ஆளுதானே? அந்த எளிய பிள்ளையாண்டானுங்க இங்கிருந்தது போலவே அப்பாவி யாக நம்பி வீடு வாங்கிட்டாங்க. இப்ப மழை பெய்யோ பெய்யுன்னு பெய்யுது. தனிவீடாக இருந்தா அடுக்களை வரைக்கும் மழைத்தண்ணி வருது. அடுக்ககமா இருந்தா படிக்கட்டுல ஏறி மழைத்தண்ணி வருது. வாங்கின வீட்டுக்கு மாசந்தவறாம தவணை போய்ட்டிருக்கு. ஆனால், வாங்கின வீட்டுக்கு முன்னாடி அஞ்சாறு படகும் போய்ட்டிருக்கு. ஒரு மனுசனுக்கு எவ்வளவு கொலைவெறி ஆகும்னு யோசிச்சுப் பாருங்க. இந்தக் கடுப்புல இருக்கிற நேரத்துல ஊர்ல இருந்து

மாமன் மச்சான் அங்காளி பங்காளி எல்லாம் போனைப் போட்டு என்னடா மாப்ள வெள்ளம் எதுவரைக்கும் வந்திருக்கு, இடுப்பளவு வந்துருச்சா இல்லையான்னு வேற கேட்பானுங்க. அவங்களைத்தான் இதுவரைக்கும் படு கேவலமா ஓட்டிட்டிருந்தாரு நம்மாளு. அவங்களுக்கு ஓட்ட ஒரு வாய்ப்பு கிடைச்சா விடுவாங்களா? திரும்ப திரும்ப போன்பண்ணி வெள்ளமட்டம் ஸ்கோர் கேட்பாங்களா இல்லையா? அப்படியெல்லாம் இல்லைன்னு பொய் சொல்லி யும் தப்பிக்க முடியாது. இருக்கிற இருபத்தஞ்சு செய்திச் சேனல்ல நம்மாளு வீடு மட்டுமே ஏழெட்டுத் தடவை வந்திருக்கும். ஊர்ல எல்லாரும் பார்த்துட்டாங்க. மத்தநாளும் கிழமையும்னாகூடப் பார்த்துட்டு வேலை வெட்டிக்குப் போவாங்க. இன்னிக்குக் கதை வேற. இத்தனை நாளு நம்மளை ஓட்டின ஆளு நல்லா மாட்டிக்கிட்டான்யான்னு வறக்காப்பி வெச்சுக் குடிச்சுட்டே பார்த்துட்டு இருப்பாங்க. இந்த இடைப் பட்ட நேரத்துல ஒவ்வொரு சின்ன ஊரையும் மாவட்டம்னுட் டாங்க. அங்கங்கே காலேஜ், பைபாஸ் ரோடுன்னு ஓகோன்னு முன்னேறிட்டிருக்கு. சென்னைல ஹூண்டாய் பேக்டரி டான்னா எங்கேயோ போச்சம்பள்ளியில இருக்கிறவன் ஓலா பேக்டரிடாவ்ங்கிறான். ஊர்லயே செண்டு பதினைஞ்சு லட்சம் போகுதுன்னு கடுப்பைக் கிளப்பறானுங்க. ஏன்னா நம்மாளு வாங்கின சென்னை அடுக்ககத்தை விற்கிறது பத்தி நினைச்சுப் பார்க்க முடியுமா? இதே கண்டிசன்ல போனா ஊர்ல இருக்கிறவனெல்லாம் பெரிய ஆளாயிடுவான்போலத் தெரியுது. இன்றைய தேதிக்கு எல்லா ஊர்லயும் எல்லாமே வந்துடுச்சு. சென்னைல வருசத்துல பத்து மாசம் வேகாத வேக்காட்டுல வெந்து பாடுபட வேண்டியதா இருக்கு. இதுக்கு நடுவுல வீட்ல இருந்தே வேலை பாருன்னு கம்பெனி சொன்னதுல பாதிப்பேரு ஊருப்பக்கம் போயித் தெளிவா யிட்டாங்க. இவங்க நிலைமைதான் அரசனை நம்பி புருசனைக் கைவிட்ட கதை. இனி ஊருப்பக்கம் தலைவெச்சுப் படுக்க மனசும் இருக்காது. நினைப்பும் இருக்காது. இத்தனை கட்ட நட்டங்களுக்கு நடுவில் ஒரு வீடு வாங்கி வெச்சிருக்கும்போது நாம் ஏதாவது குறுக்கால சொன்னா பொங்குமா பொங்காதா? அதான்.”

174

"ஐயா... புதுப்பதிவு போட்டுட்டீங்களா?"

"இல்லையே. ஏன் இவ்வளவு ஆர்வமாக் கேட்கறீங்க?"

"நீங்க ஏதாச்சும் சொன்னீங்கன்னா அதை வெச்சு வெட்டியும் ஒட்டியும் நாங்க ரண்டு பதிவு போடுவோம்."

"அடேங்கப்பா... இது நல்ல உத்தியா இருக்குதே. இதுக்கு ஏதாவது நல்ல பேரு இருக்கணுமே."

"அதெல்லாம் எங்களுக்குத் தெரியாது. நாங்க ட்ரோலர்னு பேரு வாங்கியிருக்கோம். பிரதமர் முதலமைச்சர் எதிர்க்கட்சித் தலைவர்ல இருந்து கடைமட்ட ஆளுங்க வரைக்கும் பாரபட்சம் பார்க்காம ஒட்டிக்கிட்டே இருப்போம். ஒரு பய ஏன்னு கேட்க முடியாது."

"அதுசரி. ஏன் கை கிடுகிடுன்னு நடுங்குது?"

"சரக்கு வாங்கி வைக்க மறந்துட்டேன். கை நடுங்குது. அதெல்லாம் நீங்க கேட்கப்படாது."

"முதல்லயே வாங்கி வைக்க வேண்டியதுதானே?"

"அப்படியும் வாங்கி வெச்சுப் பார்த்தேன். பாட்டிலைக் காலி பண்ணிட்டுத்தான் எந்திருக்க முடியுது. அதெல்லாம் நீங்க கேட்கப்படாதுன்றேன்ல."

"சரி சரி. அளவாகக் குடிங்க. அளவாக ஒட்டுங்க. பதிவு அப்புறம் போடறேன்."

"கண்டிசனா பதிவு போடுங்க. சொல்லிட்டேன் ஆமா."

175

ஆண்டுக்கு நான்கரை இலட்சம் கோடிகள் மதிப்பி லான எரிநெய்க் கச்சாவை நம் நாடு இறக்குமதி செய்கிறது. உலக இறக்குமதியில் நம் பங்கு ஒன்பது விழுக்காடு. அடுத்த பத்தாண்டுகளில் இலகுவகை வண்டிகளும் ஈருருளிகளும் பெரும்பான்மையாய் மின்னாற்றல் இயக்கத்திற்கு மாற வேண்டிய கட்டாயம் உள்ளது. அது படிப்படியாய் நிகழ்ந் தால் இறக்குமதிக்குச் செலவாகும் அப்பெருந்தொகையில் பாதிக்கும் மேலாக மீதமாகும். ஏறத்தாழ இரண்டு இலட்சம் கோடிகள். இவ்வளவு தொகை மீதமாவது நாட்டின் பொருளியல் அடிப்படையைப் பேரளவு வலுவாக்கும்.

செலவினத்தின் மீதம் மட்டுமல்லாது வெளிநாட்டுப் பணமாக மிச்சமாகிறது என்பதையும் கவனிக்க வேண்டும். இது ஏற்றுமதி இறக்குமதிச் சமநிலையை உறுதியாக்கும். அடுத்த ஏழெட்டு ஆண்டுகட்கான நாட்டின் பொருளியல் தொலை நோக்குக் காட்சி செழிப்பாகவே தெரிகிறது. கொடுந்தொற்று உள்ளிட்ட நடைமுறை இடையூறுகளைக் கடந்துவிட்டால் இது முற்றிலும் உண்மையாகிவிடும். அதனால்தான் பங்குச் சந்தை சீறுகிறது. பல நிறுவனங்கள் மறுமலர்ச்சி அடைகின்றன. புதிய வாய்ப்புகள் ஒளிர்கின்றன. உடைமை மதிப்புகள், பணி மதிப்புகள் யாவும் ஏறுமுகத்தில் நகரும். பொருளியல் துறையின் அடிப்படை மாற்றம் என்று சொல்வதற்கு அருகிலான நிலைமை இது. ஆகவே இனி வரும் காலம் நல்ல காலம் என்று உறுதியாகவே நம்பலாம்.

176

பதியப்படும் பதிவுகள், கூறப்படும் கருத்துகள் போன்றனவற்றுக்காக முகநூல் நிறுவனம் ஒரு குழுமத்தை, அல்லது ஒருவரின் தனிக்கணக்கை முடக்குகிறது என்றால் அதன் பொருள் என்ன? நீங்கள் நற்சொற்களைப் பேசியும் பதிந்தும் நலச்செல்வர்களாய் வாழ வேண்டும் என்பதா நோக்கம்? இல்லை. இதற்கும் மேல் உங்களைச் செயல்பட விட்டால் எங்கள் நிறுவனத்திற்கு இடையூறு ஏற்படும் என்பதுதான். நாங்கள் உங்கள் நாட்டின் சட்டதிட்டங்களுக்கும் வழிகாட்டுதலுக்கும் உட்பட்டு உரிய முறையில் செயல்படுவோம் என்று உறுதிமொழி அளித்து உள்ளே வந்திருக்கிறோம். அதற்குக் குந்தகமான, எதிரான செயல்களைக் கண்டு முகநூல் ஒன்றும் செய்யாமல் இருந்தால் என்னாகும்? உலகின் மிகப்பெரிய நிறுவனங்களில் ஒன்று, உலகின் மிகப்பெரிய இணையப்பயன்பாடு உள்ள நாட்டில் முடக்கப்படலாம். அவ்வாறு தன்னைப் பிணைவைக்க இந்நிறுவனம் ஒன்றும் ஏப்பைசாப்பை இல்லை. உங்களுக்கும் அவ்வளவு பெரிய காட்சியெல்லாம் இல்லை. அதனால் எதற்காக வந்தீர்களோ அதன்வழியில் செயல்பட்டு யாவரோடும் பழுதிலாதனவற்றைப் பேசிப் பயன்பட்டுக்கொள்ளுங்கள் - இதுதான் இத்தகைய முடக்கங்கள் விடுக்கும் செய்தி. என்னுடைய பதிவுகளிலேயேகூட சிலரால் முகஞ்சுழிக்க வைக்கும் கருத்தாடல்கள் நிகழும். அவை எனக்குச் சார்பான

வையாகவும் இருந்திருக்கின்றன. ஆனால், அவற்றை உடனே நீக்கிவிடுவேன். மேலும் தொடர்ந்து இடையூறு செய்தால் அவர்களையும் முடக்குவேன். என்னுடைய பதிவுகளில் பண்புடன் எதிர்க்கருத்துகளை முன்வைக்கும் ஒருவரின் மாண்பிற்குச் சிறிதும் குறையேற்படாதவாறுதான் மற்றவர்கள் உரையாட வேண்டும். நானும் அவர்களை அப்படித்தான் நடத்துவேன். இல்லையேல் நாம் வணங்கிப் பிரிந்துவிடலாம். கவுண்டமணி சொல்வதைப்போன்றதுதான். "இந்த நாட்டுல எண்பது கோடி ஜனங்க இருக்காங்க. அவங்களைத் திருத்தறது என் வேலையில்ல. முதல்ல நான் என்னைத் திருத்திக்கிறேன்."

177

அந்தக் காலத்தில் துணி எடுக்கச் செல்வோர்க்கு இலவயமாக மஞ்சள் நிறத்திலான துணிப்பைகளைக் கொடுத்தார்கள். மஞ்சள் நிறம் நன்னிகழ்வுகளின் தொடக்கத்திற்கு அறிகுறி. அதனால் கடைப்பைகள் பலவும் மஞ்சள் நிறத்தில் இருந்தன.

ஒருமுறை பெறப்பட்ட அந்தப் பைகள் பல்வேறு தேவைகளுக்காகவும் பயன்பட்டன. காது அறுந்துபோமளவும் அல்லது துணி நைந்துபோமளவும் அந்தப் பைகளைப் பயன்படுத்தினோம்.

பிற்பாடு தோன்றிய நகரப்பொய்மிடுக்கு மஞ்சள் பையோடு உலவுவோரைப் பட்டிக்காட்டான் என்று எள்ளியது. அதனால் மஞ்சள் பை பயன்படுத்துவது குறைந்து வெவ்வேறு பைகள் வந்தன. அவ்விடத்தை இறுதியாகவும் உறுதியாகவும் பற்றிக்கொண்டன நெகிழிப்பைகள்.

நெகிழிகள் மட்காத் தன்மையுடையன. மீண்டும் மஞ்சள் பையைப் பயன்படுத்த வேண்டிய கட்டாயத்திற்குத் தள்ளப் பட்டுள்ளோம். ஒட்டுமொத்தச் சுற்றுச்சூழலும் கேடுறுவதைப் பார்க்க இயலாது.

தமிழ்நாட்டரசு புதிதாய் மஞ்சள் பை இயக்கத்தைத் தொடங்குவதாகத் தெரிகிறது. மாநில அரசாங்கம் அதன் முதலமைச்சரைக்கொண்டு தொடங்கும் திட்டத்தில் அச்சுப்பிழை சொற்பிழை என எதுவுமின்றி இருப்பதுதான் பேருவகையாகும். திட்டத்தின் பெயரில் 'மீண்டும் மஞ்சப்பை - விழிப்புணர்வு இயக்கம்' என்று இருக்கிறது.

'மஞ்சள் பை' என்று இருக்கலாம். அவ்விரு சொற்களும் புணர்ந்து 'மஞ்சட்பை' என்று இருக்கலாம். இரண்டும் இல்லாமல் பேச்சுக்கொச்சையாய் 'மஞ்சப்பை' என்றிருப்பது தேவையா?

மொழியரசின் தலைமையகத்திலிருந்து நடத்தப்படும் செயல்கள் அச்சளவில் சிறுபிழையும் இல்லாமல் இருப்பது தான் மெச்சத்தகுந்தது. மஞ்சள் பை என்பதும் மஞ்சட்பை என்பதும் பெரிதும் விளங்காத புலமைப் பயன்பாடுகள் அல்லவே. அரசுத் துறையினர் இனியேனும் அக்கறை காட்டு வார்கள் என்று நம்புவோம்.